ഗ്രീൻ ബുക്സ്

ജഗതി
ഒരു അഭിനയ വിസ്മയം

രമേഷ് പുതിയമഠം

കണ്ണൂർ ജില്ലയിലെ കല്ലിക്കണ്ടിയിൽ, പുതിയമഠത്തിൽ കേളുനായരുടെയും ജാനകിയുടെയും മകനായി ജനനം. വിദ്യാഭ്യാസം: തൃപ്രങ്ങോട്ടൂർ എൽ.പി. സ്കൂൾ, കണ്ണങ്കോട് യു.പി.സ്കൂൾ, കൊളവല്ലൂർ ഹൈസ്കൂൾ, തലശ്ശേരി ഗവ. ബ്രണ്ണൻ കോളജ്. എറണാകുളത്തെ കേരള പ്രസ് അക്കാദമിയിൽനിന്നും ജേണലിസത്തിൽ ഡിപ്ലോമ.

കൃതികൾ: പാലപ്പൂമണമൊഴുകുന്ന ഇടവഴികൾ, അവർ അറിഞ്ഞതും അനുഭവിച്ചതും, ഫ്രെയിമിനപ്പുറം ജീവിതം, അഭിനയം അനുഭവം, ലൈഫ് ഓഫ് ക്യാപ്റ്റൻ, ചെമ്പകത്തൈകൾ പൂത്ത മാനത്ത്, അവർ തീ കൊളുത്തിയ ഒലിവ് മരച്ചില്ലകൾ, മമ്മൂട്ടി: നാട്യങ്ങളില്ലാതെ, നിറക്കൂട്ടില്ലാതെ, മനസ്സിൽ കൊടിയേറിയ ഓർമ്മകൾ, ലളിതം.

പുരസ്കാരങ്ങൾ: മികച്ച ടെലിവിഷൻ ലേഖനത്തിനുള്ള കാഴ്ച അവാർഡ്, സിനിമാഗ്രന്ഥത്തിനുള്ള കെ.പി.ഉമ്മർ പുരസ്കാരം.

ഇപ്പോൾ കേരളകൗമുദി ദിനപത്രത്തിന്റെ കോഴിക്കോട് എഡിഷനിൽ ചീഫ് സബ് എഡിറ്റർ.

ഓർമ്മ

ജഗതി
ഒരു അഭിനയ വിസ്മയം

തയ്യാറാക്കിയത്

രമേഷ് പുതിയമഠം

ഗ്രീൻബുക്സ്

green books private limited
gb building, civil lane road, ayyanthole,
thrissur- 680 003, kerala, ph: +91 487-2381066, 2381039
website: www.greenbooksindia.com
e-mail: info@greenbooksindia.com

malayalam
jagathy oru abhinaya vismayam
memoir

compiled by
ramesh puthiyamadam

published august 2022

cover design : rajesh chalode
illustrations : n.g. sureshkumar
cover photo : saleesh peringottukara

printed in india
repro india ltd

branches:
thrissur 0487-2422515
thiruvananthapuram 0471-2335301
calicut 0495 4854662

isbn : 978-93-93596-68-0

GBPL/1236/2022

മുഖക്കുറി

മലയാളികളുടെ കൺമുന്നിലെ നിറസാന്നിധ്യമായിരുന്ന ജഗതി ശ്രീകുമാർ എന്ന മഹാനടൻ, കഴിഞ്ഞ എട്ടു വർഷമായി ഒരു അപകടത്തെത്തുടർന്ന് മാറിനിൽക്കുകയാണല്ലോ. ഒട്ടും താമസിയാതെ ജഗതി ശ്രീകുമാർ, ചലച്ചിത്രലോകത്തെ സന്തോഷത്തിലാറാടിച്ച്, സ്വതസിദ്ധമായ പുഞ്ചിരിയോടെ, സിനിമാമേഖലയിൽ വീണ്ടും സജീവമാകുമെന്ന് പ്രതീക്ഷിക്കുന്നു; പ്രാർത്ഥിക്കുന്നു. അടുത്ത സുഹൃത്തുക്കളായ കലാകാരന്മാരും സഹപ്രവർത്തകരും കുടുംബാംഗങ്ങളും ജഗതി ശ്രീകുമാർ എന്ന വ്യക്തിയെ, നടനെ, സുഹൃത്തിനെ ഓർമ്മിക്കുകയാണ് ഈ കൃതിയിലൂടെ. സിനിമാലോകത്തിലെ ഊഷ്മളബന്ധങ്ങളെയും രസാത്മക നിമിഷങ്ങളെയും അറിയാതെ വാർന്നു വീഴുന്ന തമാശകളെയും ജഗതിയുടെ ഹൃദയവിശാലത നേരിട്ട് അനുഭവിച്ചവരുടെ ഓർമ്മകളെയും സമാഹരിച്ച പുസ്തകം. അദ്ദേഹത്തിന്റെ ആരാധകർക്കായി ഈ കൃതി ഗ്രീൻ ബുക്സ് സന്തോഷത്തോടെ സമർപ്പിക്കുന്നു.

എഡിറ്റർ

ഉള്ളടക്കം

ഒരേയൊരു ജഗതി

വർഷങ്ങൾക്ക് മുമ്പുള്ള ഒരു ക്രിസ്തുമസ് ദിനത്തിന്റെ തലേന്ന് വൈകിട്ടാണ് ഞങ്ങൾ അഞ്ചു സുഹൃത്തുക്കൾ ഈരാറ്റുപേട്ടയിലെ പി.സി.ജോർജ് എം.എൽ.എയുടെ വീട്ടിലെത്തുന്നത്. അന്ന് പ്രതിപക്ഷനേതാവ് വി.എസ്. അച്യുതാനന്ദനൊപ്പം കട്ടയ്ക്ക് നിന്ന് വാർത്താപ്രാധാന്യം നേടിയ ആളായിരുന്നു പി.സി. അദ്ദേഹത്തിന്റെ ക്ഷണം സ്വീകരിച്ചായിരുന്നു മാധ്യമപ്രവർത്തകരായ ഞാനും പി.പി. അനീഷ് കുമാറും ജി.വി. രാകേഷും സജീവൻ വടക്കുമ്പാടും അധ്യാപകനായ ടി.എൻ.ഗിരീഷ്കുമാറും എത്തിയത്. പി.സിയുമായുള്ള അഭിമുഖത്തിനിടയ്ക്ക് ജഗതി വരാറുണ്ടോയെന്ന സ്വാഭാവിക ചോദ്യം ചോദിച്ചു.

''പത്തു മിനുട്ടിനകം ഇവിടെയെത്തും. ഇത്തവണത്തെ ക്രിസ്തുമസ് ആഘോഷം ഇവിടെയാണ്.''

സത്യം പറഞ്ഞാൽ ഞെട്ടിപ്പോയി. മലയാളത്തിലെ അതുല്യ പ്രതിഭയാണ് ഞങ്ങൾക്ക് മുമ്പിലെത്താൻ പോകുന്നത്. അതിനു മുമ്പ് പല ലൊക്കേഷനിൽ വെച്ചും ഞാൻ ജഗതിയെ കണ്ട് സംസാരിച്ചിട്ടുണ്ടെന്നല്ലാതെ അഭിമുഖം നടത്തിയിരുന്നില്ല. എല്ലാ ലൊക്കേഷനിലും ജഗതിക്ക് തിരക്കായിരുന്നു. അവധി പോലും എടുക്കാതെ ഒരു ലൊക്കേഷനിൽനിന്ന് മറ്റൊരു ലൊക്കേഷനിലേക്ക് ഓടുന്ന സമയമാണത്. അങ്ങനെയുള്ള ആളാണ് സ്വന്തം മോളുടെയും ഭർത്താവിന്റെയും കൂടെ ക്രിസ്തുമസ് ആഘോഷിക്കാനെത്തുന്നത്.

''ആൾ ഒറ്റയ്ക്കാണ് വരുന്നത്. വേണമെങ്കിൽ ഇന്റർവ്യൂ നടത്താം'' എന്നു കൂടി പി.സി. സൂചിപ്പിച്ചപ്പോൾ സത്യത്തിൽ ഷോക്കായിപ്പോയി. പത്ത് പതിനഞ്ചുമിനുട്ടിനകം സ്വന്തം കാറിൽ ജഗതിയെത്തി. വീടിന് മുറ്റത്തുള്ള എം.എൽ.എ ഓഫീസിലിരുന്ന ഞങ്ങൾക്ക് നേരെ കൈ ഉയർത്തി, ഒരു

ചെറുചിരി സമ്മാനിച്ച് അദ്ദേഹം പി.സിക്കൊപ്പം വീടിനകത്തേക്കു കയറി. പത്ത് മിനുട്ട് കഴിഞ്ഞില്ല. അതിന് മുമ്പു തന്നെ ജഗതിയും പി.സിയും പി.സിയുടെ ഓഫീസിലേക്ക് കയറിവന്നു.

''മലബാറിൽനിന്ന് വന്ന പത്രക്കാരാ.''

പി.സി. ഞങ്ങളെ പരിചയപ്പെടുത്തി. ഇഷ്ടനടനെ തിരക്കില്ലാതെ മുമ്പിൽ കിട്ടിയതിന്റെ എക്സൈറ്റ്മെന്റിലായിരുന്നു ഞങ്ങൾ. ജഗതി വീട്ടുവിശേഷവും നാട്ടുവിശേഷവും ചോദിച്ചു. മലബാറുകാരുടെ ആതിഥ്യമര്യാദയെയും സ്നേഹത്തെയും കുറിച്ച് പറഞ്ഞു. അതിനുശേഷം അദ്ദേഹം ഞങ്ങൾക്ക് മുമ്പിൽ അഭിമുഖത്തിനായി ഇരുന്നു. ഓരോ ചോദ്യത്തിനും കാച്ചിക്കുറുക്കിയ, സീരിയസായ മറുപടി. അഭിനയവും ജീവിതവുമെല്ലാം സംസാരത്തിലേക്ക് കടന്നുവന്നു. അതു കഴിഞ്ഞ് ഞങ്ങൾ ജഗതിക്കും പി.സിക്കുമൊപ്പം ഭക്ഷണം കഴിച്ചു. അതിനിടയ്ക്കും അദ്ദേഹം മലബാറിന്റെ രുചികളെക്കുറിച്ച് സംസാരിക്കുന്നുണ്ടായിരുന്നു. ഭക്ഷണം കഴിച്ചു കഴിയുമ്പോഴേക്കും പി.സിയുടെ വീട്ടിൽ ക്രിസ്തുമസ് ആഘോഷങ്ങൾ തുടങ്ങിയിരുന്നു. രാത്രി ഒൻപത് മണിക്കാണ് ഞങ്ങൾ അവിടെനിന്നും പിരിഞ്ഞത്. അന്നെടുത്ത വിശദമായ അഭിമുഖം പിന്നീട് മംഗളം സൺഡേ സപ്ലിമെന്റിൽ പ്രസിദ്ധീകരിക്കുകയും ചെയ്തു.

വർഷങ്ങൾ കഴിഞ്ഞപ്പോഴാണ് ജഗതിയുടെ അപകടമുണ്ടായത്. എല്ലാ മലയാളികളെയും പോലെ എന്നെയും സങ്കടപ്പെടുത്തിയ ദുരന്തമായിരുന്നു അത്. എങ്കിലും അദ്ദേഹത്തിന്റെ ജീവൻ തിരിച്ചുകിട്ടിയല്ലോ എന്ന സമാധാനമായിരുന്നു. ജഗതി തിരിച്ചുവരും എന്ന് ഡോക്ടർമാർ പറഞ്ഞത്, പ്രതീക്ഷയ്ക്ക് വകയായി. ജഗതി പാട്ടുപാടുകയും ചുണ്ടനക്കുകയും ചെയ്യുമ്പോൾ വല്ലാത്തൊരു സന്തോഷമായിരുന്നു. മംഗളം വാരികയ്ക്കുവേണ്ടി സിനിമാപ്രവർത്തകരുമായി സംസാരിക്കുമ്പോൾ മിക്കവർക്കും പറയാനുള്ളത് ജഗതിയുമായുള്ള ആത്മബന്ധത്തെക്കുറിച്ചായിരുന്നു. കൂടുതലും ജഗതി സഹായിച്ച കഥകളായിരുന്നു. അതൊക്കെയും ആളുകൾ അറിയണമെന്നു തോന്നി. അതാണ് മംഗളം വാരികയിൽ 'ജഗതിക്കഥകൾ' എന്ന കോളം തുടങ്ങാൻ എന്നെ പ്രേരിപ്പിച്ചത്. സംവിധായകരും നിർമ്മാതാക്കളും തിരക്കഥാകൃത്തുക്കളും നടീനടന്മാരുമെല്ലാം ജഗതിക്കൊപ്പമുള്ള ഓർമ്മകൾ പങ്കുവെച്ചു. ഒപ്പം ജഗതിയുടെ മകൾ പാർവതിയും

മരുമകൻ ഷോണും. വായനക്കാർ അത് സസന്തോഷം സ്വീകരിക്കുകയും ചെയ്തു.

ജഗതി മലയാളസിനിമയുടെ അവിഭാജ്യഘടകമാണ്. 'സി.ബി.ഐ 5ൽ' ജഗതിയുടെ വിക്രമിനെ കാണിക്കുമ്പോഴുള്ള തിയേറ്ററിലെ കൈയടി അത് അരക്കിട്ടുറപ്പിക്കുന്നു. സി.ബി.ഐയിലൂടെയുള്ള ജഗതിയുടെ തിരിച്ചുവരവ് മലയാളികൾ ആഘോഷിക്കുന്ന സമയത്താണ് 'ജഗതിക്കഥകൾ' പുസ്തകമാക്കാൻ തീരുമാനിക്കുന്നത്. വിക്രമിനെ വീണ്ടും സൃഷ്ടിച്ച എഴുത്തുകാരൻ എസ്.എൻ.സ്വാമിയുടെ കുറിപ്പും ഈ പുസ്തകത്തിൽ ചേർത്തിട്ടുണ്ട്. ജഗതിയെ സ്നേഹിക്കുന്നവർ ഈ പുസ്തകവും സന്തോഷത്തോടെ സ്വീകരിക്കുമെന്നാണ് പ്രതീക്ഷ. ജഗതിക്കഥകൾക്ക് പ്രോത്സാഹനം നൽകിയ മംഗളത്തിന്റെ ചീഫ് എഡിറ്റർ സാബു വർഗീസ് സാർ, എഡിറ്റർ ഇൻ ചാർജായിരുന്ന സജിൽ ശ്രീധർ, പുസ്തകമാക്കിയ ഗ്രീൻ ബുക്സ് എന്നിവർക്കുള്ള നന്ദി പ്രത്യേകം അറിയിക്കുന്നു.

രമേഷ് പുതിയമഠം

ക്യാമറയ്ക്കു മുമ്പിലെ അനുസരണയുള്ള കുട്ടി

രാജസേനൻ

അമ്പിളിച്ചേട്ടനുമായുള്ള ബന്ധം തുടങ്ങുന്നത് ഞാൻ തിരക്കഥയെഴുതിയ 'മരുപ്പച്ച' എന്ന സിനിമ മുതലാണ്. അതിന്റെ അസോസിയേറ്റ് ഡയറക്ടറും ഞാനായിരുന്നു. പിന്നീട് ഞാൻ സംവിധാനം ചെയ്ത നിരവധി സിനിമകളിൽ അദ്ദേഹം അഭിനയിച്ചു. മേലെപ്പറമ്പിൽ ആൺവീട്, വാർദ്ധക്യപുരാണം, ആദ്യത്തെ കൺമണി, സി.ഐ.ഡി ഉണ്ണികൃഷ്ണൻ, ഭാര്യ ഒന്ന് മക്കൾ മൂന്ന്... ഏറ്റവുമൊടുവിൽ ഇന്നാണാ കല്യാണം വരെ. എനിക്ക് എന്നും അദ്ദേഹം ഒരു ജ്യേഷ്ഠസഹോദരനാണ്.

'മേലെപ്പറമ്പിൽ ആൺവീടി'ൽ കുളത്തിൽ ചാടുന്നൊരു സീനുണ്ട്. അത് ഷൂട്ട് ചെയ്യുന്ന ദിവസം അമ്പിളിച്ചേട്ടന്റെ ചെവി പഴുത്തിരുന്നു. പഞ്ഞിയൊക്കെ വച്ചാണ് ലൊക്കേഷനിലേക്ക് വന്നത്. ആറടി ഉയരത്തിൽനിന്നാണ് കുളത്തിലേക്ക് ചാടേണ്ടതെന്ന് പറഞ്ഞപ്പോൾ ഒരു വിമ്മിഷ്ടം. പൊതുവെ ഏതു റോളും സന്തോഷത്തോടെ ഏറ്റെടുക്കുന്ന അദ്ദേഹത്തിന് ചെറിയൊരു പേടി. ചെവിയിൽ വെള്ളം കയറിയാൽ വേദന കൂടുമോ?

''ഈ സീൻ അഡ്ജസ്റ്റ് ചെയ്യാൻ പറ്റുമോ?''

അമ്പിളിച്ചേട്ടൻ എന്നോടു ചോദിച്ചു. ഞാൻ ഉടൻതന്നെ ക്യാമറാമാൻ ആനന്ദക്കുട്ടനെ വിളിച്ചു. വല്ല വഴിയുമുണ്ടോ എന്നാലോചിച്ചു.

''കുഴപ്പമില്ല. പഞ്ഞി വച്ച് ചാടാം. പക്ഷേ ഒറ്റ ടേക്കിൽ ഓകെയാക്കണം.''

ഞാനും ആനന്ദക്കുട്ടനും സമ്മതിച്ചു. വളരെ കരുതലോടെയാണ് ആ സീനെടുത്തത്. കാരണം രണ്ടാമതൊന്നു കൂടി ചാടാൻ അമ്പിളിച്ചേട്ടനെ നിർബന്ധിക്കുന്നത് ശരിയല്ല. റിസ്കെടുത്താണ് അദ്ദേഹം

കുളത്തിൽ ചാടിയത്. പ്ലാൻ ചെയ്തതുപോലെ ആദ്യത്തെ ടേക്കിൽ ഓ.കെ ആയി. കഥാപാത്രത്തിനുവേണ്ടി എന്തും ചെയ്യുന്ന മനസ്സാണിത് കാണിക്കുന്നത്. ഭാഗ്യത്തിന് അന്ന് അമ്പിളിച്ചേട്ടന്റെ ചെവിയിൽ വെള്ളം കയറിയതുമില്ല.

അസോസിയേറ്റ് ഡയറക്ടർമാർ ആരെങ്കിലും പടം ചെയ്യുന്നുണ്ടെങ്കിൽ അവരെ പ്രോത്സാഹിപ്പിക്കാൻ ചേട്ടന് നല്ല മിടുക്കാണ്. വെറുതെ പ്രോത്സാഹിപ്പിക്കുകയല്ല, തന്റെ ശമ്പളത്തിൽ നിന്ന് ഒരു ലക്ഷം രൂപ കുറച്ചു കൊടുക്കും. അങ്ങനെയെങ്കിലും അവർ രക്ഷപ്പെടട്ടെ എന്നാണ് അദ്ദേഹം ചിന്തിക്കുന്നത്. ക്യാമറയ്ക്കു മുമ്പിൽ എന്നും അനുസരണയുള്ള കുട്ടിയായാണ് ഞാൻ കണ്ടിട്ടുള്ളത്. പുതുതായി വരുന്നവനായാലും സീനിയർ സംവിധായകനായാലും അദ്ദേഹത്തിന് ഒരുപോലെയാണ്. അവർ പറയുന്നതുപോലെ തന്നെ ചെയ്യും. പൊതുവെ ഹാസ്യതാരങ്ങൾ വളരുന്നത് ഏതെങ്കിലും സൂപ്പർതാരങ്ങളുടെ തണലിലാണ്. എന്നാൽ അമ്പിളിച്ചേട്ടൻ അങ്ങനെയല്ല. സ്വന്തം കഴിവ് തെളിയിച്ച് ഉയർന്നുവന്ന നടനാണ്. ഏതു നടന്റെ കൂടെ അഭിനയിച്ചാലും ആ കെമിസ്ട്രി വർക്കൗട്ട് ചെയ്യും. അത് പുള്ളിക്ക് മാത്രം അവകാശപ്പെട്ടതാണ്. ചില സമയത്ത് ലൊക്കേഷനിലെത്തുമ്പോൾ മൂഡിയായിക്കാണും. എന്തുപറ്റിയെന്ന് ചോദിച്ചാൽ അദ്ദേഹം പറയും.

‘‘ഇന്നൽപ്പം മൂഡോഫാണ്. ചെറിയൊരു പ്രശ്നമുണ്ട്. ഞാനത് പിന്നീട് പറയാം. രാജസേനൻ പേടിക്കേണ്ട, ഇതൊന്നും വർക്കിനെ ബാധിക്കില്ല കേട്ടോ’’

അദ്ദേഹം പറയുന്നത് നൂറുശതമാനം ശരിയാണെന്ന് ഷോട്ട് കഴിയുമ്പോൾ മനസ്സിലാവും.

പാവപ്പെട്ടവരെ സഹായിക്കുന്നത് മറ്റൊരു ശീലം. ശ്രീ ചിത്ര പുവർഹോമിലെ കുട്ടികൾക്കുവേണ്ടി ഒരുപാടു പണം നൽകിയിട്ടുണ്ട്. തിരുവനന്തപുരത്തെ എല്ലാ സംഘടനകൾക്കും കലാകാരന്മാർക്കും ഇതൊക്കെ അറിയാം.

‘ഭാര്യ ഒന്ന് മക്കൾ മൂന്നി’ൽ അഭിനയിക്കാൻ വിളിച്ചപ്പോൾ ഒരു കാര്യം കൂടി ഞാൻ സൂചിപ്പിച്ചു.

‘‘ഞാനാണ് ആ സിനിമയിലെ പ്രധാന കഥാപാത്രമായി അഭിനയിക്കുന്നത്.’’

വളരെ സന്തോഷത്തോടെയാണ് ആ വാർത്ത അദ്ദേഹം സ്വീകരിച്ചത്.

‘‘രാജസേനൻ വളരെ നേരത്തെ തന്നെ അഭിനയിക്കണമായിരുന്നു. ഇക്കാര്യം പറയണമെന്ന് പലപ്പോഴും ചിന്തിച്ചതാണ്.

ഇപ്പോഴെങ്കിലും ക്യാമറയ്ക്കു മുമ്പിൽ വരാൻ തോന്നിയതിൽ സന്തോഷം.''

എനിക്കു കിട്ടിയ ആദ്യത്തെ പ്രോത്സാഹനങ്ങളിലൊന്ന് അതായിരുന്നു. ആ പടത്തിനുവേണ്ടി അമ്പിളിച്ചേട്ടന്റെ പതിന്നാലു ദിവസത്തെ ഡേറ്റ് വേണമായിരുന്നു. അക്കാലത്ത് നല്ല തിരക്കാണ്.

''പത്തുലക്ഷം രൂപയാണ് ഞാൻ പ്രതിഫലമായി വാങ്ങിക്കുന്നത്. രാജസേനന് അത് ബുദ്ധിമുട്ടാവുമോ?''

ഞങ്ങൾ തമ്മിലുള്ള ബന്ധം വച്ചാണ് അങ്ങനെ ചോദിച്ചത്. എത്ര ചോദിച്ചാലും എനിക്ക് അമ്പിളിച്ചേട്ടനെ ആ സിനിമയിൽ

വേണമായിരുന്നു. അതിനാൽ കുഴപ്പമില്ലെന്ന് പറഞ്ഞു. കൃത്യം പതിന്നാലു ദിവസത്തെ ഡേറ്റാണ് തന്നത്. സിനിമ തുടങ്ങി. പതിനൊന്നു ദിവസമായപ്പോഴേക്കും അമ്പിളിച്ചേട്ടന്റെ പോർഷൻ തീർന്നു. രണ്ടു ദിവസം കഴിഞ്ഞ് അദ്ദേഹം യു.എസിലേക്ക് പോവുകയും ചെയ്തു. തിരിച്ചുവന്നപ്പോഴായിരുന്നു ഡബ്ബിംഗ്. സ്റ്റുഡിയോയിലേക്ക് കയറുമ്പോൾ എന്റടുത്തേക്കു വന്നു.

''അതെ, എന്റെ പ്രതിഫലം പത്തുലക്ഷം രൂപയാണ്. ഷൂട്ടിംഗ് പതിനൊന്നു ദിവസം കൊണ്ട് തീർന്ന സ്ഥിതിക്ക് എനിക്ക് എട്ടു ലക്ഷം തന്നാൽ മതി.''

നിർമ്മാതാവിനെ സംബന്ധിച്ചിടത്തോളം വലിയൊരു ആശ്വാസമായിരുന്നു അത്. ആരും ചെയ്യാത്തൊരു സേവനം. പണത്തിനുവേണ്ടി പുള്ളി ഏതെങ്കിലും സെറ്റിൽ വഴക്കുണ്ടാക്കിയതായി അറിയില്ല. പെട്ടെന്ന് മനസ്സലിയുന്ന കൂട്ടത്തിലാണ്. ഓരോ ദിവസവും കണക്കുകൂട്ടിയാണ് ഡേറ്റ് നൽകുന്നത്. ചില സിനിമകൾക്കുവേണ്ടി പറഞ്ഞതിലും കൂടുതൽ സമയം വേണ്ടിവരുമ്പോഴാണ് അമ്പിളിച്ചേട്ടന്റെ പ്ലാനിംഗ് മുഴുവനും പൊളിയുന്നത്. അത് അഡ്ജസ്റ്റ് ചെയ്യാൻ രാവും പകലും ഭേദമില്ലാതെ ഓടിനടന്ന് അഭിനയിക്കും. പറ്റില്ലെങ്കിൽ അത് തുറന്നുപറയാനുള്ള ആർജ്ജവം കാണിക്കുകയും ചെയ്യും.

അനിയൻബാവ ചേട്ടൻ ബാവയിലേക്ക് വിളിച്ചപ്പോൾ അമ്പിളിച്ചേട്ടൻ നല്ല തിരക്കിലായിരുന്നു. മുപ്പതു ദിവസമാണ് വേണ്ടത്.

''അനിയൻബാവ ഏറ്റെടുത്താൽ ഡേറ്റ് കൊടുത്ത മൂന്ന് പടങ്ങളെങ്കിലും ഒഴിവാക്കേണ്ടി വരും. അതുകൊണ്ടുതന്നെ ഇത്തവണ സേനന്റെ പടത്തിൽ ഞാനുണ്ടാവില്ല.''

കാര്യം നേരത്തെ പറഞ്ഞതിനാൽ എനിക്കും പ്രയാസമില്ല. ആരെയും ചതിക്കുന്ന സ്വഭാവം ഇല്ലാത്തതുകൊണ്ടാണ് കാര്യങ്ങൾ വെട്ടിത്തുറന്ന് പറയുന്നത്. സ്നേഹം കൊണ്ടുള്ള വിധേയത്വമാണ് ഞാൻ അമ്പിളിച്ചേട്ടനിൽ കണ്ട പ്രധാന ഗുണം.

'72 മോഡൽ' എന്ന സിനിമയുടെ അണിയറവർക്കുകൾ നടക്കുമ്പോൾത്തന്നെ ഞാൻ അമ്പിളിച്ചേട്ടന് ഒരു റോൾ കരുതിവച്ചിരുന്നു. ആ സമയത്താണ് നാടിനെ നടുക്കിയ അപകടമുണ്ടായത്. അതോടെ ആ കഥാപാത്രത്തിന് ചില മാറ്റങ്ങൾ വരുത്തി. പിന്നീടത് ചെയ്തത് വിജയരാഘവനാണ്. കഴിഞ്ഞ മുപ്പതുവർഷത്തോളം സിനിമയിൽ നിറഞ്ഞുനിന്ന മനുഷ്യനാണ് പെട്ടെന്നൊരു ദിവസം വീട്ടിലൊതുങ്ങിപ്പോയത്. ഓരോ തവണ സിനിമയെടുക്കുമ്പോഴും അമ്പിളി

ച്ചേട്ടന്റെ അഭാവം ശരിക്കും അറിയുന്നുണ്ട്. ഒരിക്കൽ ചേട്ടനെ വീട്ടിൽ പോയി കണ്ടിരുന്നു. അരികത്തിരുന്ന് കുറേനേരം സംസാരിച്ചിട്ടും വലുതായി റിയാക്ട് ചെയ്തില്ല. ലൊക്കേഷനിലെ തമാശകളും സംഭവങ്ങളും പറയാൻ ബന്ധുക്കൾ നിർബന്ധിച്ചു. സിനിമാക്കാര്യങ്ങൾ പറഞ്ഞു തുടങ്ങിയപ്പോൾ അമ്പിളിച്ചേട്ടന്റെ ഇടത്തേ കൈ പതുക്കെ ചലിച്ചു. എന്റെ കൈ പിടിച്ചു. ഇടത്തേ കൈ നേരത്തെ തന്നെ ചലിക്കുമായിരുന്നു. ആ പിടുത്തത്തിൽ നിന്നറിയാം, എന്നെ മനസ്സിലായിട്ടുണ്ടെന്ന്. മൃദുവായൊരു ചിരി ചുണ്ടിൽ പടർന്നു. പത്തുമിനുട്ടുനേരം സംസാരിച്ചശേഷമാണ് അവിടെ നിന്നിറങ്ങിയത്. വീട്ടിലെത്തുന്നതുവരെ അമ്പിളിച്ചേട്ടൻ അഭിനയിച്ചു ചിരിപ്പിച്ച കഥാപാത്രങ്ങളായിരുന്നു മനസ്സിൽ. ■

രാജസേനൻ: സംവിധായകൻ എന്നതിലുപരി നിർമ്മാതാവ്, തിരക്കഥാകൃത്ത്, നടൻ എന്നീ നിലകളിലും മുദ്ര പതിപ്പിച്ച രാജസേനൻ തിരുവനന്തപുരത്ത് താമസിക്കുന്നു. 'ആഗ്രഹം' സംവിധാനം ചെയ്തുകൊണ്ടാണ് മലയാള സിനിമയിലേക്ക് കടന്നുവന്നത്. മേലേപ്പറമ്പിൽ ആൺവീട്, അനിയൻബാവ, ചേട്ടൻബാവ, ആദ്യത്തെ കൺമണി, ദില്ലിവാല രാജകുമാരൻ, കഥാനായകൻ തുടങ്ങി നിരവധി ഹിറ്റുകൾ മലയാളിക്ക് സമ്മാനിച്ചു. ഏറ്റവുമൊടുവിൽ സംവിധാനം ചെയ്ത സിനിമയാണ് 'വൂണ്ട്'.

എപ്പോഴും കൂടെ നിൽക്കുന്ന ചങ്ങാതി

കെ.കെ. ഹരിദാസ്

രാജു മഹേന്ദ്ര സംവിധാനം ചെയ്ത 'ഭാര്യ ഒരു മന്ത്രി' എന്ന സിനിമയുടെ സെറ്റിൽ വച്ചാണ് അമ്പിളിച്ചേട്ടനെ ആദ്യമായി പരിചയപ്പെടുന്നത്. ആ സിനിമയുടെ അസിസ്റ്റന്റ് ഡയറക്ടറായിരുന്നു ഞാൻ. സുകുമാരൻ, മേനക എന്നിവർക്കൊപ്പം 'ഭാര്യ ഒരു മന്ത്രി' യിൽ അമ്പിളിച്ചേട്ടനും നല്ലൊരു വേഷമുണ്ടായിരുന്നു. സംഗീത സംവിധായകൻ കണ്ണൂർ രാജന്റെ അളിയനാണെന്ന് പറഞ്ഞതോടെ എന്നോടുള്ള ഇഷ്ടം കൂടി. കാരണം രാജേട്ടനും അമ്പിളിച്ചേട്ടനും തമ്മിൽ 'എടാപോടാ' ബന്ധമാണ്. പരസ്പരം കണ്ടാൽ ഒന്നിച്ചിരുന്ന് സ്മോളൊക്കെ അടിച്ചിട്ടേ പിരിയാറുള്ളൂ. ആ ബന്ധത്തിന്റെ ബലത്തിലാണ് ഞാനും അമ്പിളിച്ചേട്ടനും തമ്മിൽ നല്ല അടുപ്പമായത്.

1994ൽ 'വധു ഡോക്ടറാണ്' എന്ന സിനിമയിലൂടെ ഞാൻ സ്വതന്ത്ര സംവിധായകനായി. ആദ്യഷോട്ട് അമ്പിളിച്ചേട്ടനെ വച്ച് എടുക്കണമെന്നത് എന്റെ ആഗ്രഹമായിരുന്നു. ഇക്കാര്യം പറഞ്ഞപ്പോൾ അദ്ദേഹം സമ്മതിച്ചു.

''ഞാൻ രാവിലെ തന്നെ എത്തിക്കോളാം.''

രാവിലെ മുതൽ ജയറാം അടക്കമുള്ള താരങ്ങൾ കാത്തിരുന്നു. കുറച്ചു കഴിഞ്ഞപ്പോൾ അമ്പിളിച്ചേട്ടന്റെ ഫോൺ.

''വേറെ ആരെയെങ്കിലും വെച്ച് വർക്ക് തുടങ്ങിക്കോളൂ. ഞാനെത്താൻ ഉച്ച കഴിയും.''

എവിടെയോ പെട്ടുപോയ സങ്കടമായിരുന്നു അമ്പിളിച്ചേട്ടന്. പക്ഷേ ഷൂട്ട് തുടങ്ങാൻ ഞാൻ തയ്യാറായില്ല.

''അമ്പിളിച്ചേട്ടൻ വരുന്നതെപ്പോഴാണോ അപ്പോഴേ സ്വിച്ചോൺ നടക്കുകയുള്ളൂ.'' തീരുമാനത്തിൽ ഉറച്ചുനിന്നു. ഉച്ചയ്ക്ക് ശേഷം അമ്പിളിച്ചേട്ടൻ എത്തി. അദ്ദേഹത്തിന്റെ മുഖത്തേക്ക് ക്യാമറ സൂം

ചെയ്ത് ആദ്യ ഷോട്ടെടുത്തു. ഡയലോഗ് പറഞ്ഞതും അദ്ദേഹമാണ്. ജയറാമിന്റെ കുഞ്ഞമ്മാവന്റെ വേഷത്തിലാണ് ആ സിനിമയിൽ അമ്പിളിച്ചേട്ടൻ അഭിനയിച്ചത്. പടം ഹിറ്റാവുകയും ചെയ്തു. പിന്നീട് പതിനെട്ടോളം സിനിമകൾ ഞാൻ സംവിധാനം ചെയ്തു. അതിൽ പന്ത്രണ്ടിലും അമ്പിളിച്ചേട്ടനുണ്ടായിരുന്നു.

വർഷങ്ങൾക്ക് മുമ്പ് അദ്ദേഹത്തെ ഒരു സിനിമയിൽ അഞ്ച് വേഷങ്ങളിൽ അഭിനയിപ്പിക്കാനുള്ള ഭാഗ്യവും എനിക്കുണ്ടായി. 'മൂന്നു വിക്കറ്റിന് 365 റൺസ്' എന്നായിരുന്നു സിനിമയുടെ പേര്. സിറ്റി വിറപ്പിക്കുന്ന സി.ഐ, ബാലെ നർത്തകൻ, പോക്കറ്റടിക്കാരൻ, റിയൽ എസ്റ്റേറ്റ് ബിസിനസുകാരൻ, സുവിശേഷകൻ എന്നീ വേഷങ്ങളിലാണ് അമ്പിളിച്ചേട്ടൻ പ്രത്യക്ഷപ്പെടുന്നത്. ഇവരെല്ലാം സഹോദരന്മാരാണ്. ആ സിനിമ നന്നായി ചെയ്തിട്ടും റിലീസാകാൻ താമസിച്ചതിൽ അമ്പിളിച്ചേട്ടന് അതിയായ വിഷമമുണ്ടായിരുന്നു. ചില സാങ്കേതിക തടസ്സങ്ങളാണ് പടം വൈകാൻ കാരണം.

വർഷങ്ങൾക്കു മുമ്പ് കൊച്ചി ലാൽ മീഡിയയിൽ പി.സി. ജോർജിന്റെ മകനും അമ്പിളിച്ചേട്ടന്റെ മരുമകനുമായ ഷോൺ ജോർജ് നായകനാവുന്ന പടത്തിന്റെ പൂജ നടക്കുകയാണ്. അവിടെയെത്തുമ്പോൾ സംഘാടകനെപ്പോലെ ഓടിനടക്കുകയാണ് അമ്പിളിച്ചേട്ടൻ. അക്കാലത്ത് എനിക്ക് സിനിമയൊന്നും ഇല്ലാത്ത സമയമാണ്. എന്നെ കണ്ടയുടൻ അമ്പിളിച്ചേട്ടൻ കെട്ടിപ്പിടിച്ചു. പൂജ കഴിഞ്ഞ ശേഷം എന്നെ അദ്ദേഹം സ്വകാര്യമായി വിളിപ്പിച്ചു.

''എന്താ മുഖത്തൊരു വിഷമം പോലെ...''

അമ്പിളിച്ചേട്ടന്റെ ചോദ്യത്തിന് ഒന്നുമില്ലെന്ന് മറുപടി പറഞ്ഞു.

''ഹരീ ഒന്നും പേടിക്കേണ്ട, എല്ലാം ശരിയാകും''

എന്നു പറഞ്ഞ് എന്റെ പുറത്തുതട്ടി ആശ്വസിപ്പിച്ചു. ആരും ചെയ്യാത്ത ഒരു കാര്യമായിരുന്നു അത്. എന്റെ സിനിമയിലൂടെ വളർന്ന എത്രയോ പേർ ഫീൽഡിലുണ്ട്. അവരാരും കാണിക്കാത്ത മര്യാദയാണ് അമ്പിളിച്ചേട്ടൻ കാണിച്ചത്. എനിക്കേറ്റവും ഇഷ്ടപ്പെട്ട നടനാരെന്ന് ആരെങ്കിലും ചോദിച്ചാൽ ഒന്നാമതും രണ്ടാമതും മൂന്നാമതും ഞാൻ പറയുന്നത് അമ്പിളിച്ചേട്ടനെ മാത്രമാണ്. പണത്തിനു വേണ്ടി അദ്ദേഹം ഒരിക്കലും വാശിപിടിക്കാറില്ല. എന്റെ ചില സിനിമകൾ ചെയ്തുകഴിഞ്ഞ് പണം തികയാതെ വന്നാൽ അദ്ദേഹം പറയും.

''പണത്തിന്റെ കാര്യമാണെങ്കിൽ പ്രശ്നമാക്കേണ്ട. കൈയിലുള്ളത് തന്നാൽ മതി.'' അങ്ങനെ എത്രയോ തവണ കൊടുത്തിട്ടുമുണ്ട്. എത്ര തിരക്കുണ്ടെങ്കിലും എന്റെ സിനിമയിൽ അഭിനയിക്കാൻ അമ്പിളിച്ചേട്ടൻ സമയം കണ്ടെത്താറുണ്ട്.

ഞാൻ ഏറ്റവും ഒടുവിൽ ചെയ്തത് 'ജോസേട്ടന്റെ ഹീറോ' എന്ന പടമായിരുന്നു. അനൂപ്‌മേനോനായിരുന്നു നായകൻ. കോഴിക്കോടായിരുന്നു ലൊക്കേഷൻ. അതിൽ അമ്പിളിച്ചേട്ടന് നല്ലൊരു വേഷം കരുതിവച്ചു. എന്നാൽ അന്നദ്ദേഹം നല്ല തിരക്കിലായിരുന്നു. മാത്രമല്ല, അദ്ദേഹം അഭിനയിക്കുന്ന സിനിമകൾ തിരുവനന്തപുരത്തും എറണാകുളത്തുമാണ്. അവിടെ നിന്ന് പെട്ടെന്ന് കോഴിക്കോട്ടെത്താൻ പ്രയാസമുണ്ടായിരുന്നു.

''ഒരു ദിവസത്തേക്കാണെങ്കിലും ഞാൻ വരാം.''

ഫോണിൽ വിളിച്ചപ്പോൾ അമ്പിളിച്ചേട്ടൻ പറഞ്ഞു. അതുകൊണ്ടുതന്നെ ആ കഥാപാത്രത്തിന്റെ സീൻ ചുരുക്കി. എന്നിട്ടും അമ്പിളിച്ചേട്ടന് വരാൻ കഴിഞ്ഞില്ല. അതോടെ ഞങ്ങൾ ലൊക്കേഷൻ എറണാകുളത്തേക്ക് ഷിഫ്റ്റ് ചെയ്തു. ആ സമയത്ത് അദ്ദേഹം തിരുവനന്തപുരത്താണ്.

''കായംകുളത്ത് ഒരു പരിപാടിക്ക് വരുന്നുണ്ട്. അന്ന് നമുക്കെന്തായാലും ചെയ്യാം.''

പക്ഷേ വീണ്ടും പ്ലാനുകൾ തെറ്റി. അദ്ദേഹത്തിന് തളിപ്പറമ്പിൽ ഒരു ഉദ്ഘാടനച്ചടങ്ങിന് പോകേണ്ടി വന്നു. അതുകഴിഞ്ഞ് 'തിരുവമ്പാടി തമ്പാന്റെ' അതിരപ്പള്ളിയിലെ സെറ്റിൽ. അവിടെ നിന്നും നേരെ പോയത് ലെനിൻ രാജേന്ദ്രന്റെ 'ഇടവപ്പാതി'യുടെ കുടകിലെ സെറ്റിലേക്കാണ്. പിറ്റേ ദിവസം രാവിലെയാണ് അമ്പിളിച്ചേട്ടൻ അപകടത്തിൽപ്പെട്ട വാർത്ത അറിയുന്നത്.

അമ്പിളിച്ചേട്ടന്റെ അപകടത്തിനുശേഷം ആ വേഷം ഞാൻ ജനാർദ്ദനനെക്കൊണ്ട് ചെയ്യിച്ചു. മൂന്നു പതിറ്റാണ്ടിലധികമുള്ള ബന്ധമാണ് ഞാനും അമ്പിളിച്ചേട്ടനും തമ്മിൽ. അപകടത്തിനുശേഷം ഒരുപാടു തവണ തിരുവനന്തപുരത്തേക്ക് പോകേണ്ടി വന്നിട്ടുണ്ട്. എന്നാൽ ഒരിക്കൽപോലും അമ്പിളിച്ചേട്ടന്റെ വീട്ടിൽ പോയിട്ടില്ല. അത് മനപ്പൂർവമാണ്. ആ അവസ്ഥയിൽ അദ്ദേഹത്തെ കാണാൻ എനിക്കു കഴിയില്ല. ■

കെ.കെ. ഹരിദാസ്: സംവിധായകനായ കെ.കെ.ഹരിദാസ് പത്തനംതിട്ട സ്വദേശിയാണ്. ആദ്യം സംവിധാനം ചെയ്തത് ജോർജൂട്ടി കെയറോഫ് ജോർജൂട്ടി. വധു ഡോക്ടറാണ്, കാക്കയ്ക്കും പൂച്ചയ്ക്കും കല്യാണം, കിണ്ണം കട്ട കള്ളൻ എന്നിവയാണ് പ്രധാന സിനിമകൾ. ജോസേട്ടന്റെ ഹീറോയാണ് ഏറ്റവുമൊടുവിൽ സംവിധാനം ചെയ്തത്. 2018 ഓഗസ്റ്റ് 26ന് അന്തരിച്ചു.

അമ്പിളിച്ചേട്ടനെ പാട്ടുകാരനാക്കി

സുരേഷ് ഉണ്ണിത്താൻ

കോളജിൽ പഠിക്കുന്ന കാലം മുതൽ അമ്പിളിച്ചേട്ടനെ അറിയാം. തിരുവനന്തപുരം ആകാശവാണിയിലെ അന്നത്തെ അതികായന്മാരാണ് ടി.എൻ.ഗോപിനാഥൻ നായരും ജഗതി എൻ.കെ.ആചാരിയും നാഗവള്ളി ആർ.എസ്.കുറുപ്പും എം.ജി. രാധാകൃഷ്ണനുമൊക്കെ. ജഗതി.എൻ.കെ. ആചാരിയുടെ മകനെന്ന ലേബലിൽ അമ്പിളിച്ചേട്ടൻ അക്കാലത്തേ ശ്രദ്ധിക്കപ്പെട്ടിരുന്നു. അന്നേ സുന്ദരനാണ്. നല്ല വെളുത്ത നിറം. നായകനാകാനുള്ള എല്ലാ യോഗ്യതയുമുണ്ട്.

നാലു പതിറ്റാണ്ട മുമ്പാണ് ഞാൻ സിനിമയിലേക്ക് വരുന്നത്. സംവിധായകൻ വെളിയം ചന്ദ്രേട്ടന്റെ അസിസ്റ്റന്റായി വർക്ക് ചെയ്യുമ്പോഴാണ് അമ്പിളിച്ചേട്ടനുമായി അടുത്തു പരിചയപ്പെടുന്നത്. ഡബ്ബിംഗ് ആർട്ടിസ്റ്റായ ആനന്ദവല്ലിചേച്ചിയുടെ ഭർത്താവാണ് ചന്ദ്രേട്ടൻ. ഇപ്പോഴത്തെ സംവിധായകൻ ദീപന്റെ അച്ഛൻ. ചന്ദ്രേട്ടന്റെ 'ഇതും ഒരു ജീവിതം', 'രാഗതപസ്സിനി' എന്നീ സിനിമകളിൽ ചെറിയ വേഷം ചെയ്തെങ്കിലും അമ്പിളിച്ചേട്ടൻ ശ്രദ്ധിക്കപ്പെട്ടില്ല.

പിന്നീട് ഞാൻ പത്മരാജന്റെ സംവിധാനസഹായി ആയപ്പോഴേക്കും ബന്ധത്തിന്റെ ദൃഢത കൂടി. 'അരപ്പട്ട കെട്ടിയ ഗ്രാമത്തിൽ' എന്ന സിനിമയിൽ വേശ്യയായ സുകുമാരിയമ്മയുടെ മകനായാണ് അഭിനയം. എത്ര മനോഹരമായാണ് അദ്ദേഹമത് കൈകാര്യം ചെയ്തതെന്ന് ആ സിനിമ കാണുമ്പോൾ മനസ്സിലാവും.

'ജാതക'ത്തിലൂടെ സ്വതന്ത്ര സംവിധായകനായപ്പോഴും അമ്പിളിച്ചേട്ടൻ എനിക്കൊപ്പമുണ്ടായിരുന്നു. ജോത്സ്യന്റെ വേഷമായിരുന്നു ആ സിനിമയിൽ. 'ജാതക'ത്തിലെ അഭിനയത്തിന് ആ വർഷത്തെ സംസ്ഥാന അവാർഡ് ഇന്നസെന്റിനായിരുന്നു.

'ഉത്സവമേളം' പ്ലാൻ ചെയ്യുന്ന സമയത്തുള്ള ഒരാഗ്രഹമായിരുന്നു, അമ്പിളിച്ചേട്ടനെക്കൊണ്ട് ഒരു പാട്ട് പാടിക്കണമെന്ന്. ഇക്കാര്യം സൂചിപ്പിച്ചപ്പോൾ നൂറുശതമാനം സമ്മതം. അതു കഴിഞ്ഞാണ് ഒ.എൻ.വി സാറിനോട് അമ്പിളിച്ചേട്ടന് പാടാനുള്ള പാട്ടിനുവേണ്ടി പറഞ്ഞത്. അദ്ദേഹം കറക്ടായി എഴുതിത്തരികയും ചെയ്തു. 'രാമാ... ശ്രീരാമാ...' എന്ന പാട്ട് അമ്പിളിച്ചേട്ടൻ സുന്ദരമായി പാടി ഹിറ്റാക്കി. മോഹൻ സിത്താര ആയിരുന്നു സംഗീതം.

'തോവാളപ്പൂക്കളെ'ന്ന സിനിമയുടെ പ്രമേയം മനസ്സിലേക്ക് വന്നപ്പോഴേ ഞാനുറപ്പിച്ചു, നായകൻ അമ്പിളിച്ചേട്ടൻ തന്നെ. ഒരു മാസം അഞ്ച് സിനിമകൾ ചെയ്യുന്ന സമയത്താണ് 'തോവാളപ്പൂക്കൾ'ക്കുവേണ്ടി മുപ്പതുദിവസത്തെ ഡേറ്റ് തന്നത്.

ചട്ടിയും കലവുമുണ്ടാക്കുന്ന സമുദായക്കാരുടെ ജീവിതമാണ് ആ സിനിമയിൽ അവതരിപ്പിച്ചത്. ബുദ്ധിമാന്ദ്യമുള്ള കഥാപാത്രമായിരുന്നു അമ്പിളിച്ചേട്ടന്റേത്. ചട്ടിയും കലവും ഉണ്ടാക്കുന്ന സീനുണ്ടെന്ന് പറഞ്ഞപ്പോൾ ഷൂട്ടിംഗിന്റെ ഇടവേളകളിൽ അദ്ദേഹമത് പഠിച്ചെടുത്തു. അമ്പിളിച്ചേട്ടന്റെ മികച്ച പെർഫോമൻസുണ്ടായിട്ടും സിനിമ ശ്രദ്ധിക്കപ്പെട്ടില്ല. അതായിരുന്നു ഏറ്റവും സങ്കടം. വിതരണക്കാരുമായുള്ള പ്രശ്നം കാരണം അവാർഡിനയയ്ക്കാൻ പറ്റിയില്ല. അയച്ചിരുന്നെങ്കിൽ ഒരുപക്ഷേ, മികച്ച നടനുള്ള ദേശീയ പുരസ്കാരം ലഭിച്ചേനേ. ഇപ്പോഴും ആ സിനിമ ടി.വിയിൽ പോലും വരുന്നില്ലെന്നതാണ് ദുഃഖകരം. 'പതിനാറ് വയതിനിലെ' എന്ന സിനിമയിൽ കമലഹാസൻ ചെയ്ത റോളിന്റെ റേഞ്ചുണ്ടായിരുന്നു 'തോവാളപ്പൂക്കളി'ലെ അമ്പിളിച്ചേട്ടന്റെ കഥാപാത്രത്തിന്.

ആ സിനിമയിൽ ഷോക്ക് കൊടുക്കുന്ന ഒരു രംഗമുണ്ട്. അത് ചിത്രീകരിച്ചത് നാഗർകോവിലിലെ ഡോ. പിള്ളയുടെ മെന്റൽ ഹോസ്പിറ്റലിൽ വച്ചായിരുന്നു. എല്ലാവർക്കും ഷോക്ക് കൊടുക്കുന്ന ബെഡ്ഡിൽ അമ്പിളിച്ചേട്ടനെ കിടത്തിയപ്പോൾ ആ കണ്ണുകൾ നിറഞ്ഞു. 'തോവാളപ്പൂക്കൾ' എന്ന സിനിമ ശ്രദ്ധിക്കപ്പെടാതെ പോയതിനെക്കുറിച്ച് ജഗതി എൻ.കെ.ആചാരി സാർ പറഞ്ഞത് ഇപ്പോഴുമോർക്കുന്നു.

''തോവാളയിലെ പൂക്കൾ വിരിഞ്ഞ് ചാലയിലെ ചന്തയിലെത്തുമ്പോഴേക്കും താമസിക്കും. അതിനുമുമ്പുതന്നെ ബാംഗ്ലൂരിൽനിന്നും മദ്രാസിൽ നിന്നും പൂക്കളെത്തി ആളുകൾ വാങ്ങിച്ചിരിക്കും. പക്ഷേ തോവാളയിലെ പൂക്കളുടെ സുഗന്ധം മറ്റൊരു പൂക്കൾക്കും കിട്ടില്ലെന്നത് മറ്റൊരു സത്യം.''

ഉടുപ്പൂരി അഭിനയിച്ചാൽ കാണാൻ കൊള്ളാവുന്ന ശരീരമുള്ള രണ്ടേരണ്ട് നടന്മാരെ നമുക്കുള്ളൂ. അതിലൊരാളാണ് അമ്പിളി ച്ചേട്ടൻ. മറ്റേയാൾ ബാലചന്ദ്രമേനോനാണ്. ഓരോ കഥാപാത്ര ത്തിനും ഓരോ അളവുകോലുണ്ട്, അദ്ദേഹത്തിന്. നായകൻ സ്ട്രോംഗ് ആകണമെങ്കിൽ കൂടെ നിൽക്കുന്നയാൾ നല്ല അഭിനേ താവാകണം. അക്കാര്യത്തിൽ അമ്പിളിച്ചേട്ടൻ നൂറുശതമാനം പെർഫെക്ടാണ്. ലാലിന്റെ കൂടെയായാലും മമ്മുക്കയുടെ കൂടെ യായാലും ദിലീപിന്റെ കൂടെ ആയാലും മികച്ച കോമ്പിനേഷൻ സൃഷ്ടിക്കാൻ അദ്ദേഹത്തിന് കഴിയും. അതിനേറ്റവും വലിയ ഉദാ ഹരണമാണ് 'കിലുക്ക'ത്തിലെ അഭിനയം. ഒരേസമയം അടൂർ ഗോപാലകൃഷ്ണന്റെയും കെ.എസ്.ഗോപാലകൃഷ്ണന്റേയും സിനിമകളിൽ അഭിനയിക്കാൻ അദ്ദേഹത്തിന് കഴിഞ്ഞിട്ടുണ്ട്. പടം പൊളിഞ്ഞാലും അമ്പിളിച്ചേട്ടന്റെ കഥാപാത്രം സൂപ്പർഹിറ്റാണ്. ഒട്ടേറെ വിവാദങ്ങളിൽ പെട്ടപ്പോഴും റോളുകൾ കുറഞ്ഞിരുന്നില്ല. പുതിയ അഭിനേതാക്കളോട് നല്ല രീതിയിലാണ് പെരുമാറിയിരു ന്നത്. അവരുടെ അഭിനയം ശരിയായില്ലെങ്കിൽ പറഞ്ഞുകൊടുക്കും.

''നിങ്ങൾ നന്നായി പെർഫോം ചെയ്താലേ എനിക്കും നല്ല രീതിയിൽ അഭിനയിക്കാൻ കഴിയുകയുള്ളൂ.''

മലയാളഭാഷ സ്ഫുടമായി കൈകാര്യം ചെയ്യാൻ കഴിയുന്ന അപൂർവനടന്മാരിൽ ഒരാളാണ് അമ്പിളിച്ചേട്ടൻ. ഭാഷയുമായുള്ള പരിചയം അച്ഛനിൽനിന്ന് കിട്ടിയതാണ്. 'ജാതക'ത്തിൽ അഭിന യിക്കുന്ന ഘട്ടത്തിൽ മധുസാർ പോലും ആ അഭിനയം നോക്കി നിന്നിട്ടുണ്ട്.

ഓരോ സിനിമ പ്ലാൻ ചെയ്യുമ്പോഴും അമ്പിളിച്ചേട്ടനോടും തിലകൻചേട്ടനോടും കഥയെക്കുറിച്ച് ചർച്ച ചെയ്യുന്നത് എന്റെ യൊരു ശീലമാണ്. അവരുടെ നിർദ്ദേശങ്ങൾ പരിഗണിക്കുകയും ചെയ്യും. ഞാൻ പടം ചെയ്യുമ്പോൾ അതിലൊരു റോൾ അമ്പിളി ച്ചേട്ടനുവേണ്ടി മാറ്റിവയ്ക്കാറുണ്ട്. ഇരുപതുപേർ വരുന്ന ഫ്രെയിമാ യാലും അദ്ദേഹത്തിന്റെ സാന്നിധ്യം എളുപ്പം തിരിച്ചറിയാം.

ഉർവശി തിളങ്ങിനിൽക്കുന്ന സമയത്താണ് 'തോവാളപ്പൂക്കളി'ൽ നായികയാവാൻ സമ്മതിച്ചത്. സൂപ്പർനായകരോടൊത്ത് അഭിന യിച്ചിട്ടുള്ള അവരോട് അമ്പിളിച്ചേട്ടന്റെ കാര്യം പറഞ്ഞപ്പോൾ സന്തോഷത്തോടെയാണ് സ്വീകരിച്ചത്. നടനെന്ന നിലയിൽ അദ്ദേഹത്തോടുള്ള ആദരവാണത്. മറ്റൊരു പ്രത്യേകത, സിനിമയിൽ

ഒരു ബെൽട്ടിലും പെടാത്തയാളായിരുന്നു അമ്പിളിച്ചേട്ടനും സുകുമാരി യമ്മയും. അദ്ദേഹമുണ്ടെങ്കിൽ സെറ്റിന് തന്നെ ജീവൻവയ്ക്കും.

ഒരിക്കലും മൊബൈൽ ഫോൺ ഉപയോഗിക്കാറില്ലെങ്കിലും ഒരു റോളും മിസ്സാകാറില്ല. ആവശ്യമുള്ളവർ തന്നെത്തേടിയെത്തുമെന്ന് അദ്ദേഹത്തിനറിയാമായിരുന്നു. ഒരു ലൊക്കേഷനിൽനിന്ന് മറ്റൊരി ടത്തേക്ക് പോകുന്നതിനിടെയായിരുന്നല്ലോ അപകടം.

ഏറ്റവുമൊടുവിൽ സംവിധാനം ചെയ്ത 'അയാൾ' എന്ന സിനിമ പ്ലാൻ ചെയ്യുന്ന സമയത്ത് അമ്പിളിച്ചേട്ടനെ വിളിച്ച് പറഞ്ഞിരുന്നു. അഡ്വാൻസും നൽകി. അപ്പോഴേക്കും അദ്ദേഹത്തിന് അപകടം സംഭവിക്കുകയായിരുന്നു. അപകടത്തിൽ പെട്ടശേഷം ഒരിക്കൽ പോലും കാണാൻ പോയിരുന്നില്ല. മനപ്പൂർവ്വമാണത്. അമ്പിളിച്ചേട്ടൻ എന്റെ മനസ്സിൽ പഴയ ആളാണ്. അദ്ദേഹത്തെ വീൽചെയറിൽ കാണാൻ ആഗ്രഹമില്ല. ഇത്രയും സിനിമകൾ ചെയ്തിട്ടും മലയാള ത്തിൽനിന്ന് അർഹിക്കുന്ന അംഗീകാരങ്ങൾ അദ്ദേഹത്തെ തേടി യെത്തിയോ എന്ന് സംശയമാണ്. ഒരുപക്ഷേ മറ്റേതെങ്കിലും രാജ്യ ത്താണ് അദ്ദേഹമെങ്കിൽ ഒന്നാംനിര താരമായി അറിയപ്പെട്ടേനേ. ■

സുരേഷ് ഉണ്ണിത്താൻ: പന്തളം സ്വദേശിയായ സുരേഷ് ഉണ്ണിത്താൻ പത്മരാ ജന്റെ അസിസ്റ്റന്റായാണ് സിനിമയിലെത്തുന്നത്. ജയറാം നായകനായ ജാതകമാണ് ആദ്യം സംവിധാനം ചെയ്ത സിനിമ. ജാതകത്തിന് സംസ്ഥാന ചലച്ചിത്ര അവാർഡ് ലഭിച്ചു. രാധാമാധവം, മുഖചിത്രം, ഉത്സവമേളം, ആർദ്രം, അയാൾ തുടങ്ങിയവയാണ് പ്രധാന സിനിമകൾ. നിരവധി സീരി യലുകളും സംവിധാനം ചെയ്തിട്ടുണ്ട്.

സാലിഗ്രാമിലെ പാചകക്കാരൻ

ബാലു കിരിയത്ത്

മദ്രാസിലെത്തുന്നത് 1974ലാണ്. ഡോ. ബാലകൃഷ്ണന്റെ കൂടെ അസിസ്റ്റന്റ് ഡയറക്ടറായാണ് ആദ്യം വർക്ക് ചെയ്യുന്നത്. അക്കാലത്ത് ഹോട്ടൽമുറികളിലായിരുന്നു താമസം. രണ്ടുവർഷം കഴിഞ്ഞപ്പോൾ ആർട്ട് ഡയക്ടറായ ആർ.കെ. എന്ന രാധാകൃഷ്ണന്റെ വീട്ടിലേക്ക് താമസം മാറി. മലയാള സിനിമയിലെ മിക്ക താരങ്ങളും സാങ്കേതികപ്രവർത്തകരും താമസിക്കുന്നത് ആർ.കെയുടെ വീട്ടിലാണ്. വാടകയ്ക്ക് മുറിയെടുക്കാനൊന്നും അന്ന് കാശില്ല. സാലിഗ്രാമിൽ ജഗതിക്കും ഒരു വീടുണ്ട്. ഇടയ്ക്ക് അവിടേക്ക് പോകും.

പതുക്കെപ്പതുക്കെ ഞാൻ ജഗതിയുടെ വീട്ടിലെ സ്ഥിരം അന്തേവാസിയായി. ഞാൻ മാത്രമല്ല, സിനിമയിൽ ചാൻസ് ചോദിച്ചെത്തിയ പലരുമുണ്ടായിരുന്നു അവിടെ. ചെറിയ ചെറിയ വേഷങ്ങളിലാണ് ജഗതി അക്കാലത്ത് അഭിനയിച്ചുകൊണ്ടിരുന്നത്. ഭക്ഷണമുണ്ടാക്കാൻ വീട്ടിലൊരു പാചകക്കാരനെയും ജഗതി ഏർപ്പാടു ചെയ്തിരുന്നു. എന്നാൽ ഷൂട്ടിംഗില്ലാത്ത ദിവസങ്ങളിൽ പാചകക്കാരനെ അടുപ്പിക്കില്ല. ജഗതി തന്നെ നേരിട്ട് അടുക്കളയിലേക്ക് കയറും. പുള്ളി മനോഹരമായി പാചകം ചെയ്യും. അസാധ്യ കുക്കാണ് ജഗതി. ആ കൈപ്പുണ്യം മകൾ പാർവതിക്ക് കിട്ടിയിട്ടുണ്ട്. ചോറ്, സാമ്പാർ, മീൻകറി, കപ്പ, കഞ്ഞി എന്നിവയൊക്കെ ഉണ്ടാക്കി വയ്ക്കും. സിനിമയില്ലാത്ത ദിവസങ്ങളിൽ ഞാനും ഒപ്പം കൂടും. ആ രുചി നേരിട്ടനുഭവിക്കാൻ എനിക്ക് കഴിഞ്ഞിട്ടുണ്ട്. പുള്ളിയുടെ അസിസ്റ്റന്റായി നിന്ന് കുറച്ചുദിവസം കൊണ്ട് പാചകവും പഠിച്ചു. സിനിമയിൽ അഭിനയിക്കാൻ വന്ന് അധികം വേഷമൊന്നും കിട്ടാതെ വെറുതെ കറങ്ങുന്ന ഒരുപാടു പേരുണ്ട്, മദ്രാസിൽ. ജഗതിക്ക് ഒരു പടത്തിന് പൈസ കിട്ടിക്കഴിഞ്ഞാൽ സന്ധ്യയ്ക്ക് അവരെയെല്ലാം

വീട്ടിലേക്ക് ക്ഷണിക്കും. അടുക്കളയിൽ എല്ലാം റെഡിയാക്കി വച്ചിട്ടുണ്ടാവാം. ഇഷ്ടമുള്ളത് കഴിക്കാം. ആരെയും ഭക്ഷണം കഴി ക്കാതെ വിടാറില്ല. അങ്ങനെയൊരു നല്ല മനസ്സിന്റെ ഉടമയാണ് ജഗതി ശ്രീകുമാർ.

ആദ്യമായി ഒരു സിനിമ സംവിധാനം ചെയ്യുമ്പോൾ ജഗതിയെ നായകനാക്കണമെന്നായിരുന്നു ആഗ്രഹം. എന്നാൽ അതിനു കഴി ഞ്ഞില്ല. ‘തകിലുകൊട്ടാമ്പുറം’ എന്ന ചിത്രത്തിൽ പ്രേംനസീറും മോഹൻലാലും ഷീലയുമായിരുന്നു പ്രധാന വേഷത്തിൽ. ജഗതിക്ക് ചെറിയൊരു വേഷമായിരുന്നു.

രണ്ടാമത്തെ സിനിമയായ ‘വിസ’യിൽ മമ്മൂട്ടിയെയും മോഹൻ ലാലിനെയും ജഗതിയെയും തീരുമാനിച്ചു. ജഗതിക്കുവേണ്ടി മാറ്റി വച്ച കുട്ട്യാലി എന്ന കഥാപാത്രമാണ് ശരിക്കും ആ സിനിമയിലെ സെൻട്രൽ ക്യാരക്ടർ. റൊമാന്റിക് സൈഡിൽ ശ്രീനാഥും ശാന്തി കൃഷ്ണയും അഭിനയിക്കുന്നുണ്ട്. ബോംബെയിലായിരുന്നു ഷൂട്ടിംഗ്. യൂണിറ്റ് മുഴുവനും ബോംബെയിലെത്തി. ആ സമയത്ത് ശ്രീകുമാരൻ തമ്പിയുടെ ഒരു സിനിമയിൽ അഭിനയിക്കുകയായിരുന്നു ജഗതി. ഷൂട്ടിംഗ് തുടങ്ങുന്ന ദിവസം രാവിലെ ജഗതിക്കുവേണ്ടി കാത്തിരി ക്കുകയായിരുന്നു ഞങ്ങൾ. പെട്ടെന്നൊരു ഫോൺ വന്നു.

''ഈ പടത്തിന്റെ ഷൂട്ടിംഗ് അടുത്തൊന്നും തീരുമെന്ന് തോന്നുന്നില്ല. അതുകൊണ്ട് ബാലു എന്നെ ഒഴിവാക്കിത്തരണം.''

ഞാനാകെ ടെൻഷനിലായി. കാരണം യൂണിറ്റ് മുഴുവൻ കാത്തിരിക്കുന്ന സമയത്ത് ജഗതി ഇല്ലെന്നു പറഞ്ഞാൽ എന്തുചെയ്യും? അന്നത്തെ ഷൂട്ടിംഗ് നിർത്തിവയ്ക്കേണ്ടി വന്നു. 'വിസ'യുടെ തിരക്കഥയും സംഭാഷണവും എഴുതുന്നത് ഞാനാണ്. അപ്പോൾത്തന്നെ മുറിയിൽ പോയിരുന്ന് തിരക്കഥ തിരുത്തിയെഴുതി. ആ സിനിമയിൽ ചെറിയൊരു റോളിൽ മാത്രം അഭിനയിച്ചിരുന്ന ബഹദൂർക്കായെ കുട്ട്യാലിയുടെ റോളിൽ ഫിക്സ് ചെയ്തു. കുട്ട്യാലി അതോടെ കുട്ട്യാലിക്കയായി.

'ജഗതി സമയത്ത് വന്നില്ല; വിസ എന്ന സിനിമയിൽ നിന്നൊഴിവാക്കി' എന്നൊരു വാർത്ത അക്കാലത്തെ ഒരു സിനിമാ മാസികയിൽ പ്രസിദ്ധീകരിച്ചു വന്നു. പുള്ളിക്കത് വല്ലാത്ത വേദനയുണ്ടാക്കി. ഞാനും ജഗതിയും സിനിമയിൽ സജീവമായി വരുന്ന സമയമാണത്. ആ വാർത്ത ഞാനാണ് കൊടുത്തതെന്ന് കരുതി ജഗതി എന്നെക്കുറിച്ച് മോശമായി എഴുതി. ആ മാസികയിൽത്തന്നെ അത് പ്രസിദ്ധീകരിച്ചു വരികയും ചെയ്തു. ജഗതി.എൻ.കെ ആചാരിയായിരുന്നു ആ മറുപടി എഴുതിയതെന്ന് പിന്നീടെനിക്ക് മനസ്സിലായി. അതിനുശേഷം കുറച്ചുനാൾ ഞങ്ങൾ തമ്മിൽ പിണക്കത്തിലായിരുന്നു. ഞാൻ സംവിധാനം ചെയ്ത സിനിമകളിലൊന്നും ജഗതിയെ സഹകരിപ്പിച്ചില്ല. ആ പിണക്കം തീരാൻ ഒന്നരവർഷമെടുത്തു. മാസികയിൽ വന്ന മറുപടിയോട് ഞാൻ പ്രതികരിക്കാതിരുന്നപ്പോൾത്തന്നെ ജഗതി പ്രശ്നത്തെക്കുറിച്ച് വിശദമായി അന്വേഷിച്ചറിഞ്ഞിരുന്നു. പിന്നീടൊരിക്കൽ കണ്ടപ്പോൾ ഞാനിക്കാര്യം പറയുകയും ചെയ്തു. അതോടെയാണ് തെറ്റിദ്ധാരണ മാറിയത്.

'തത്തമ്മേ പൂച്ച പൂച്ച' എന്ന സിനിമ പരാജയപ്പെട്ടതോടെ എന്റെ കരിയറിൽ നല്ലൊരു ഗ്യാപ്പുണ്ടായി. പിന്നീട് ഏറെക്കാലത്തിനു ശേഷം ഞാൻ സംവിധാനം ചെയ്ത ചിത്രമാണ് 'വെണ്ടർ ഡാനിയേൽ സ്റ്റേറ്റ് ലൈസൻസി'. ഫ്രാൻസിസ്. ടി. മാവേലിക്കരയുടെ ഭാഗപത്രം എന്ന നാടകത്തിന്റെ സിനിമാഭാഷ്യമായിരുന്നു അത്. തിലകൻചേട്ടനും ജഗതിക്കും തുല്യ പ്രാധാന്യമായിരുന്നു ആ സിനിമയിൽ. മത്സരിച്ചാണ് ഇരുവരും അഭിനയിച്ചതും. ആധാരമെഴുത്തുകാരൻ മോസസ് മോഹനൻപിള്ള എന്ന കഥാപാത്രം ശ്രദ്ധിക്കപ്പെട്ടു. ജഗതിക്കും ഏറെ ഇഷ്ടപ്പെട്ട കഥാപാത്രങ്ങളിലൊന്നായിരുന്നു അത്.

കോളജ് കാലഘട്ടത്തിലാണ് ശ്രീകുമാറിനെ ആദ്യം കാണുന്നത്. ഞാനന്ന് എം.ജി.കോളജിലും ശ്രീകുമാർ മാർ ഇവാനിയോസിലുമാണ് പഠിക്കുന്നത്. എന്റെ സീനിയർ. കോളജ് കലോത്സവത്തിനാണ് തമ്മിൽ കാണുക. ഞാനന്ന് നല്ല പ്രാസംഗികനായിരുന്നു. പ്രസംഗം, മോണോആക്ട്, ഫാൻസിഡ്രസ്സ് എന്നീ ഇനങ്ങളിലാണ് മത്സരിക്കുക. പ്രസംഗത്തിന് മിക്കപ്പോഴും ഒന്നാം സ്ഥാനം ഇന്നത്തെ കോൺഗ്രസ് നേതാവായ എം.എം. ഹസ്സനായിരിക്കും. മോണോ ആക്ടിനും ഫാൻസി ഡ്രസ്സിനും ജഗതി ശ്രീകുമാറും. ഈ മൂന്നിനത്തിനും രണ്ടാം സ്ഥാനമേ എനിക്കു കിട്ടാറുള്ളൂ. അടുത്തവർഷമെങ്കിലും മോണാ ആക്ടിന് ശ്രീകുമാറിനെ തോൽപ്പിക്കണമെന്ന വാശി തോന്നി. അതിനുവേണ്ടി ഞാൻ എം.ടിയുടെ 'ഓളവും തീരവും' എന്ന കഥ പഠിച്ചു. അതുമായി മോണോ ആക്ടിൽ മത്സരിച്ചു. പക്ഷേ ജഗതി അത്തവണ എത്തിയത് 'മാർത്താണ്ഡവർമ്മ' യുമായാണ്. അത് ഒന്നാംസ്ഥാനം നേടുകയും ചെയ്തു.

ടി.എം. ജേക്കബിന്റെ ബാച്ചിലാണ് ജഗതി പഠിച്ചത്. ജേക്കബ് എന്റെയും അടുത്ത സുഹൃത്തായിരുന്നു. കെ.എസ്.യു ജില്ലാ വൈസ് പ്രസിഡന്റായിരുന്ന എന്നെ കേരള സ്റ്റുഡൻസ് കോൺഗ്രസിന്റെ ആദ്യത്തെ ജില്ലാ പ്രസിഡന്റാക്കിയത് ജേക്കബാണ്.

അന്ന് കെ.എസ്.യു പ്രവർത്തകനായിരുന്നു ജഗതി. വിദ്യാർഥി രാഷ്ട്രീയത്തിലേക്ക് ജഗതിയെ പലരും വിളിച്ചതാണ്. പക്ഷേ തന്റെ മേഖല അഭിനയമാണെന്ന് പറഞ്ഞ് ഒഴിഞ്ഞുമാറുകയായിരുന്നു.

ഒരുപാടു കോമഡി സിനിമകൾ സംവിധാനം ചെയ്ത സ്ഥിതിക്ക് ഒരു സീരിയസ് സിനിമയെടുക്കുന്നതിനെക്കുറിച്ച് ഞാൻ ആലോചിച്ചിരുന്നു. ജഗതിയെ നായകനാക്കി ഒറ്റ കഥാപാത്രമുള്ള ഒരു സിനിമ. സാമുവൽ ബെക്കറ്റിന്റെ 'എൻഡ് ഗെയിം' എന്ന കൃതിയായിരുന്നു അതിനാധാരം. ഇക്കാര്യം ജഗതിയോടു സംസാരിച്ചു.

''സാമുവൽ ബെക്കറ്റിന്റെ കൃതികളെക്കുറിച്ച് അച്ഛൻ പറഞ്ഞു കേട്ടിട്ടുണ്ട്. ഗംഭീരമായ പ്രമേയമാണത്. ഈ സിനിമ നിർമ്മിക്കാൻ ഒരാളെ ഞാൻ കൊണ്ടുവരാം'' എന്നു പറഞ്ഞാണ് അന്നു പിരിഞ്ഞത്. പിന്നീട് സിനിമയുടെ വർക്കുകൾ നീണ്ടു. അപ്പോഴേക്കും ജഗതി അപകടത്തിൽപ്പെടുകയും ചെയ്തു. ആ പ്രൊജക്ട് നടന്നിരുന്നുവെങ്കിൽ ഒരുപക്ഷേ ജഗതിയുടെ റേഞ്ച് മറ്റൊരു തലത്തിലേക്ക്

ഉയർന്നേനേ. അത്രയ്ക്ക് സീരിയസായിരുന്നു പ്രമേയം. ഇന്ത്യൻ സിനിമയിൽ നായകന്മാർക്കാണ് സാധാരണ മികച്ച നടനുള്ള പുരസ്കാരം നൽകുന്നത്. അതുകൊണ്ടാണ് ജഗതി പലപ്പോഴും തഴയപ്പെട്ടുപോയത്. സഹനടൻ, ഹാസ്യനടൻ എന്നീ വിഭാഗങ്ങളിൽ പെട്ടില്ലായിരുന്നെങ്കിൽ ഇന്ത്യയിലെ ഏറ്റവും മികച്ച നടന്റെ ശിൽപ്പം അദ്ദേഹത്തിന്റെ വീട്ടിലിരുന്നേനേ. ■

ബാലു കിരിയത്ത്: സംവിധായകൻ, തിരക്കഥാകൃത്ത്, ഗാനരചയിതാവ് എന്നീ മേഖലകളിൽ കഴിവ് തെളിയിച്ച ബാലു കിരിയത്ത് ആലുവയിലാണ് ജനിച്ചത്. തകിലുകൊട്ടാമ്പുറമാണ് ആദ്യം സംവിധാനം ചെയ്തത്. ഏറ്റവുമൊടുവിൽ മായാജാലവും. വിസ, തത്തമ്മേ പൂച്ച പൂച്ച, ഒന്നും മിണ്ടാത്ത ഭാര്യ, പാവം പൂർണ്ണിമ, മിമിക്സ് ആക്ഷൻ 500 തുടങ്ങിയ സിനിമകൾ സംവിധാനം ചെയ്തു.

അമേരിക്കൻ ഷോയിൽ ടെൻഷനടിച്ച്...

വിജി തമ്പി

2009 മേയ് 18നാണ് മുപ്പത്തിയഞ്ചു ദിവസത്തെ അമേരിക്കൻ ഷോ തുടങ്ങുന്നത്. ഞാനാണ് സംവിധായകൻ. ജഗതിയും കല്പന യുമടങ്ങുന്ന സംഘത്തിന്റെ ടിക്കറ്റുകൾ വരെ സ്പോൺസർമാർ റെഡിയാക്കി കഴിഞ്ഞു. 13-ാം തീയതി റിഹേഴ്സലെടുത്ത് 15ന് വെളുപ്പിന് മൂന്നുമണിക്ക് നെടുമ്പാശ്ശേരി എയർപോർട്ടിൽനിന്ന് പുറപ്പെടാനാണ് പ്ലാൻ. അമ്പിളിച്ചേട്ടന്റെ സൗകര്യാർത്ഥം 14-ാം തീയതി ഗുരുവായൂരിലാണ് റിഹേഴ്സൽ വച്ചത്. ആ ദിവസം അതിരാവിലെ തന്നെ അമ്പിളിച്ചേട്ടൻ ഹോട്ടലിൽ റെഡിയായിരുന്നു. രാജസേനൻ സംവിധാനം ചെയ്യുന്ന 'ഭാര്യ ഒന്ന് മക്കൾ മൂന്ന്' എന്ന സിനിമയുടെ ലൊക്കേഷനും ഗുരുവായൂരാണ്. അവിടെനിന്നാണ് അദ്ദേഹം എത്തിയത്. രാത്രി ഏറെ വൈകുംവരെ റിഹേഴ്സലു ണ്ടായിരുന്നു. തീർന്നപ്പോൾ എല്ലാവരോടെന്നപോലെ അമ്പിളിച്ചേട്ട നോടും ഞാൻ പറഞ്ഞു. ''പറഞ്ഞതുപോലെ മറ്റന്നാൾ വെളുപ്പിന് കാണാം.'' പെട്ടെന്ന് അമ്പിളിച്ചേട്ടനൊരു സംശയം.

''മറ്റന്നാളോ? 18നല്ലേ നമ്മൾ പുറപ്പെടുന്നത്?''

പതിനെട്ടിന് പ്രോഗ്രാം തുടങ്ങുന്ന ദിവസമാണെന്ന് ഓർമ്മി പ്പിച്ചപ്പോൾ അമ്പിളിച്ചേട്ടന്റെ മുഖം വല്ലാതായി.

''അയ്യോ, 17 വരെ രാജസേനന് ഡേറ്റ് കൊടുത്തതാണ്. മാത്രമല്ല, അവസാന ദിവസം കോമ്പിനേഷൻ സീനുകളുമുണ്ട്. 18ന് പുറപ്പെ ടുമെന്നാണ് സ്പോൺസർമാർ എന്നെ അറിയിച്ചത്.''

അമ്പിളിച്ചേട്ടന്റെ വാക്കുകൾ കേട്ടപ്പോൾ ട്രൂപ്പിലുള്ളവരെല്ലാവരും ഷോക്കിലായി.

''ഞാൻ പോയില്ലെങ്കിൽ അവർക്ക് പടം നിർത്തിവയ്ക്കേണ്ടി വരും.''

അമ്പിളിച്ചേട്ടൻ തന്റെ അവസ്ഥ പറഞ്ഞു. 18, 19, 20 തീയതികളിലാണ് അമേരിക്കയിലെ ആദ്യഘട്ട ഷോ. ഞാൻ രാജസേനനെ വിളിച്ച് കാര്യങ്ങൾ അന്വേഷിച്ചു. പക്ഷേ കോമ്പിനേഷൻ സീനുള്ളതിനാൽ പുള്ളിയും നിസ്സഹായനാണ്. അമ്പിളിച്ചേട്ടൻ വന്നില്ലെങ്കിൽ അമേരിക്കൻ ഷോ നടക്കില്ലെന്നുറപ്പാണ്. അദ്ദേഹത്തിന്റെ ബലത്തിലാണ് അവിടെ ടിക്കറ്റ് വിറ്റുതീർന്നത്. മാത്രമല്ല, ഷോ നടന്നില്ലെങ്കിൽ അമേരിക്കൻ നിയമപ്രകാരം സ്പോൺസർമാർക്ക് പിഴയടക്കേണ്ടിവരും. ജയിൽവാസവും ഉറപ്പാണ്. ഇതൊക്കെ ആലോചിച്ചപ്പോൾ ഇനിയെന്തുചെയ്യുമെന്ന ആലോചനയിലായി ഞാൻ.

''തമ്പി പേടിക്കാതിരിക്ക്. 17ന് ഉച്ചയ്ക്ക് എന്റെ പോർഷൻ കഴിയും. അതുകഴിഞ്ഞയുടൻ പുറപ്പെടാം.''

അമ്പിളിച്ചേട്ടൻ ഒരു നിർദ്ദേശം വച്ചു. പക്ഷേ അതും ടെൻഷനാണ്. എങ്ങാനും ഫ്ളൈറ്റ് വൈകിയാൽ തീർന്നു. മാത്രമല്ല, 28 മണിക്കൂർ തുടർച്ചയായി യാത്ര ചെയ്താലേ ആദ്യ പ്രോഗ്രാം നടക്കുന്ന കാലിഫോർണിയയിലെ ലാസ് വെഗാസിലെത്തുകയുള്ളൂ. അത്രയും സമയം യാത്ര ചെയ്യാൻ അമ്പിളിച്ചേട്ടന് കഴിയുമോ? കഴിയുമെന്ന് അദ്ദേഹം ഉറപ്പിച്ചു പറഞ്ഞു. ഷൂട്ടിംഗ് കഴിഞ്ഞയുടൻ പുറപ്പെടാൻ പാകത്തിൽ ഫ്ളൈറ്റ് ടിക്കറ്റ് റെഡിയാക്കി. പറഞ്ഞുറപ്പിച്ചതുപോലെ 18ന് ഉച്ചയ്ക്ക് മൂന്നുമണിക്ക് ലോസ് ആഞ്ചൽസിലെത്തി. അവിടുന്ന് മറ്റൊരു ഫ്ളൈറ്റിൽ ലാസ്വെഗാസിൽ. എയർപോർട്ടിന് പുറത്ത് അമ്പിളിച്ചേട്ടനെ കാത്ത് ഒരു കാർ കിടപ്പുണ്ട്. എമിഗ്രേഷൻ പെട്ടെന്ന് ക്ലിയറാക്കി അദ്ദേഹം നേരെ പുറത്തെ കാറിലേക്ക്. ഈ സമയം ലാസ്വെഗാസിൽ ഞങ്ങൾക്ക് പ്രോഗ്രാം ആരംഭിക്കേണ്ടി വന്നു. ജഗതി ശ്രീകുമാർ വന്നുകൊണ്ടിരിക്കുകയാണെന്നും കുറച്ച് വൈകുമെന്നുമുള്ള മുന്നറിയിപ്പ് ഞാൻ അനൗൺസ് ചെയ്തു. പക്ഷേ അവിടെക്കൂടിയവർ ആരും അത് വിശ്വസിച്ചില്ല. കാരണം സാധാരണ മലയാളിതാരങ്ങൾ ഒന്നിച്ചാണ് അമേരിക്കൻ പര്യടനത്തിനെത്തുന്നത്. ഞങ്ങളുടെ കൂടെ ജഗതിയില്ലെന്ന് മിക്കവർക്കും അറിയാം. മാത്രമല്ല, അവസാന നിമിഷത്തിൽ ഇത്രയും ദൂരം യാത്ര ചെയ്ത് ജഗതി വരാനുള്ള സാധ്യതയുമില്ലെന്നും അവർ ഉറപ്പിച്ചു.

അമ്പിളിച്ചേട്ടനെയും കൊണ്ട് കാർ വേദിക്കരികിലെത്തിയപ്പോഴാണ് എനിക്ക് ശ്വാസം നേരെ വീണത്. സ്പോൺസർമാരും അതോടെ സന്തോഷത്തിലായി.

''നമ്മുടെ പ്രിയങ്കരനായ ജഗതി ശ്രീകുമാർ ഇവിടെ എത്തിക്കഴിഞ്ഞിട്ടുണ്ട്. ഏതാനും മിനുട്ടുകൾക്കകം അദ്ദേഹം വേദിയിലെത്തും.''

ഡാൻസ് കഴിഞ്ഞപ്പോൾ അനൗൺസ് ചെയ്തതും സദസ്സിൽ

ആവേശത്തോടെയുള്ള കൈയടിയും ആരവവും. കാറിൽ നിന്നിറങ്ങിയ ഉടൻ അമ്പിളിച്ചേട്ടന്റെയടുത്തെത്തി കൈ പിടിച്ചു.

''വിശേഷമൊക്കെ പിന്നീട് പറയാം. മേക്കപ്പ്റൂം എവിടെ?''

ഇരുപത്തിയെട്ടു മണിക്കൂർ തുടർച്ചയായി യാത്ര ചെയ്തുവന്ന മനുഷ്യനാണ് ഒരു നിമിഷം പോലും പാഴാക്കാതെ മേക്കപ്പ്മാനെ അന്വേഷിക്കുന്നത്. ആ ഡെഡിക്കേഷനിൽ അദ്ഭുതം തോന്നി. ഒട്ടും സമയം കളയാതെ ഞാൻ അമ്പിളിച്ചേട്ടനെ മേക്കപ്പ്മാന്റെയടുത്ത് എത്തിച്ചു. പത്തു മിനുട്ടിനകം അദ്ദേഹം രാജാവിന്റെ വേഷത്തിലേക്കു മാറി സ്റ്റേജിലെത്തി. ജഗതി സ്റ്റേജിൽ ചിരിയുടെ അമിട്ട് പൊട്ടിക്കുമ്പോൾ പിറകിലിരുന്ന് ഞാൻ ചിന്തിച്ചത് ആ കലാകാരന്റെ അർപ്പണ മനോഭാവത്തെക്കുറിച്ചാണ്. മലയാളത്തിലെ ഒരു നടനും ഇന്നേവരെ തുടർച്ചയായി 28 മണിക്കൂർ യാത്ര ചെയ്ത് സ്റ്റേജിലെത്തിയിട്ടുണ്ടാവില്ല. പറഞ്ഞുപോയ ഒരു വാക്ക് പാലിക്കാൻ വേണ്ടി അദ്ദേഹം അനുഭവിച്ച കഷ്ടപ്പാട് ഒരിക്കലും മറക്കാൻ കഴിയില്ല.

അന്ന് അമ്പിളിച്ചേട്ടനൊപ്പം ഭാര്യ ശോഭയുമുണ്ടായിരുന്നു. അമേരിക്കയിൽ മൂന്നു ഷോ കഴിഞ്ഞാൽ നാലു ദിവസം അവധിയായിരിക്കും. അമ്പിളിച്ചേട്ടൻ ആസ്വദിച്ച ദിവസങ്ങളായിരുന്നു അത്. ഒഴിവു ദിവസങ്ങളിൽ ഞങ്ങളെല്ലാവരും ഒന്നിച്ചുചേരും. ആ സമയത്താണ് അമ്പിളിച്ചേട്ടൻ ഒരാഗ്രഹം പറഞ്ഞത്.

''അമേരിക്കയിലെ പ്രശസ്തമായ ഗോഡ്വേ തിയറ്ററിൽനിന്ന് നമുക്കൊരു നാടകം കണ്ടാലോ?''

കുറച്ച് ബുദ്ധിമുട്ടുള്ള കാര്യമായിരുന്നു അത്. കാരണം ഗോഡ്വേയിൽ ഒരു ടിക്കറ്റ് കിട്ടണമെങ്കിൽ മിനിമം ആറുമാസം മുമ്പെങ്കിലും ബുക്ക് ചെയ്യണം. ചന്ദ്രനിൽ പോലും മലയാളിയുണ്ടെന്നൊരു ചൊല്ലുണ്ട്. അതുപോലെ ഒരു മലയാളിയെ ഞങ്ങൾ ന്യൂയോർക്ക് മുനിസിപ്പാലിറ്റിയിൽ കണ്ടെത്തി. അവിടുത്തെ ജീവനക്കാരനായ അയാൾ ഇടപെട്ട് നാല് ടിക്കറ്റ് സംഘടിപ്പിച്ചുതന്നു. അങ്ങനെ അമ്പിളിച്ചേട്ടന്റെ വലിയൊരാഗ്രഹം സാധിച്ചു.

ലൊക്കേഷനിൽ നിന്ന് ലൊക്കേഷനുകളിലേക്ക് ജഗതി പറന്നു നടക്കുന്ന കാലത്താണ് 'അവിട്ടം തിരുനാൾ ആരോഗ്യശ്രീമാൻ' എന്ന സിനിമയുടെ കഥ ഞാൻ പറയുന്നത്.

''ഉഗ്രൻ കഥയാണ്. ആരാണിതിൽ അവിട്ടംതിരുനാൾ അച്യുതക്കുറുപ്പിനെ അവതരിപ്പിക്കുന്നത്?''

''ഇത് അമ്പിളിച്ചേട്ടന്റെ പടമാണ്. സെൻട്രൽ ക്യാരക്ടറും ചേട്ടൻ തന്നെ.''

അമ്പിളിച്ചേട്ടന്റെ മുഖത്തുണ്ടായ സന്തോഷം കാണണം. തിരക്കിനിടയ്ക്ക് എങ്ങനെ ചെയ്തുതീർക്കാമെന്ന ആശങ്ക മനസ്സിലാക്കി ഞാൻ പറഞ്ഞു.

''ചേട്ടന്റെ അവസ്ഥ എനിക്കറിയാം. അതുകൊണ്ടുതന്നെ ചേട്ടൻ പറയുന്ന ഡേറ്റിൽ പടം തുടങ്ങാം. അതെത്ര നീണ്ടുപോയാലും കുഴപ്പമില്ല. ചേട്ടനില്ലെങ്കിൽ ഞാനീ പടം ഉപേക്ഷിക്കും.''

''തമ്പിക്ക് എത്ര ദിവസം വേണം?''

എന്നായി അമ്പിളിച്ചേട്ടന്റെ ചോദ്യം. നാൽപ്പതു ദിവസമെന്ന് പറഞ്ഞപ്പോൾ അടുത്ത മാസത്തേക്ക് ഉറപ്പിച്ചോളൂ എന്നായി അമ്പിളിച്ചേട്ടൻ. എനിക്ക് വിശ്വാസം വന്നില്ല.

''ഇത്രയും നല്ലൊരു ക്യാരക്ടറിന് വേണ്ടി ഞാൻ മറ്റുള്ള എല്ലാ പടങ്ങളും മാറ്റിവയ്ക്കാം.''

അമ്പിളിച്ചേട്ടൻ ഉറപ്പുനൽകി. ആ സിനിമയുടെ നാൽപ്പതു ദിവസവും അദ്ദേഹം കൂടെയുണ്ടായിരുന്നു. ഇപ്പോഴും ജഗതി ശ്രീകുമാറിന്റെ മികച്ച കഥാപാത്രങ്ങളിലൊന്നാണ് അവിട്ടം തിരുനാൾ അച്യുതക്കുറുപ്പിന്റേത്.

എന്റെ രണ്ടാമത്തെ സിനിമയായ 'വിറ്റ്നസ്' മുതൽ മിക്ക സിനിമകളിലും അമ്പിളിച്ചേട്ടനുണ്ട്. 'വിറ്റ്നസി'ന്റെ കഥ ഞാനും അമ്പിളിച്ചേട്ടനും ഒന്നിച്ചിരുന്ന് രൂപപ്പെടുത്തിയതാണ്. ഏറ്റവുമൊടുവിൽ സംവിധാനം ചെയ്ത 'നാടോടിമന്നനി'ലും ഒരു വേഷം മാറ്റി വച്ചിരുന്നു. അപ്പോഴാണ് അപകടം സംഭവിച്ചത്. പിന്നീട് ആ വേഷം ചെയ്തത് ജനാർദ്ദനൻ ചേട്ടനാണ്. ആയിരം കഥാപാത്രങ്ങൾ ചെയ്താലും അവയോരോന്നും വ്യത്യസ്തമായി ചെയ്യാൻ അമ്പിളിച്ചേട്ടന് കഴിയാറുണ്ട്. അതുകൊണ്ടാണ് അദ്ദേഹമില്ലാത്തത് വലിയൊരു നഷ്ടമായി സിനിമാലോകം കാണുന്നത്. മുമ്പത്തേക്കാളും ആരോഗ്യശ്രീമാനായി സ്ക്രീനിലേക്കും ഞങ്ങൾക്കിടയിലേക്കും അമ്പിളിച്ചേട്ടൻ തിരിച്ചെത്തണമേയെന്നാണ് ജഗദീശ്വരനോടുള്ള ഇപ്പോഴത്തെ പ്രാർത്ഥന. ■

വിജി തമ്പി: സംവിധായകനായ വിജിതമ്പി ഡേവിഡ് ഡേവിഡ് മിസ്റ്റർ ഡേവിഡ് എന്ന സിനിമയിലൂടെയാണ് ഹരിശ്രീ കുറിച്ചത്. വിറ്റ്നസ്, കുണുക്കിട്ട കോഴി, പിടക്കോഴി കൂവുന്ന നൂറ്റാണ്ട്, ജനം, സിംഹവാലൻ മേനോൻ തുടങ്ങിയ സിനിമകൾ ചെയ്തു. ദിലീപ് നായകനായ നാടോടിമന്നൻ ആണ് ഒടുവിലത്തെ സിനിമ. സീരിയലുകളും സംവിധാനം ചെയ്തിട്ടുണ്ട്. നിരവധി സിനിമകളിൽ അഭിനയിച്ചിട്ടുമുണ്ട്.

ചോദിച്ചത് പത്തു ദിവസം മാറ്റിവച്ചത് ഒരു മാസം

മധുപാൽ

അമ്പിളിച്ചേട്ടനെ ഞാൻ കാണുന്നത് ചേട്ടൻ എന്ന ലൈനിൽ ത്തന്നെയാണ്. സ്വകാര്യ ജീവിതത്തിൽ തലവേദന പിടിച്ച സമയത്തു പോലും അദ്ദേഹം എന്നോട് മനസ് തുറന്നു സംസാരി ച്ചിട്ടുണ്ട്. ഞാൻ സംവിധാനം ചെയ്ത 'തലപ്പാവി'ൽ അമ്പിളിച്ചേട്ടന് നാല് സീനുകളേയുണ്ടായിരുന്നുള്ളൂ. അതിന്റെ അഡ്വാൻസ് കൊടുക്കാൻ കോട്ടയത്തെ ലൊക്കേഷനിലേക്കാണ് ചെന്നത്. പ്രൊഡ്യൂസർ തന്നയച്ച ചെക്ക് ഞാൻ അമ്പിളിച്ചേട്ടന് നീട്ടി.

''അനിയാ എനിക്കൊരു ഉപകാരം ചെയ്യാമോ? ക്യാഷായി തരാൻ പറ്റുമോ?''

ഞാൻ സംശയിച്ചു നിൽക്കെ അമ്പിളിച്ചേട്ടൻ കാര്യം പറഞ്ഞു.

''മകളുടെ കല്യാണത്തിനുവേണ്ടി ട്രിവാൻഡ്രം ക്ലബ്ബിന്റെ സുബ്രഹ്മണ്യം ഹാൾ ബുക്ക് ചെയ്തിട്ടുണ്ട്. ഇന്നു വൈകുന്നേര ത്തിനു മുമ്പ് ഹാളിന് അഡ്വാൻസ് കൊടുക്കണം. ഈ തുക കൊടുത്തിരുന്നെങ്കിൽ നന്നായിരുന്നു.''

അമ്പിളിച്ചേട്ടന്റെ പേരിൽ പ്രൊഡ്യൂസർ മദ്രാസിൽ നിന്നയച്ച ചെക്കാണത്. അതിനാൽ ക്യാഷായി മറ്റൊരാൾക്ക് മാറ്റാൻ പ്രയാ സമാകും. പക്ഷേ അമ്പിളിച്ചേട്ടൻ ആദ്യമായി ഒരു സഹായം ചോദിച്ചതാണ്. എങ്ങനെയെങ്കിലും ചെയ്തു കൊടുത്തേ പറ്റൂ.

''ഞാനത് മാനേജ് ചെയ്തോളാം'' എന്നു പറഞ്ഞ് ചെക്കുമായി അവിടെ നിന്നിറങ്ങി. അപ്പോൾത്തന്നെ ഭാര്യയെ വിളിച്ചു കാര്യം പറഞ്ഞു. വൈകുന്നേരം അവൾ ക്ലബ്ബിലെത്തി പണമടച്ചു. ഇക്കാര്യം അമ്പിളിച്ചേട്ടനെ വിളിച്ചുപറയുകയും ചെയ്തു.

''നന്ദിയുണ്ട് മധു. ഇവിടെ ടൈറ്റ് ഷെഡ്യൂളാണ്. അതിനിടയ്ക്ക്

തിരുവനന്തപുരം വരെ പോകുന്നത് നടക്കില്ല. മറ്റൊരു മാർഗ്ഗവു മില്ലാത്തതുകൊണ്ടാണ് അങ്ങനെ പറയേണ്ടി വന്നത്.''

പിന്നീട് ചെക്ക് ഞാൻ മദ്രാസിലേക്ക് തിരിച്ചയച്ച് ക്യാഷായി വാങ്ങിച്ചു.

മൂന്നു ദിവസമായിട്ടാണ് അമ്പിളിച്ചേട്ടൻ 'തലപ്പാവ്' ചെയ്തു തീർത്തത്. ആദ്യത്തെ തവണ രാവിലെ വന്നു. ഉച്ചയ്ക്ക് രണ്ടരയായ പ്പോൾ തീർന്നു.

''ഇനി ഏഴിനും എട്ടിനുമാണ് വർക്കുള്ളത്.''

ഞാൻ പറഞ്ഞു.

''ആറാം തീയതി നീ തന്നെ വിളിക്കണം'' എന്നു പറഞ്ഞു കൊണ്ട് അമ്പിളിച്ചേട്ടൻ ഡ്രൈവർ വിജയന്റെ നമ്പർ തന്നു. ആറാം തീയതി കേരളത്തിൽ കനത്ത മഴയായിരുന്നു. ഷൂട്ടിംഗ് പോലും നടത്താൻ കഴിയാത്ത അവസ്ഥ. ആലപ്പുഴയിലെ കാവാലം ഭാഗ ത്താണ് അന്ന് ഷൂട്ടിംഗ് പ്ലാൻ ചെയ്തിരുന്നത്. പക്ഷേ മുടക്കാൻ കഴിയില്ല. ഞാൻ വിജയനെ വിളിച്ച് പിറ്റേന്നത്തെ കാര്യം ഓർമ്മി പ്പിച്ചു. ആ സമയത്ത് സിബിസാറിന്റെ 'ഫ്ളാഷ്' എന്ന സിനിമ യുടെ ലൊക്കേഷനിലായിരുന്നു അമ്പിളിച്ചേട്ടൻ. അഞ്ചുമിനുട്ടു കഴിഞ്ഞില്ല. എന്റെ പ്രൊഡക്ഷൻ കൺട്രോളർ അടുത്തേക്കുവന്നു.

''സാർ, ജഗതിച്ചേട്ടനെ നാളെ കഴിഞ്ഞ് വിട്ടാൽപോരെയെന്ന് 'ഫ്ളാഷി'ന്റെ കൺട്രോളർ ചോദിക്കുന്നു.''

''ഇക്കാര്യത്തെക്കുറിച്ച് എന്നോട് സംസാരിക്കേണ്ട. അമ്പിളി ച്ചേട്ടൻ വന്നില്ലെങ്കിൽ ഇവിടുത്തെ വർക്ക് മുടങ്ങും. പറ്റില്ലെന്ന് അവരെ വിളിച്ച് പറഞ്ഞോളൂ''

ഞാൻ കർശന നിലപാടെടുത്തു. അതിനുശേഷം എന്റെ ഫോണി ലേക്ക് ആരൊക്കെയോ വിളിച്ചുകൊണ്ടിരുന്നു. എനിക്കറിയാം, അമ്പിളിച്ചേട്ടനെ വിട്ടുകൊടുക്കാൻ വേണ്ടിയുള്ള കോളുകളാണത്. അതുകൊണ്ടുതന്നെ ഒന്നും അറ്റന്റ് ചെയ്തില്ല. ഏഴാം തീയതി രാവിലെ ഏഴുമണിക്ക് ലൊക്കേഷനിലെത്തുമ്പോൾ കസേരയിൽ അമ്പിളിച്ചേട്ടനുണ്ട്. തൊട്ടടുത്ത് ഞാനുമിരുന്നു.

''അനിയാ നീ ചെയ്തതാണ് ശരി. കാരണം നിനക്ക് നിന്റെ പടമാണ് വലുത്. നീ ഏതെങ്കിലും കാരണവശാൽ ഏഴാം തീയതി വർക്ക് ചെയ്തോട്ടെ എന്നു വിചാരിച്ചെങ്കിൽ നിന്റെ സിനിമ നിന്നു പോകും. കാരണം എട്ടാം തീയതി കഴിഞ്ഞാൽ ഞാനില്ല. പിന്നെ ഈ സീനുകൾ എപ്പോൾ എടുക്കുമെന്നറിയില്ല. ഞാൻ നിന്നോടു പറഞ്ഞത് എന്റെ ഡേറ്റുകളാണ്. അത് ഉപയോഗിക്കണോ വേണ്ടയോ

എന്ന് തീരുമാനിക്കുന്നത് അനിയനാണ്. അനിയൻ വിട്ടുകൊടുത്താൽ ഞാൻ ആ പടം ചെയ്യുമായിരുന്നു. പക്ഷേ തിരിച്ച് അവർ സഹായം ചെയ്യണമെന്നില്ല.''

അന്ന് തിരിച്ചുപോകുമ്പോൾ കുറച്ചു പണം നൽകി. ബാക്കി ഡബ്ബിംഗ് സമയത്തു തരാമെന്നു പറഞ്ഞാണ് പിരിഞ്ഞത്. പിന്നീട് അമ്പിളിച്ചേട്ടനെ കാണുന്നത് ഡബ്ബിംഗ് സ്റ്റുഡിയോയിൽ വച്ചാണ്. മറ്റേതോ പടത്തിന് ഡബ്ബ് ചെയ്യാൻ വന്നിരിക്കുകയാണ് അദ്ദേഹം.

''നാളെ ഹർത്താലാണ്. ഞാൻ വീട്ടിൽത്തന്നെയുണ്ട്. മധു വന്നാൽ ഞാൻ ഡബ്ബ് ചെയ്തുതരാം. പക്ഷേ എന്നെ കൊണ്ടുപോകണം.''

ഞാൻ സമ്മതിച്ചു. പിറ്റേ ദിവസം രാവിലെ കാറുമായി അമ്പിളിച്ചേട്ടന്റെ വീട്ടിലെത്തി. സി.പി.എമ്മിന്റെ സ്ട്രോംഗ് ഹർത്താലായിരുന്നു അന്ന്. അതുകൊണ്ടുതന്നെ അമ്പിളിച്ചേട്ടനും സംശയം പ്രകടിപ്പിച്ചു.

''ഞാൻ വന്നാൽ കൊണ്ടുപോകുമോ?''

അതെയെന്ന് ഉറപ്പിച്ചു പറഞ്ഞു.

''നിന്റെ വണ്ടിയാണോ കമ്പനി വണ്ടിയാണോ?''

എന്റെ വണ്ടിയാണെന്ന് പറഞ്ഞപ്പോൾ വേണോ എന്ന സംശയം. ചേട്ടൻ വന്നാൽ കൊണ്ടുപോകുന്ന കാര്യം ഞാനേറ്റു എന്നു പറഞ്ഞപ്പോൾ അദ്ദേഹം കാറിലേക്ക് കയറി. നേരെ ഡബ്ബിംഗ് സ്റ്റുഡിയോയിലേക്ക്. വളരെ നീറ്റായാണ് അദ്ദേഹം ഡബ്ബ് ചെയ്തത്. ആദ്യത്തെ ഡയലോഗ് പറഞ്ഞപ്പോൾത്തന്നെ എന്നോടു ചോദിച്ചു.

''നിനക്കിത് മതിയോ?''

മതിയെന്ന് പറഞ്ഞു. ഓരോ കഥാപാത്രത്തിനും ഓരോ രീതിയിലാണ് അദ്ദേഹം ശബ്ദം നൽകുന്നത്. പോകാൻനേരം ബാക്കി തുക അമ്പിളിച്ചേട്ടനു നേരെ നീട്ടി.

''നീയെനിക്ക് പൈസയൊന്നും തരേണ്ട. ആ തുക നിന്റെ മറ്റു വർക്കുകളിലേക്ക് മാറ്റിവച്ചോളൂ.''

ചില പ്രശ്നങ്ങൾ കാരണം ആ സമയത്ത് പടം ഞാൻ ഏറ്റെടുത്തിരുന്നു. ഇക്കാര്യമറിഞ്ഞാണ് അമ്പിളിച്ചേട്ടൻ ബാക്കി വാങ്ങിക്കാതിരുന്നത്.

വർഷങ്ങൾ കഴിഞ്ഞാണ് ഞാൻ വീണ്ടും സംവിധാനരംഗത്തേക്കിറങ്ങിയത്. 'ഒഴിമുറി' എന്ന സിനിമയുടെ പ്ലാനിംഗ് നടക്കുന്ന സമയത്താണ് ഞാനും അമ്പിളിച്ചേട്ടനും ഒരുമിച്ച് ലൊക്കേഷനിൽ വച്ചു കണ്ടത്. വേണുഗോപൻ സംവിധാനം ചെയ്യുന്ന 'റിപ്പോർട്ടർ'

എന്ന സിനിമയുടെ സെറ്റിൽ. 2011 ഒക്ടോബർ മാസത്തിലായിരുന്നു അത്. ഞാൻ അമ്പിളിച്ചേട്ടനോട് പറഞ്ഞു.

''ചേട്ടാ, അടുത്ത ഏപ്രിലിൽ കുറച്ചു ദിവസങ്ങൾ എനിക്കു തരണം. 'ഒഴിമുറി'ക്കു വേണ്ടി.''

ഡേറ്റ് തീരുമാനിച്ചോ എന്നു ചോദിച്ചപ്പോൾ ഏഴിനുശേഷമായിരിക്കുമെന്ന് സൂചിപ്പിച്ചു. പിന്നീട് നവംബർ, ഡിസംബർ, ജനുവരി മാസങ്ങളിൽ ഒരുപാടു പേർ എന്നെ വിളിച്ചു. ഏപ്രിലിൽ അമ്പിളിച്ചേട്ടന്റെ ഡേറ്റ് എത്ര മുതൽ എത്ര വരെ എന്നാണ് അവർക്കറിയേണ്ടത്. എന്നോടു ചോദിച്ചിട്ട് ഫിക്സ് ചെയ്താൽ മതിയെന്ന് അദ്ദേഹം നിർമ്മാതാക്കളോട് പറഞ്ഞത്രെ. ആ സമയത്തും കൃത്യമായ ഡേറ്റ് എനിക്ക് പറയാൻ പറ്റില്ല. എന്നിട്ടും ഏകദേശ ധാരണ വച്ച് ഏപ്രിൽ 12 നുശേഷം പത്തു ദിവസം എന്ന സൂചന മാത്രം നൽകി. അപകടം സംഭവിക്കുന്നതിന്റെ ആറു ദിവസം മുമ്പായിരുന്നു 'റിപ്പോർട്ടറി'ന്റെ ക്ലൈമാക്സ് ഷൂട്ട്. എറണാകുളത്തെ ലൊക്കേഷനിൽ വച്ച് ഞാൻ അമ്പിളിച്ചേട്ടനെ കണ്ടു. ഏപ്രിൽ പന്ത്രണ്ടു മുതൽ പത്തു ദിവസമാണ് ഒഴിമുറിയുടെ ഡേറ്റ് എന്നു പറഞ്ഞപ്പോൾ അദ്ദേഹം ഡയറിയെടുത്ത് എന്റെ കൈയിൽ തന്നു.

''ഇതിനകത്ത് നിനക്കുവേണ്ട ഡേറ്റ് മാത്രം മാർക്ക് ചെയ്തോളൂ.''

ഡയറിയുടെ ഏപ്രിൽ മാസത്തെ പേജുകൾ കണ്ടപ്പോൾ അദ്ഭുതപ്പെട്ടുപോയി. ഏപ്രിൽ അഞ്ചു മുതൽ മേയ് അഞ്ചുവരെയുള്ള ദിവസങ്ങളുടെ പേജുകളിൽ മധുപാൽ, മധുപാൽ എന്നെഴുതി വച്ചിരിക്കുന്നു. അത്രയും ദിവസം അദ്ദേഹം മറ്റാർക്കും ഡേറ്റ് കൊടുത്തില്ല. അമ്പിളിച്ചേട്ടൻ കത്തിനിൽക്കുന്ന സമയത്താണ് ഇതെന്നോർക്കണം. അത്രയ്ക്ക് സ്നേഹമുണ്ടായിരുന്നു എന്നോട്. ഞാൻ എനിക്കുവേണ്ട ഡേറ്റ് മാത്രം മാർക്ക് ചെയ്തു. എന്നാൽ മാർച്ചിൽ അദ്ദേഹത്തിന് അപകടം സംഭവിച്ചു. ആ റോൾ പിന്നീട് ജഗദീഷാണ് ചെയ്തത്.

റോളിന്റെ കാര്യത്തിലും അമ്പിളിച്ചേട്ടൻ എന്നെ സഹായിച്ചിട്ടുണ്ട്. ഒരു ദിവസം സംവിധായകൻ ശശി പറവൂർ എന്നെ വിളിച്ചു.

''കടാക്ഷം എന്ന സിനിമയിൽ മധുപാലിന് ഒരു റോളുണ്ട്. ജഗതിച്ചേട്ടന്റെ സഹോദരവേഷം. ഈ റോളിൽ മധുപാലിനെത്തന്നെ വിളിക്കണമെന്ന് ജഗതിച്ചേട്ടനാണ് പറഞ്ഞത്.''

ഒരുപാടു സിനിമകളിൽ ഞങ്ങൾ ഒന്നിച്ചഭിനയിച്ചിട്ടുണ്ട്. ഒരു ദിവസം എന്നെ വിളിച്ചുവരുത്തി ഒരു കഥ പറഞ്ഞു. വിശ്വകർമ്മ സമുദായത്തിൽപെട്ട, കരിങ്കല്ലിൽ വിഗ്രഹം തീർക്കുന്ന യുവാവിന്റെയും രണ്ടു മക്കളുടെയും കഥ. നാലുഭാഗത്തും ഫ്ളാറ്റുകൾ

ഉയർന്നപ്പോൾ അതിനിടയിൽ ഇയാളുടെ ചെറിയൊരു സ്ഥലം മാത്രം ബാക്കിയാവുന്നു. ഇതേത്തുടർന്നുണ്ടായ സംഭവങ്ങളായി രുന്നു പ്രമേയം.

''മധുപാൽ ഇതിന്റെ ഫുൾസ്ക്രിപ്റ്റ് ചെയ്യണം. എനിക്ക് സംവിധാനം ചെയ്യാൻ വേണ്ടിയാണ്.''

ഞാനത് കുറെ വർക്കൗട്ട് ചെയ്തിരുന്നു. പക്ഷേ നടന്നില്ല. ഒരു ദിവസം അമ്പിളിച്ചേട്ടനെ കണ്ടപ്പോൾ ഇക്കാര്യം സൂചിപ്പിച്ചു.

''തിരക്കുകൊണ്ട് ഒന്നിനും സമയം കിട്ടുന്നില്ല. നമുക്കത് എപ്പോ ഴെങ്കിലും ചെയ്യണം.''

ഇപ്പോഴും ആ തിരക്കഥയുടെ ആദ്യഭാഗം എന്റെ അലമാരയിൽ കിടപ്പുണ്ട്. അമ്പിളിച്ചേട്ടന്റെ തിരിച്ചുവരവും കാത്ത്. ■

മധുപാൽ: നടനും സംവിധായകനുമായ മധുപാൽ മലയാളത്തിലെ പ്രമു ഖനായ എഴുത്തുകാരൻ കൂടിയാണ്. കോഴിക്കോട് സ്വദേശി. രാജീവ് അഞ്ച ലിനൊപ്പം സംവിധാന സഹായി ആയിരുന്ന മധുപാൽ, കാശ്മീരം എന്ന ചിത്രത്തിൽ വില്ലൻ വേഷം ചെയ്തുകൊണ്ടാണ് അഭിനയരംഗത്തെത്തു ന്നത്. തലപ്പാവ്, ഒഴിമുറി, ക്രോസ്റോഡ്, ഒരു കുപ്രസിദ്ധ പയ്യൻ എന്നീ സിനിമകൾ സംവിധാനം ചെയ്തു. ഇപ്പോൾ തിരുവനന്തപുരത്ത് താമസം.

മേക്കപ്പിട്ട് മണിക്കൂറുകളോളം

ബാബു ജനാർദ്ദനൻ

കഥ കേട്ടതു മുതൽ അമ്പിളിച്ചേട്ടൻ ത്രില്ലിലായിരുന്നു. അതുകൊണ്ടാണ് അദ്ദേഹം 'വാസ്തവ'ത്തിലെ കഥാപാത്രത്തെക്കുറിച്ച് കൂടുതൽ ചോദിച്ചത്. ഞാനും സംവിധായകൻ പത്മകുമാറുമാണ് കഥ പറയാൻ വേണ്ടി 'ക്ലാസ്മേറ്റ്സി'ന്റെ ലൊക്കേഷനായ കോട്ടയം സി.എം.എസ്. കോളജിലെത്തിയത്.

''ഈ സിനിമയിൽ രണ്ടു നായകന്മാരാണ്. അമ്പിളിച്ചേട്ടനും പൃഥ്വീരാജും. പ്രായമായിട്ടും യഥാർത്ഥ പ്രായം കാണിക്കാതെ റിട്ടയർ ചെയ്യാതെ ജീവിക്കുന്ന കഥാപാത്രം. തികച്ചും സീരിയസ്. വേഷം കാവിമുണ്ടും ഷർട്ടും. എപ്പോഴും മുറുക്കിക്കൊണ്ടിരിക്കും.''

ഇരുപതു ദിവസത്തെ ഡേറ്റാണ് 'വാസ്തവ'ത്തിനുവേണ്ടി നൽകിയത്. ഈ സമയത്ത് ഇടയ്ക്കുപോലും മറ്റൊരു സിനിമയ്ക്കും ഡേറ്റ് കൊടുത്തതുമില്ല.

ഷൂട്ടിംഗ് തുടങ്ങുന്നതിന്റെ തലേ ദിവസം തന്നെ അമ്പിളിച്ചേട്ടൻ കൊച്ചിൻ ടവറിലെത്തി എന്നെ വിളിപ്പിച്ചു.

''ഉണ്ണിത്താൻ ആശാൻ എന്ന കഥാപാത്രത്തിനുവേണ്ടി ഞാൻ ചിലതൊക്കെ കൊണ്ടുവന്നിട്ടുണ്ട്.''

അദ്ദേഹം പെട്ടിയിൽ നിന്ന് കാവി ജുബയും മുണ്ടും പുറത്തെടുത്തു. ഒരു വാക്കിംഗ് സ്റ്റിക്കും കാണിച്ചുതന്നു.

''ഒരു കാര്യം വിട്ടുപോയി. മുറുക്കിന് ചുവപ്പ് കൂടാൻ വേണ്ടി ജിണ്ടാൻ എന്നൊരു സാധനം ഉപയോഗിക്കാറുണ്ട്, തിരുവനന്തപുരത്തുകാർ. വരുമ്പോൾ അതെടുക്കാൻ മറന്നുപോയി. പ്രശ്നമാക്കേണ്ട, ഞാനിക്കാര്യം ഡ്രൈവറെ വിളിച്ചുപറഞ്ഞിട്ടുണ്ട്. രാവിലെയാവുമ്പോഴേക്കും സാധനം ഇവിടെയെത്തും.''

എനിക്കദ്ഭുതം തോന്നി. സാധാരണ ഇത്തരം മുൻകരുതലൊന്നുമില്ലാതെ ലൊക്കേഷനിൽ വരുന്നയാളാണ് അമ്പിളിച്ചേട്ടൻ. ഈ കഥാപാത്രത്തോടുള്ള താൽപ്പര്യം കൊണ്ടാണ് വേഷം പോലും കൊണ്ടുവന്നത്.

''നിരൂപകനായ എസ്. ഗുപ്തൻനായർ സാറിന്റെ സ്റ്റൈലാണ് ഞാൻ ഉദ്ദേശിക്കുന്നത്. അത് മതിയാവില്ലേ?''

പക്ഷേ ഞാനതിനോട് യോജിച്ചില്ല. ഗുപ്തൻനായർ സാറിനെ പോലെ ഗൗരവമുള്ള ആളല്ല ഉണ്ണിത്താൻ ആശാൻ. അദ്ദേഹം ഡൗൺ ടു എർത്ത് ക്യാരക്ടറാണ്. സാധാരണ ലോഡ്ജിൽ താമസിക്കുന്ന സർക്കാർ ഉദ്യോഗസ്ഥൻ. കാവി ഷർട്ടും കറുത്ത ബാഗുമാണ് ആവശ്യം. വാക്കിംഗ് സ്റ്റിക്ക് വേണ്ട. ഇക്കാര്യം തുറന്നു പറഞ്ഞപ്പോൾ ഒട്ടും പ്രയാസമില്ലാതെ അദ്ദേഹം അംഗീകരിച്ചു. മുടി പറ്റെ വെട്ടണം. പക്ഷേ അതെങ്ങനെ അമ്പിളിച്ചേട്ടനോട് പറയും എന്ന ടെൻഷനിലായിരുന്നു ഞാൻ. ഒരു ദിവസം മൂന്ന് സിനിമകളിൽ വരെ അഭിനയിക്കുന്ന ആൾക്ക് മുടി വെട്ടിയാൽ മറ്റു സിനിമകളിലെ കണ്ടിന്യൂയിറ്റി സീനിൽ അഭിനയിക്കാൻ കഴിഞ്ഞില്ലെങ്കിലോ? എന്റെ സംശയം അമ്പിളിച്ചേട്ടൻ കണ്ടുപിടിച്ചു.

''ബാബു പറഞ്ഞോളൂ. ഈ വേഷം നന്നാക്കാൻ വേണ്ടി എന്തും ഞാൻ ചെയ്യും.''

മുടിയുടെ കാര്യം പറഞ്ഞപ്പോൾ അപ്പോൾതന്നെ റിസപ്ഷനിലേക്ക് വിളിച്ച് ഒരു ബാർബറെ ഏർപ്പാട് ചെയ്യാൻ പറഞ്ഞു. പിറ്റേ ദിവസം രാവിലെ ലൊക്കേഷനിൽ എത്തിയപ്പോൾ ഞാൻ ഞെട്ടിപ്പോയി. പറ്റെ വെട്ടിയ മുടി. കാവി ഷർട്ട്. മുണ്ട്. കണ്ണട. മനസ്സിൽ കരുതിയ അതേ രൂപം മുമ്പിൽ നിൽക്കുന്നു.

''ഇത്രയും പോരേ, ബാബു?''

പ്രതീക്ഷിച്ചതിലും നന്നായെന്ന് ഞാൻ അമ്പിളിച്ചേട്ടനോട് പറഞ്ഞു. രാവിലെ തന്നെ അദ്ദേഹം മേക്കപ്പ് ചെയ്ത് റെഡിയായി. അതിനുശേഷം ഡ്രൈവർ കൊണ്ടുവന്ന ജിണ്ടാൻ ചവച്ച് ചുണ്ടു ചുവപ്പിക്കാൻ തുടങ്ങി. ആശുപത്രിയിലെ സീനാണ് അന്ന് ഷൂട്ട് ചെയ്യുന്നത്. കൊച്ചിയിലെ പഴയൊരു ഹോട്ടലാണ് ആശുപത്രിയാക്കി മാറ്റിയെടുത്തത്. സലിംകുമാറിന്റെ തുപ്പൻ നമ്പൂതിരിയുടെ മൃതദേഹം വരാന്തയിലെത്തുമ്പോൾ 'സംസ്കാരത്തിനുള്ള ഏർപ്പാടെങ്കിലും ചെയ്യണം' എന്ന് പൃഥ്വീരാജിനോട് പറയുന്നതാണ് സീൻ. അതിനു മുമ്പ് ആശുപത്രിക്കകത്തുള്ള സീനുകൾ എടുത്തു തീർക്കുകയാണ് പത്മകുമാർ. സലീംകുമാറിന്റെയും മേഘ

നാഥന്റേയുമൊക്കെ ഡെത്ത് ഷോട്ടുകളാണ് ചിത്രീകരിക്കേണ്ടത്. ഹോട്ടലിലെ ആളൊഴിഞ്ഞ ചെറിയ മുറിയിൽ അമ്പിളിച്ചേട്ടൻ കാത്തിരിക്കുന്ന കാര്യം ഞാനും ഓർത്തതേയില്ല. വൈകിട്ട് നാലു മണിയായപ്പോൾ അദ്ദേഹം എന്നെ വിളിപ്പിച്ചു.

''കഴിഞ്ഞ ഇരുപത്തിയഞ്ചുവർഷത്തിനിടയ്ക്ക് ആദ്യത്തെ അനുഭവമാണിത്. രാവിലെ മേക്കപ്പിട്ടുനിൽക്കുകയാണ്. ഇതു വരെയും വിളിച്ചിട്ടില്ല. ഇന്ന് ഒരു ഷോട്ടെങ്കിലും എടുക്കണം. ഇതൊരു പരാതിയായി പറയുകയല്ല. എന്റെയൊരു റിക്വസ്റ്റാണ്.''

അപ്പോഴാണ് ഞാനതിന്റെ സീരിയസ് മനസ്സിലാക്കിയത്. അദ്ദേഹത്തോട് സോറി പറഞ്ഞു. ആശുപത്രിക്കകത്തെ ഷോട്ടുകൾ തീർക്കുന്നതിന്റെ തിരക്കിൽ സംവിധായകനും ഇക്കാര്യം മറന്നു പോയിരിക്കുന്നു. ഇത്തരം ഒരനുഭവം മറ്റേതെങ്കിലും ലൊക്കേഷ നിലാണ് സംഭവിച്ചതെങ്കിൽ അമ്പിളിച്ചേട്ടൻ അപ്പോൾത്തന്നെ കാറിൽ കയറി തിരിച്ച് വീട്ടിലേക്ക് പോയേനേ. തിരക്കുകാരണം അമ്പിളിച്ചേട്ടന്റെ ഷോട്ടുകൾ എല്ലാം ഒന്നിച്ചെടുത്ത് അദ്ദേഹത്തെ ഒന്നോ രണ്ടോ ദിവസം കൊണ്ട് ഫ്രീയാക്കി വിടുകയാണ് സംവിധാ യകർ സാധാരണ ചെയ്യുന്നത്.

പത്മകുമാറുമായി സംസാരിച്ച് മറ്റുള്ളവ മാറ്റിവച്ച് അമ്പിളി ച്ചേട്ടന്റെ സീനെടുത്തു. തിരുവനന്തപുരത്ത് സെക്രട്ടറിയേറ്റും പരിസ രത്തുമായിരുന്നു പിന്നീടുള്ള ചിത്രീകരണം. ഞങ്ങൾക്കു തന്ന ഇരു പതു ദിവസവും മറ്റെവിടെയും പോകാതെ അദ്ദേഹം ഒപ്പമുണ്ടായി രുന്നു. ഡബ്ബിംഗ് കഴിഞ്ഞ് പുറത്തിറങ്ങുമ്പോൾ എന്നെ കെട്ടി പ്പിടിച്ചുകൊണ്ടു പറഞ്ഞു.

''ഞാനിതുവരെ ചെയ്തതിൽ വച്ച് ഏറ്റവും നല്ല വേഷമാണിത്. ഒരുപാടു സന്തോഷം.''

ആ സിനിമ റിലീസ് ചെയ്തു. പൃഥ്വീരാജിന് മികച്ച നടനുള്ള പുരസ്കാരം കിട്ടിയെങ്കിലും അമ്പിളിച്ചേട്ടന്റെ വേഷത്തെക്കുറി ച്ചായിരുന്നു എല്ലാവരും ചർച്ച ചെയ്തത്.

ഞാനാദ്യം തിരക്കഥയെഴുതിയ 'അനന്തവൃത്താന്തം' മുതൽ ഒരുപാടു സിനിമകളിൽ അദ്ദേഹം അഭിനയിച്ചിട്ടുണ്ട്. കോമഡി കഥാപാത്രമാണെങ്കിൽ അദ്ദേഹം ആദ്യം ചോദിക്കുന്നത് ചളമാ ക്കണോ, ചച്ചളമാക്കണോ എന്നാണ്. ഏതു റേഞ്ചിൽ വേണമെങ്കിലും അഭിനയിക്കാൻ അമ്പിളിച്ചേട്ടനറിയാം. 'അനുഭൂതി' എന്ന സിനിമ യുടെ ലൊക്കേഷനിൽ വച്ചാണ് ഞങ്ങൾ കൂടുതലടുക്കുന്നത്.

ഡയറി പാപ്പച്ചി എന്ന പ്രധാനപ്പെട്ട കഥാപാത്രമായിരുന്നു അദ്ദേഹത്തിന്റേത്. ആ സിനിമയിൽ ഞാനെഴുതിവയ്ക്കാത്ത ഒരു ഡയലോഗ് അദ്ദേഹം കൈയിൽനിന്നിട്ടു. കുറച്ച് അശ്ലീലം കലർന്നതായിരുന്നു അത്. ഇതു കേട്ടപ്പോൾ, അത്രയും വേണമായിരുന്നോ എന്ന് ഞാൻ ചോദിച്ചു. എനിക്കത് ഇഷ്ടമായിട്ടില്ലെന്ന് മനസ്സിലായപ്പോൾ അദ്ദേഹം പറഞ്ഞു-നമുക്കത് ഡബ്ബിംഗിൽ ശരിയാക്കാം. പക്ഷേ ഡബ്ബിംഗിലും ശരിയാക്കാൻ പറ്റാതെ വന്നപ്പോൾ അമ്പിളിച്ചേട്ടന് വല്ലാത്ത വിഷമമായി.

'അച്ഛനുറങ്ങാത്ത വീടി'ന്റെ കഥയെക്കുറിച്ച് സൂചിപ്പിച്ചപ്പോൾ സംവിധായകൻ രഞ്ജിത്താണ് എത്രയും വേഗം അത് സിനിമയാക്കണമെന്ന് പറഞ്ഞത്. ആന്റോ ജോസഫിനോടും കഥ പറഞ്ഞു.

''ഈ കഥയിലെ സാമുവലിന് പറ്റിയ നടൻ അമ്പിളിച്ചേട്ടനാണ്.''

ആന്റോ പറഞ്ഞപ്പോൾ ഞാനും സമ്മതിച്ചു. പിന്നീട് 'ഡ്രീംസി'ന്റെ ലൊക്കേഷനിൽ വച്ചാണ് അമ്പിളിച്ചേട്ടനെ കണ്ടത്.

''ബാബു എഴുതാൻ പോകുന്ന സിനിമയിലെ സാമുവലിനെക്കുറിച്ച് ആന്റോ എന്നോടു പറഞ്ഞിരുന്നു. ആ കഥാപാത്രത്തിനു വേണ്ടി എനിക്കു നീ പണമൊന്നും തരേണ്ട. മറിച്ച് ദക്ഷിണയായി എന്തെങ്കിലും നൽകിയാൽ മതി. എത്ര ദിവസം വേണമെങ്കിലും മാറ്റിവയ്ക്കുകയും ചെയ്യാം.''

കഥയെക്കുറിച്ച് ആലോചിച്ചു വരുന്നതേയുള്ളൂവെന്നും സംവിധായകൻ പോലും ആരാണെന്നറിയില്ലെന്നും ഞാൻ പറഞ്ഞു. പിന്നീട് തിരക്കഥയെഴുതി വന്നപ്പോൾ സാമുവലിന്റെ കഥാപാത്രത്തിന്റെ റേഞ്ച് തന്നെ മാറി. സാമുവലിന്റെ കോളജ് ജീവിതം കൂടി സിനിമയിൽ അത്യാവശ്യമായി വന്നു. അമ്പിളിച്ചേട്ടനെ അത്രയും ചെറുപ്പമാക്കാൻ കഴിയില്ലെന്നു വന്നപ്പോൾ സലീംകുമാറിനെ തീരുമാനിക്കുകയായിരുന്നു.

നടൻ മോഹനായിരുന്നു 'തലപ്പാവ്' നിർമ്മിച്ചത്. വലിയൊരു ഹിറ്റൊന്നും തിയറ്ററിൽ സൃഷ്ടിക്കാൻ പോകുന്ന കഥയല്ല അതെന്നറിഞ്ഞപ്പോൾ, ചെലവ് കുറച്ചെടുക്കാം എന്ന നിർദ്ദേശമാണ് മോഹൻ മുന്നോട്ടുവച്ചത്. കഥ പറയാൻ പോയപ്പോൾ അമ്പിളിച്ചേട്ടനോടും ഇക്കാര്യം പറഞ്ഞു.

''പണത്തിന്റെ കാര്യം വിട്ടേക്ക്. ഡേറ്റ് മാത്രം എന്നോടു പറഞ്ഞാൽ മതി.''

വളരെ കുറച്ചു പണം മാത്രമാണ് അദ്ദേഹം വാങ്ങിച്ചത്.

'ഗോഡ് ഫോർ സെയിൽ' എന്ന സിനിമയുടെ തിരക്കഥയും സംവിധാനവും ഞാൻ തന്നെയായിരുന്നു. അതിൽ ധ്യാന കേന്ദ്രത്തിലെ ഒരച്ചനെ സൃഷ്ടിച്ചപ്പോൾ അമ്പിളിച്ചേട്ടനായിരുന്നു മനസ്സിൽ. എന്നാൽ ആ സിനിമയുടെ ഷൂട്ട് തുടങ്ങുമ്പോഴേക്കും അദ്ദേഹത്തിന് അപകടം പറ്റി. ആ കഥാപാത്രത്തിന്റെ മാനറിസങ്ങൾ മുഴുവനും എനിക്ക് മാറ്റിയെഴുതേണ്ടി വന്നു. കാരണം അമ്പിളിച്ചേട്ടന് പകരംവയ്ക്കാൻ മറ്റൊരാളെ കണ്ടെത്തുക അസാധ്യമാണ്. ■

ബാബു ജനാർദ്ദനൻ: തിരക്കഥയെഴുതിക്കൊണ്ട് സിനിമയിലേക്ക് വന്ന ചങ്ങനാശ്ശേരി സ്വദേശിയായ ബാബു ജനാർദ്ദനൻ പിന്നീട് സംവിധായകനായി. 1990ൽ അനന്തവൃത്താന്തം എന്ന സിനിമയ്ക്ക് തിരക്കഥയെഴുതിക്കൊണ്ടാണ് സിനിമയിലെത്തിയത്. വർണ്ണപ്പകിട്ട്, അനുഭൂതി, വാസ്തവം, തലപ്പാവ്, അച്ഛനുറങ്ങാത്ത വീട്. തുടങ്ങി നിരവധി സിനിമകൾക്ക് രചന നിർവഹിച്ചു. ബോംബെ മാർച്ച് 12, ലിസമ്മയുടെ വീട്, ഗോഡ് ഫോർ സെയിൽ എന്നീ സിനിമകൾ സംവിധാനം ചെയ്തു.

ഗോഡ്ഫാദറില്ലാത്ത ജഗതിച്ചേട്ടൻ
ഡെന്നീസ് ജോസഫ്

സിനിമയിലെത്തുന്നതിന് മുമ്പ് ഞാനൊരു പത്രപ്രവർത്തകനായിരുന്നു. കാർട്ടൂണിസ്റ്റ് ബി.എം.ഗഫൂറിന്റെ പത്രാധിപത്യത്തിൽ എറണാകുളത്തുനിന്ന് പ്രസിദ്ധീകരിക്കുന്ന 'ടിക്ടിക്' സിനിമാ മാസികയുടെ സബ് എഡിറ്റർ അമ്പിളി പ്രവദയാണ് അന്ന് ഫോട്ടോഗ്രാഫർ. ഞങ്ങളൊന്നിച്ച് ഒരുപാടു പേരെ ഇന്റർവ്യൂ ചെയ്തിട്ടുണ്ട്. അന്നേ ജഗതിച്ചേട്ടൻ പ്രശസ്തനായ നടനാണ്. 'ടിക് ടിക്കി'നു വേണ്ടി ജഗതിച്ചേട്ടനെ വിളിച്ചപ്പോൾ അടുത്ത ദിവസം ഉച്ചയ്ക്കു ശേഷം വരാൻ പറഞ്ഞു. തിരുവനന്തപുരം എയർലൈൻസ് ഹോട്ടലിലെ മുറിയിൽ വച്ചാണ് ആദ്യമായി കാണുന്നത്. പത്രപ്രവർത്തനം വിട്ട് 1985ൽ ഞാനും സിനിമയിൽ വന്നു. 'ഭൂമിയിലെ രാജാക്കന്മാർ' എന്ന സിനിമയുടെ സെറ്റിൽവച്ച് സംവിധായകൻ തമ്പി കണ്ണന്താനമാണ് അദ്ദേഹത്തെ ആദ്യം പരിചയപ്പെടുത്തിത്തന്നത്.

ഏറ്റുമാനൂരിൽ എനിക്കറിയാവുന്ന ഒരു കളരിയാശാനുണ്ട്. ഇന്നലെ പത്തുപേരെ തല്ലി. ഇന്ന് നാലുപേരെ അടിച്ചു എന്നൊക്കെപ്പറഞ്ഞ് വീരവാദം മുഴക്കാറുള്ള അയാൾ ഒരാളുടെ അടികൊണ്ട് കവലയിലൂടെ പേടിച്ചോടുന്നത് കണ്ടിട്ടുണ്ട്. 'ഭൂമിയിലെ രാജാക്കന്മാരി'ലെ ആരോമലുണ്ണിയെ രൂപപ്പെടുത്തിയത് ആ കളരിയാശാനെ മുന്നിൽക്കണ്ടാണ്. എഴുതിക്കഴിഞ്ഞപ്പോൾ എന്റെ മുമ്പിൽ ആദ്യം വന്നത് ജഗതിച്ചേട്ടന്റെ മുഖമാണ്. ലൊക്കേഷനിലെത്തിയപ്പോൾ യഥാർത്ഥ കളരിയഭ്യാസിയുടെ മെയ്ക്കരുത്തോടെയാണ് അദ്ദേഹം വാൾ കൈയിലെടുത്തത്. ജഗതിച്ചേട്ടന് കളരി അറിയില്ല. എങ്കിലും ആ വേഷം വളരെ ഭംഗിയായി കൈകാര്യം ചെയ്യാനായി.

തമ്പിയുടെയും ജോഷിയുടെയുമൊക്കെ അടുത്ത സുഹൃത്താണ് ജഗതിച്ചേട്ടൻ. 'കോട്ടയം കുഞ്ഞച്ചൻ' എന്ന സിനിമയിൽ

കുഞ്ഞച്ചന്റെ ഡ്രൈവിംഗ് സ്കൂൾ ഉദ്ഘാടനച്ചടങ്ങ് മനോഹരമായ സീനായത് ജഗതിച്ചേട്ടന്റെ സാന്നിധ്യം കൊണ്ടു മാത്രമാണ്. സംവിധായകൻ ജോഷി 'ചതിച്ചാശാനേ...' എന്ന ഡയലോഗ് മറ്റൊരു നടനാണ് പറഞ്ഞിരുന്നതെങ്കിൽ ആ സീൻ തന്നെ വിവാദമായേനേ. വ്യക്തിപരമായ പരാമർശമുള്ള സീനാണെങ്കിൽ പോലും പരിധി വിടാതെ അഭിനയിക്കാൻ ജഗതിച്ചേട്ടന് കഴിഞ്ഞു. ജഗതി എൻ.കെ. ആചാരി എന്ന പ്രശസ്തന്റെ മകനായിട്ടും സിനിമയിൽ ഉയർത്തിവിടാൻ അദ്ദേഹത്തിന് ഗോഡ്ഫാദർമാർ ആരും ഉണ്ടായിരുന്നില്ല. അടൂർഭാസി, ബഹദൂർ, ആലുംമൂടൻ, മണവാളൻ ജോസഫ് തുടങ്ങിയ പ്രഗത്ഭരുടെ നിരയിലേക്കാണ് ജഗതി ശ്രീകുമാർ എന്ന നടന്റെ അരങ്ങേറ്റം. അന്നു മുതൽ അപകടാവസ്ഥയിലാവുന്നതു വരെ ഈസി വാക്കോവർ ആയിരുന്നില്ല. ഓരോ ഘട്ടത്തിലും മത്സരമുണ്ടായിരുന്നു. ഭാസിക്കുശേഷം കുതിരവട്ടം പപ്പുവിന്റെയും മാളയുടെയും കൂടെ. അതുകഴിഞ്ഞ് ഇന്നസെന്റ്, സലിംകുമാർ എന്നിവർക്കൊപ്പം. എന്നിട്ടും ഒന്നാംസ്ഥാനം നിലനിർത്തിപ്പോന്നത് ചെറിയ കാര്യമല്ല.

വൻകിട സംവിധായകരുമായി അടുത്ത ബന്ധമുണ്ടായിരുന്നെങ്കിലും അവരുടെയൊന്നും മികച്ച സിനിമകളിൽ ജഗതി ശ്രീകുമാർ ഉണ്ടായിരുന്നില്ല. ഉദാഹരണത്തിന്, ജോഷിയുടെയും ഹരിഹരന്റെയുമൊക്കെ ഒന്നോ രണ്ടോ പടങ്ങളിൽ മാത്രമേ അദ്ദേഹമുള്ളൂ. ഐ.വി.ശശിയുടെ ഏറ്റവും നല്ല കാലത്ത് ജഗതി അഭിനയിച്ചിട്ടില്ല. എന്റെ അറിവ് ശരിയാണെങ്കിൽ ഭരതന്റെ ഒരു സിനിമയിൽ പോലും ജഗതിയില്ല. സത്യൻ അന്തിക്കാടിന്റെ സിനിമാടീമിൽ അക്കാലത്തെ മിക്ക നടന്മാരുമുണ്ടായിരുന്നു. ഇന്നസെന്റ്, മാമുക്കോയ, ശങ്കരാടി, ഒടുവിൽ.... അക്കൂട്ടത്തിലും ജഗതിച്ചേട്ടൻ പെട്ടില്ല. ശ്രീകുമാരൻ തമ്പിയാണ് ആദ്യകാലത്ത് ജഗതിച്ചേട്ടനെ സഹായിച്ചതെങ്കിലും അദ്ദേഹത്തിന്റെ കരിയറിലുണ്ടായ വളർച്ചയിൽ ഏതെങ്കിലും സംവിധായകന്റെയോ തിരക്കഥാകൃത്തിന്റെയോ പേര് എഴുതിച്ചേർക്കാൻ കഴിയില്ല.

"എന്റെ റോൾ മറ്റേ നടൻ തട്ടിയെടുത്തു. എന്റെ സീൻ കുറഞ്ഞുപോയി" തുടങ്ങിയ സ്ഥിരം പരാതികൾ ജഗതിച്ചേട്ടനിൽ നിന്നു കേൾക്കാറില്ല. പുറമേക്ക് ഭാവിക്കില്ലെങ്കിലും അദ്ദേഹത്തിന്റെയുള്ളിൽ ഒരു ബോധമുണ്ടാവും, ഈ സെറ്റിലെ ഏറ്റവും നല്ല ആർട്ടിസ്റ്റ് താനാണെന്ന്. അത് സത്യവുമായിരുന്നു.

'കിലുക്കം' എന്ന സിനിമയുടെ വിജയത്തിന് പ്രധാനഘടകം മോഹൻലാൽ-ജഗതി കോമ്പിനേഷനായിരുന്നു. ഒരുപക്ഷേ ജഗതി

കിട്ടുണ്ണിയും ഇന്നസെന്റ് നിശ്ചലും ആയിരുന്നെങ്കിൽ നമുക്കത് ചിന്തിക്കാൻ പോലും പറ്റില്ല.

ഏറ്റവുമൊടുവിൽ ഞാൻ തിരക്കഥയെതിയ ചിത്രമായ 'ഗീതാഞ്ജലി'യുടെ ലൊക്കേഷൻ തിരുവനന്തപുരമായിരുന്നു. ചിത്രാഞ്ജലി സ്റ്റുഡിയോയിൽ ബംഗ്ലാവിന്റെ സെറ്റിട്ടു. ആ സമയത്താണ് സംവിധായകൻ പ്രിയദർശനും മോഹൻലാലും ചേർന്ന് ഒരു നിർദ്ദേശം വച്ചത്-നമുക്ക് ജഗതിച്ചേട്ടനെ കൊണ്ടുവന്നാലോ? എല്ലാവരും അതിനോട് യോജിച്ചു. ബന്ധുക്കൾ അദ്ദേഹത്തെ വീൽചെയറിലാണ് കൊണ്ടുവന്നത്. മുന്നിൽവച്ചുതന്നെ പ്രിയദർശൻ ഇന്നസെന്റിന്റെ ഒരു സീൻ ഷൂട്ടുചെയ്തു. മുഖത്ത് ചെറിയൊരു ചിരി മാത്രം. മിക്കവരും വീൽചെയറിനടുത്തുപോയി അദ്ദേഹത്തോട് കുശലം പറഞ്ഞു. കുറച്ചുനേരം കഴിഞ്ഞാണ് അവിടംവിട്ടത്. ജഗതിച്ചേട്ടൻ പോയതോടെ സെറ്റ് മ്ലാനമായി. അവിടെയുള്ള ഓരോരുത്തരും മനുഷ്യാവസ്ഥയെക്കുറിച്ച് ഓർത്തുപോയ സന്ദർഭമായിരുന്നു അത്. ■

ഡെന്നീസ് ജോസഫ്: പത്രപ്രവർത്തകനായിരുന്ന ഡെന്നീസ് ജോസഫ് ഈറൻസന്ധ്യ എന്ന സിനിമയ്ക്ക് തിരക്കഥയെഴുതിയാണ് സിനിമയിലേക്ക് കടന്നുവന്നത്. രാജാവിന്റെ മകൻ, ന്യൂഡൽഹി, വഴിയോരക്കാഴ്ചകൾ, കോട്ടയം കുഞ്ഞച്ചൻ, ഭൂമിയിലെ രാജാക്കന്മാർ, സംഘം, നായർസാബ്, നമ്പർ ടൃന്റി മദ്രാസ് മെയിൽ തുടങ്ങിയ നിരവധി ഹിറ്റുകൾ. മനു അങ്കിൾ ആണ് ആദ്യം സംവിധാനം ചെയ്ത ചിത്രം. അഥർവം, അപ്പു, തുടർക്കഥ, അഗ്രജൻ എന്നീ സിനിമകളും സംവിധാനം ചെയ്തു. ഏറ്റുമാനൂർ സ്വദേശിയായ ഡെന്നീസ് 2021 മെയ് പത്തിന് അന്തരിച്ചു.

സി.ബി.ഐ 5-ലൂടെ തിരിച്ചുവരുമ്പോൾ...

എസ്.എൻ. സ്വാമി

വർഷങ്ങൾക്ക് മുമ്പാണ് സംവിധായകൻ കെ. മധുവും ഞാനും സി.ബി.ഐയുടെ അഞ്ചാംഭാഗത്തിന്റെ ആലോചന തുടങ്ങുന്നത്. സേതുരാമയ്യരെ മനസ്സിൽ കണ്ട് എഴുത്താരംഭിച്ചു. ആ സമയത്തൊന്നും ജഗതിയുടെ വിക്രം എന്ന കഥാപാത്രം സ്ക്രിപ്റ്റിലേക്ക് വന്നിരുന്നില്ല. പക്ഷേ ഏതെങ്കിലുമൊരു ഘട്ടത്തിൽ വിക്രം വരേണ്ടിവരും എന്ന് എനിക്കറിയാമായിരുന്നു. കാരണം സി.ബി.ഐയുടെ നാല് ഭാഗങ്ങളിലും ജഗതിയുണ്ടായിരുന്നല്ലോ. അന്ന് ജഗതിക്ക് തിരക്കുള്ള കാലമാണ്.

എഴുത്ത് വീണ്ടും നീണ്ടുപോയി. പെട്ടെന്നായിരുന്നു ഞങ്ങളെയൊക്കെ സങ്കടപ്പെടുത്തിയ ആ അപകടമുണ്ടായത്. ആശുപത്രിയിൽനിന്ന് തിരിച്ചെത്തിയിട്ടും പഴയ അവസ്ഥയിലേക്ക് തിരിച്ചുവരാൻ കഴിയാത്തത് ഏറെ വിഷമമുണ്ടാക്കി. ആ അവസരത്തിൽ, വിക്രത്തെ ഒരു തരത്തിലും സിനിമയിലേക്ക് കൊണ്ടുവരാൻ കഴിയില്ലെന്ന് എനിക്കറിയാം. പക്ഷേ പടത്തിൽ ജഗതിയുണ്ടാകണം എന്നാഗ്രഹിച്ചു. സ്ക്രിപ്റ്റിന്റെ അവസാനഘട്ടത്തിലെത്തിയപ്പോഴേക്കും ജഗതിയുടെ ആരോഗ്യസ്ഥിതി പതുക്കെപ്പതുക്കെ മാറിവരുന്നത് ഞാനറിഞ്ഞു. പാട്ടുപാടുമ്പോൾ ചുണ്ടനക്കുകയും ചോദിക്കുമ്പോൾ തലകുലുക്കുകയും ചെയ്യുന്നത് ആശാവഹമായിരുന്നു. പറയുന്നത് കേൾക്കുകയും അതിനോട് പ്രതികരിക്കുകയും ചെയ്തപ്പോൾ പ്രതീക്ഷയേറി. ജഗതി ശ്രീകുമാർ എന്റർടെയിൻമെന്റിന്റെ പേരിൽ ജഗതിയുടെ മകൻ രാജ്കുമാർ നിർമ്മിച്ച പരസ്യചിത്രത്തിൽ ജഗതിയായിരുന്നു ശ്രദ്ധാകേന്ദ്രം. ക്യാമറയ്ക്ക് മുമ്പിലും പെർഫോം ചെയ്യാൻ മഹാനായ ആ നടന് കഴിയുമെന്ന് അതോടെ ഞാൻ ഉറപ്പിച്ചു.

സി.ബി.ഐയിൽ ജഗതി വേണമെന്നുതന്നെയായിരുന്നു എന്നെപ്പോലെ തന്നെ കെ.മധുവിന്റേയും നിർമ്മാതാവ് സ്വർഗചിത്ര അപ്പച്ചന്റേയും ആഗ്രഹം. ഇക്കാര്യം ചർച്ച ചെയ്തപ്പോൾ മമ്മൂട്ടി പറഞ്ഞു.

''വെറുതെ ഒരു ക്യാരക്ടറായി വന്നിട്ട് കാര്യമില്ല. എന്തെങ്കിലുമൊരു പ്രാധാന്യം ആ കഥാപാത്രത്തിന് നൽകണം.''

അങ്ങനെയാണ് അന്വേഷണത്തിന്റെ ഭാഗമായുള്ള വലിയൊരു ട്വിസ്റ്റ് ജഗതിയെക്കൊണ്ട് ചെയ്യിക്കാൻ തീരുമാനിച്ചത്. കുടുംബത്തോട് സംസാരിച്ചപ്പോൾ അവർക്കായിരുന്നു ഏറെ സന്തോഷം. കാരണം ഇതും ചികിത്സയുടെ ഭാഗമാണല്ലോ. അദ്ദേഹത്തെക്കൊണ്ട് എഴുന്നേറ്റ് നടത്തി അഭിനയിപ്പിക്കാൻ പറ്റില്ല. ഒന്നും ഓർമ്മയില്ല. സംസാരിക്കില്ല. ഇതിന് മരുന്നൊന്നും ഇല്ല. സാഹചര്യം കൊണ്ട് മാത്രമേ പഴയ അവസ്ഥയിലേക്കെത്തുകയുള്ളൂ എന്നാണ് ഡോക്ടർമാർ പറഞ്ഞത്. ആ ഒരവസ്ഥയിൽ അഭിനയിപ്പിക്കാൻ പരിമിതിയുണ്ട്. അതിന് യോജിച്ച വിക്രത്തെ സൃഷ്ടിക്കുകയായിരുന്നു ഞാൻ.

എറണാകുളത്തായിരുന്നു സി.ബി.ഐയുടെ സെറ്റ്. അവിടേക്ക് വന്നപ്പോൾ, വീട്ടിൽ കണ്ടതിനേക്കാൾ എനർജെറ്റിക്കായിരുന്നു.

അതിനൊരു കാരണമുണ്ട്. ആൾക്കൂട്ടവും ക്യാമറയും ലൈറ്റു മൊക്കെ കണ്ടപ്പോൾ ഒരുപക്ഷേ, ജഗതി പഴയ ഓർമ്മകളിലേക്ക് പോയിക്കാണും. ആ സന്തോഷം മുഖത്തുണ്ടായിരുന്നു. എന്തു കേട്ടാലും തലകുലുക്കും. പക്ഷേ നമ്മൾ പറയുന്നതാണോ മനസ്സി ലായത് എന്നറിയില്ലല്ലോ.

''മരുന്ന് കഴിക്കുന്നതിനാൽ പപ്പയുടെ മൂഡ് മാറാനിടയുണ്ട്.''

കൂടെ വന്ന മകൻ രാജ്കുമാർ പറഞ്ഞു. ഞങ്ങൾ എത്രനേരം വേണമെങ്കിലും കാത്തിരിക്കാൻ തയ്യാറായിരുന്നു. കാരണം അദ്ദേഹ മുള്ള സീൻ പടത്തിന്റെ ഹൈലൈറ്റാണ്. പക്ഷേ വിചാരിച്ചത്രയും കാത്തിരിക്കേണ്ടി വന്നില്ല എന്നതാണ് സത്യം. അദ്ദേഹത്തിന്റെ മുഖത്ത് റിയാക്ഷൻ വരുമ്പോൾ കെ.മധു സീനെടുക്കും. വീണ്ടും കുറച്ചുനേരം വെയിറ്റ് ചെയ്യും. രാവിലെ വന്ന് വൈകുന്നേരത്തോടെ യാണ് സീനെടുത്ത് തീർന്നത്. സന്തോഷത്തോടെയാണ് അദ്ദേഹം തിരിച്ചു പോയത്.

സി.ബി.ഐ 5 ദി ബ്രെയിൻ ഇറങ്ങിയപ്പോൾ തിയറ്ററിൽ ഏറ്റവും കൂടുതൽ കൈയടി കിട്ടിയത് ജഗതിക്കായിരുന്നു. അദ്ദേഹത്തിന്റെ ഓരോ മുഖചലനങ്ങളും പ്രേക്ഷകർ ആരവത്തോടെ സ്വീകരിച്ചു.

വിക്രം എന്ന കഥാപാത്രത്തെ ആളുകൾക്ക് ഏറെ ഇഷ്ടമാണ്. അതാണ് നിർത്താതെയുള്ള കൈയടി സൂചിപ്പിക്കുന്നത്. പടം കണ്ട പലർക്കും അദ്ദേഹത്തിന്റെ ഈ അവസ്ഥയിൽ സങ്കടമുണ്ട്. മകൻ രാജ്കുമാർ തന്നെയാണ് കൂടെ അഭിനയിച്ചിരിക്കുന്നത്. അതു കൊണ്ടുതന്നെ അദ്ദേഹത്തിന്റെ സീനുകൾ പ്രയാസമില്ലാതെ ചെയ്യാൻ കഴിഞ്ഞു. രാജ്കുമാർ പത്മരാജന്റെ മൂന്നാംപക്കത്തിൽ ജയറാമിന്റെ കുട്ടിക്കാലം അവതരിപ്പിച്ചിരുന്നു. അതിനുശേഷം വീണ്ടും അഭിനയിക്കുന്നത് ഈ സിനിമയിലാണ്.

ഷൂട്ടിംഗ് കഴിഞ്ഞ് പോയപ്പോൾ പത്ത് മുതൽ പതിനഞ്ച് ശത മാനം വരെ ഇംപ്രൂവ്മെന്റുണ്ടായി എന്നാണ് രാജ്കുമാർ പറഞ്ഞത്. ആളുകളെ തിരിച്ചറിയാൻ തുടങ്ങി. ഇതുവരെ പബ്ലിക്ക് അപ്പിയറൻ സൊന്നും ഉണ്ടായിരുന്നില്ലല്ലോ. ലൊക്കേഷൻ മൂഡ് അദ്ദേഹത്തെ സ്വാധീനിച്ചിട്ടുണ്ടാകണം. സിനിമ ഇറങ്ങിയശേഷം ആളുകൾ ചർച്ച ചെയ്തത് ജഗതിയുടെ ആ സീനിനെക്കുറിച്ചാണ്. ഇതുവരെ ആരും നെഗറ്റീവ് അഭിപ്രായം പറഞ്ഞിട്ടില്ല. പടത്തിനത് നല്ല പ്ലസ്പോയി ന്റായി. അദ്ദേഹത്തിന്റെ പെർഫോമൻസ് അത്ഭുതമായിരുന്നു ഞങ്ങൾക്ക്. ജഗതിയുടെ പടമുള്ള പോസ്റ്ററുകൾ ഞങ്ങൾ ഇറക്കി യത് അതുകൊണ്ടാണ്.

മുപ്പത്തിയെട്ടുവർഷം മുമ്പാണ് ഞാൻ സിനിമയിലേക്ക് വരുന്നത്. സാജൻ സംവിധാനം ചെയ്ത 'ചക്കരയുമ്മ'യിലാണ് എന്റെ പേര് ആദ്യമായി സ്ക്രീനിൽ കാണിക്കുന്നത്. ആ സിനിമയിൽ ജഗതി ശ്രീകുമാറുമുണ്ടായിരുന്നു. അതിന്റെ ലൊക്കേഷനിൽ വെച്ചാണ് ഞങ്ങൾ പരിചയപ്പെടുന്നത്. പിന്നീട് ആ ബന്ധം അപകടത്തിൽപെടുന്നത് വരെ തുടർന്നു. ഞാൻ തിരക്കഥയെഴുതിയ 90 ശതമാനം സിനിമകളിലും അതായത് 45 സിനിമകളിൽ ജഗതിയുണ്ട്. ഞാൻ തിരക്കഥയെഴുതിയ 'അപൂർവം ചിലർ' എന്ന സിനിമയിലാണ് ജഗതിക്ക് സംസ്ഥാന അവാർഡ് കിട്ടിയത്. സിനിമ പരാജയപ്പെട്ടാലും വിജയിച്ചാലും ജഗതിയുടെ വർക്ക് പെർഫെക്ടായിരിക്കും.

'സി.ബി.ഐ ഡയറിക്കുറിപ്പി'ലേക്ക് വിക്രം എന്ന കഥാപാത്രത്തെ കൊണ്ടുവന്നപ്പോൾ, അത് ജഗതി ചെയ്താൽ നന്നാവുമെന്ന് എനിക്ക് മാത്രമല്ല, സിനിമയുമായി ബന്ധപ്പെട്ട എല്ലാവർക്കും തോന്നിയിരുന്നു. അത് ശരിയാണെന്ന് കാലം തെളിയിച്ചു. സിനിമയിലെ ജഗതിയല്ല, ജീവിതത്തിലെ ജഗതി. പുള്ളി വളരെ സീരിയസാണ്. വളരെ അപൂർവം മാത്രമേ കോമഡി പറയാറുള്ളൂ. സീനിൽ ചില കോമഡികൾ പെട്ടെന്ന് കൂട്ടിച്ചേർക്കുന്നത് പലപ്പോഴും അത്ഭുതപ്പെടുത്തിയിട്ടുണ്ട്. 'സി.ബി.ഐ ഡയറിക്കുറിപ്പ്' ഷൂട്ട് നടന്നു

കൊണ്ടിരിക്കുമ്പോൾ വിക്രം എതിരാളികളോട് പറയുന്ന ഡയലോഗുണ്ട്. അക്കൂട്ടത്തിൽ 'സി.ബി.ഐ എന്നാൽ സെൻട്രൽ ബ്യൂറോ ഓഫ് ഇഡിയറ്റ്സ്' എന്നല്ല എന്ന ഭാഗം ചേർത്തത് ജഗതിയാണ്. പെട്ടെന്നായിരുന്നു ആ കോൺട്രിബ്യൂഷൻ. കട്ട് പറഞ്ഞതിനുശേഷം അങ്ങനെ പറഞ്ഞാലോ എന്ന് ജഗതി ചോദിച്ചു. സംവിധായകൻ കെ.മധുവിനുൾപ്പെടെ എല്ലാവർക്കും ഇഷ്ടമായി. പിന്നീടത് സി.ബി.ഐയുടെ പഞ്ച് ഡയലോഗായി മാറുകയായിരുന്നു.

പൊതുവെ ജഗതി ലൊക്കേഷനിൽ അധികമാരോടും കമ്പനി കൂടാറില്ല. കൂടാൻ കിട്ടാറില്ലെന്നതാണ് സത്യം. ഒരുവർഷത്തെ 365 ദിവസവും അഭിനയിച്ചുകൊണ്ടിരിക്കുന്ന ആർട്ടിസ്റ്റാണ്. നമ്മുടെ സെറ്റിൽ വന്നാൽ നമ്മുടെ കൂടെത്തന്നെ. സിനിമയിൽ മൊബൈൽ ഫോണില്ലാത്ത ഒരേയൊരു ആർട്ടിസ്റ്റ് ജഗതിയാണ്. നമുക്കാണെങ്കിൽ അത് ചിന്തിക്കാൻപോലും കഴിയുമോ? സിനിമയെ, സ്നേഹിച്ച ആ പ്രതിഭയ്ക്ക് ഇനിയും അഭിനയിക്കാൻ കഴിയുമെന്നുറപ്പാണ്. അതിനുള്ള കാത്തിരിപ്പിലാണ് മലയാള സിനിമാലോകം. ■

എസ്.എൻ. സ്വാമി: എസ്. നാരായണസ്വാമി എന്ന എസ്.എൻ. സ്വാമി സി.ബി.ഐ സിനിമകളുടെ തിരക്കഥാകൃത്താണ്. 1984ൽ സാജൻ സംവിധാനം ചെയ്ത ചക്കരയുമ്മയിലൂടെയാണ് സിനിമയിലെത്തിയത്. ഇരുപതാം നൂറ്റാണ്ട്, ആഗസ്റ്റ് ഒന്ന്, ഊഹക്കച്ചവടം, മൂന്നാംമുറ, നാടുവാഴികൾ, ബാബാ കല്യാണി തുടങ്ങി സൂപ്പർഹിറ്റുകളേറെ. 1988 ലാണ് ഒരു സി.ബി.ഐ ഡയറിക്കുറിപ്പ് എഴുതുന്നത്. സി.ബി.ഐ 5 ദി ബ്രെയിൻ വരെ അഞ്ചുഭാഗങ്ങളിലെത്തിനിൽക്കുന്നു. കൊച്ചി സ്വദേശി.

അമ്പിളിക്കു വിധിച്ചത് ആറുമാസത്തെ ശിക്ഷ

കലൂർ ഡെന്നീസ്

"ജഗതി സംവിധായകരെ ഒന്നടങ്കം അധിക്ഷേപിച്ചത് വായിച്ചില്ലേ? ഇതിനെതിരേ ശക്തമായി പ്രതികരിക്കണം. ഇതങ്ങനെ വിട്ടുകൊടുത്താൽ പറ്റില്ല. അടുത്ത ദിവസം തന്നെ സംഘടനയുടെ യോഗം വിളിക്കണം."

ഫോണിന്റെ അങ്ങേത്തലയ്ക്കൽ മലയാളത്തിലെ പ്രശസ്തനായ ഒരു സംവിധായകനാണ്. പത്തുമിനുട്ടുനേരം സംസാരിച്ചിട്ടും അദ്ദേഹത്തിന്റെ ക്ഷോഭം അടങ്ങുന്നില്ല. ജഗതി ശ്രീകുമാർ ഒരു പ്രസിദ്ധീകരണത്തിന് അഭിമുഖം നൽകിയതാണ് പ്രശ്നത്തിന് കാരണം. അതിൽ സഹസംവിധായകരെയും സംവിധായകരെയും കുറിച്ച് മോശമായി പറഞ്ഞു. അമ്പിളി അങ്ങനെ പറയരുതായിരുന്നു. പക്ഷേ പൊതുവെ വാക്കുകൾ സൂക്ഷിച്ച് ഉപയോഗിക്കുന്നയാളാണ് അമ്പിളി. എന്നിട്ടും ഇയാൾക്കിതെന്തുപറ്റി? ഞാൻ അത്ഭുതപ്പെട്ടു.

സിനിമയിലെ സാങ്കേതിക പ്രവർത്തകർക്ക് സംഘടനയുള്ള കാലമാണത്. മാക്ട. താരങ്ങൾക്കൊന്നും അന്ന് സംഘടന ആയിട്ടില്ല. മാക്ടയുടെ യോഗം വിളിച്ച് ജഗതിക്കെതിരെ പ്രതികരിക്കണമെന്നാണ് എന്നെ ഫോണിൽ വിളിച്ച സംവിധായകന്റെ അഭിപ്രായം. മാക്ടയുടെ സ്ഥാപകനേതാക്കളിലൊരാൾ ആയതുകൊണ്ടാണ് അദ്ദേഹം എന്നെ വിളിച്ച് കാര്യങ്ങൾ പറഞ്ഞത്. അന്ന് വേറെയും സംവിധായകർ വിളിച്ചു. എല്ലാവർക്കും ഒരേ ആവശ്യം. ജഗതിക്കെതിരെ എന്തെങ്കിലും കടുത്ത നടപടിയെടുക്കണം.

പ്രശ്നം വിവാദമായപ്പോൾ മാക്ട എറണാകുളം ഭാരത് ടൂറിസ്റ്റ് ഹോമിൽ ജനറൽബോഡിയോഗം വിളിച്ചു. അവിടെ മിക്കവരും ജഗതിക്കെതിരെയാണ് സംസാരിച്ചത്. കടുത്ത നടപടി തന്നെ

വേണമെന്നാണ് ആവശ്യം. ഒടുവിൽ സംഘടന ഒരു തീരുമാനത്തിലെത്തി-ജഗതിയെ ആറുമാസത്തേക്ക് മലയാളസിനിമയിൽ ആരും സഹകരിപ്പിക്കരുത്. മാത്രമല്ല, ഒന്നരലക്ഷം രൂപ മുടക്കി താൻ ചെയ്തത് തെറ്റാണെന്നു കാണിച്ച് പത്രത്തിൽ പരസ്യം ചെയ്യണം.

പക്ഷേ എനിക്കതിനോട് യോജിക്കാൻ കഴിഞ്ഞില്ല.

''ജഗതി സംവിധായകർക്കെതിരെ പറയാൻ പാടില്ലായിരുന്നു. അതിന് ആറുമാസത്തെ ശിക്ഷ ധാരാളമാണ്. എന്നാൽ അതിനുപുറമെ പണം മുടക്കി മാപ്പുപറയണമെന്ന് പറയുന്നതിനോട് യോജിപ്പില്ല.''

യോഗത്തിൽ ഞാൻ നയം വ്യക്തമാക്കി. പക്ഷേ എന്റെ തീരുമാനത്തോട് സംവിധായകൻ പി.ജി.വിശ്വംഭരൻ മാത്രമേ യോജിച്ചുള്ളൂ. ബാക്കിയെല്ലാവരും മാക്ട തീരുമാനത്തിനൊപ്പം നിന്നു. ഒരു സംഘടനയാവുമ്പോൾ അങ്ങനെയാണ്. നീതിക്കു നിരക്കാത്ത തീരുമാനമാണെങ്കിലും ഭൂരിപക്ഷമുണ്ടെങ്കിൽ നടപ്പാകും. മാക്ട ആ തീരുമാനം നടപ്പാക്കി. ആറുമാസക്കാലം ജഗതിയെ ആരും സഹകരിപ്പിച്ചില്ല. ഒന്നരലക്ഷം രൂപ കൊടുത്ത് മാപ്പപേക്ഷയും നൽകി. ഇന്നാണെങ്കിൽ ഇതൊന്നും നടക്കില്ല. കാരണം താരങ്ങൾക്കിപ്പോൾ ശക്തമായ സംഘടനയുണ്ട്. മാത്രമല്ല, താരങ്ങളാണിപ്പോൾ മലയാള സിനിമയെ ഭരിക്കുന്നത്. മാക്ടയുടെ ശിക്ഷാനടപടി അമ്പിളിയെ വല്ലാതെ വേദനിപ്പിച്ചു. ഒരിക്കൽ കണ്ടപ്പോൾ അതിലുള്ള പ്രതിഷേധം എന്നോട് പ്രകടിപ്പിക്കുകയും ചെയ്തു.

''ആശാനെപ്പോലുള്ളവർ മാക്ടയിലുണ്ടായിട്ടും ഈ തീരുമാനമെടുത്തതാണ് എന്നെ വിഷമിപ്പിച്ചത്.''

എന്റെ നിസ്സഹായവസ്ഥയെക്കുറിച്ച് ഞാൻ അമ്പിളിയോട് സംസാരിച്ചു. ആ വിലക്ക് കഴിഞ്ഞ് ആറുമാസം പൂർത്തിയാവുന്നതിന് മുമ്പുതന്നെ സംവിധായകർ അമ്പിളിയുടെ ഡേറ്റിനുവേണ്ടി ക്യൂ നിന്നു എന്നത് മറ്റൊരു സത്യം. അക്കൂട്ടത്തിൽ മാക്ട യോഗത്തിൽ അമ്പിളിയെ നിശിതമായി വിമർശിച്ചവരായിരുന്നു മുമ്പിൽ.

മദ്രാസിൽ വച്ചാണ് അമ്പിളിയെ പരിചയപ്പെടുന്നത്. ഞാൻ തിരക്കഥയെഴുതിയ മുപ്പതോളം ചിത്രങ്ങളിൽ അദ്ദേഹം വേഷമിട്ടിട്ടുണ്ട്. ഞാൻ തിരക്കഥയെഴുതി ജോഷി സംവിധാനം ചെയ്ത 'കർത്തവ്യം' എന്ന സിനിമയിൽ അമ്പിളിക്ക് നായകതുല്യമായ വേഷമായിരുന്നു. സ്വന്തം സഹോദരിക്കുവേണ്ടി ജീവിക്കുന്ന തയ്യൽക്കാരനായാണ്

അമ്പിളി അഭിനയിച്ചത്. ആ പടം നൂറുദിവസം ഓടുകയും ചെയ്തു. അമ്പിളി സീരിയസ് റോളുകളും മനോഹരമാക്കുമെന്ന് തെളിയിച്ച സിനിമയായിരുന്നു അത്. പിന്നീട് അപൂർവം ചിലർ, മുഹൂർത്തം 11.30ന് എന്നീ ചിത്രങ്ങളിലും അമ്പിളിക്ക് നൽകിയത് സീരിയസ് റോളുകളാണ്.

എന്റെ ഭാര്യവീട് എറണാകുളം ജില്ലയിലെ വരാപ്പുഴയിലാണ്. അവിടുത്തെ കപ്പേളയിലെ പ്രോഗ്രാമിന് എന്റെ കെയറോഫിൽ സിനിമാക്കാരെ ക്ഷണിക്കുന്നത് പതിവാണ്. ജഗദീഷിനെയൊക്കെ അവിടെ ഞാൻ കൊണ്ടുവന്നിട്ടുണ്ട്. ഒരു തവണ ഞാനിക്കാര്യം അമ്പിളിയോട് പറഞ്ഞു. അന്ന് അമ്പിളി ഏതോ ഷൂട്ടിംഗിന് എറണാകുളത്തുണ്ട്.

''ആശാനേ, വൈകിട്ടാവുമ്പോൾ നമുക്കൊന്നിച്ച് പോകാം.''

അമ്പിളി വീട്ടിലേക്ക് വിളിച്ചുപറഞ്ഞു. അന്നു വൈകിട്ട് ഷൂട്ടിംഗ് കഴിഞ്ഞ് ഞങ്ങളൊന്നിച്ച് വരാപ്പുഴയ്ക്ക് പുറപ്പെട്ടു. ഇന്നത്തെപ്പോലെ അവിടേക്ക് റോഡൊന്നുമില്ല. ചേരാനെല്ലൂരിൽ പോയി ജങ്കാറിൽ കയറി വേണം വരാപ്പുഴയിലെത്താൻ. ഞാനും അമ്പിളിയും ജങ്കാറിലാണ് പോയത്. കപ്പേളയിലെ വിശിഷ്ടാതിഥിയായി അമ്പിളി പങ്കെടുത്തു. പരിപാടി വൈകിയതിനാൽ ഞങ്ങൾ തിരിച്ച് കടവിലെത്തുമ്പോഴേക്കും സമയം രാത്രി പത്തുമണി. തിരിച്ചുപോകാൻ ഒരൊറ്റ ജങ്കാർ പോലുമില്ല. അടുത്തു കണ്ട ചെറുപ്പക്കാരനോട് കാര്യമന്വേഷിച്ചു.

''പത്തു മണി കഴിഞ്ഞാൽ ജങ്കാർ സർവീസ് ഉണ്ടാവില്ല. ഇനി നാളെയേ പോകാൻ കഴിയൂ.''

ഇക്കാര്യം എനിക്കറിയില്ലായിരുന്നു. കാരണം മുമ്പ് ഗസ്റ്റായിട്ട് ആരെങ്കിലും വന്നാൽ ഒൻപതു മണിക്കു മുമ്പുതന്നെ അക്കരെയെത്തിക്കും. ഇത്തവണ അൽപ്പം വൈകിയതാണ് പ്രശ്നമായത്. അമ്പിളിക്ക് രാത്രി തന്നെ എറണാകുളത്ത് എത്തുകയും വേണം. റോഡ് വഴി പോവുകയാണെങ്കിൽ ഒരുപാടു ദൂരം സഞ്ചരിക്കണം. സമയവും നഷ്ടം.

''എങ്ങനെയെങ്കിലും ഒരു ജങ്കാർ സംഘടിപ്പിച്ചുതരണം. ഇദ്ദേഹത്തിന് ഇപ്പോൾത്തന്നെ എറണാകുളത്ത് എത്താനുള്ളതാണ്.''

ഞാൻ അവിടെ നിന്ന ചെറുപ്പക്കാരനോടു പറഞ്ഞു. അപ്പോഴാണ് അയാൾ എന്റെ കൂടെയിരുന്ന ആളെ ശ്രദ്ധിച്ചത്.

''ഇത് നമ്മുടെ ജഗതിച്ചേട്ടനല്ലേ?''

അയാൾ കൂട്ടുകാരിൽ ചിലരെ വിളിച്ചുവരുത്തി.

''ഞങ്ങളൊക്കെ സാറിന്റെ ആരാധകരാണ്. നമുക്ക് എന്തെങ്കിലും വഴിയുണ്ടാക്കാം.''

ചെറുപ്പക്കാരന്റെ സുഹൃത്തുക്കൾക്ക് ആവേശമായി. അക്കരെ ഒരു ജങ്കാർ കിടക്കുന്നുണ്ട്. അത് എത്തിക്കാൻ ശ്രമിച്ചെങ്കിലും ഫലമുണ്ടായില്ല. ഒടുവിൽ ജങ്കാർ സർവീസ് നടത്തുന്ന ആളെ കൊണ്ടുവരാനായി എല്ലാവരും പുറപ്പെട്ടു. അവർ വരുന്നതുവരെ, ഏകദേശം രണ്ടു മണിക്കൂറോളം ഞങ്ങൾ കാറിലിരുന്നു. അമ്പിളി അന്ന് ഏറെനേരം എന്നോടു സംസാരിച്ചു. സിനിമയും രാഷ്ട്രീയവും വ്യക്തിപരവുമായ കാര്യങ്ങൾ. അമ്പിളിക്കു പകരം മറ്റൊരാളാണ് ഒപ്പമുണ്ടായതെങ്കിൽ എന്നെ തെറിവിളിച്ച് കൊന്നേനേ.

''ആശാന് ഒരു ജങ്കാർ നേരത്തെ പറഞ്ഞുവയ്ക്കാമായിരുന്നു.''

എന്നൊരു വാചകം മാത്രമാണ് അമ്പിളി അന്ന് പറഞ്ഞത്. ഇരട്ടി തുക കൊടുത്താണെങ്കിലും രണ്ടു മണിക്കൂർ കഴിഞ്ഞപ്പോൾ ജങ്കാർ വന്നു. ആ രാത്രി തന്നെ അമ്പിളിയെ എറണാകുളത്ത് എത്തിക്കുകയും ചെയ്തു.

'ഒറ്റനാണയം' എന്ന സിനിമയിലേക്ക് വിളിച്ചപ്പോൾ സംവിധായകൻ ആരാണെന്നോ നായകൻ ആരാണെന്നോ അന്വേഷിക്കാതെയാണ് വരാമെന്ന് ഉറപ്പുനൽകിയത്. അതിനുശേഷമാണ് എന്റെ മകൻ ഡിനുവാണ് നായകനെന്ന കാര്യം സൂചിപ്പിച്ചത്. അതറിഞ്ഞപ്പോൾ കൂടുതൽ സന്തോഷം. നാലു ദിവസത്തെ വർക്ക് കഴിഞ്ഞ് പോകുമ്പോൾ ഡിനുവിനെ ഉപദേശിക്കാനും അമ്പിളി മറന്നില്ല.

''സിനിമയിൽ വലിയ നടനാകുമോ എന്നൊന്നും അറിയില്ല. എങ്കിലും പറയുകയാണ്, അച്ഛന്റെ പേര് കളയരുത്. അഹങ്കാരം ഒട്ടും പാടില്ല.''

'ഡീസന്റ് പാർട്ടീസ്' എന്ന സിനിമയ്ക്ക് തിരക്കഥയെഴുതിയത് ഞാനാണ്. അതിലും അമ്പിളിക്ക് നല്ലൊരു വേഷമുണ്ടായിരുന്നു. അലർജി വന്ന് എന്റെ കാൽ മുറിച്ചുമാറ്റിയതിനുശേഷം ഞാൻ തിരക്കഥയെഴുതിയ ആദ്യത്തെ പടമാണത്. ഞാൻ ലൊക്കേഷനിലെത്തിയ ദിവസം തന്നെയാണ് അമ്പിളിയും ജോയിൻ ചെയ്തത്. എന്നെക്കണ്ടപ്പോൾ അമ്പിളിക്ക് വല്ലാത്ത സങ്കടം.

''ഇതൊന്നും വലിയ കാര്യമായി കണക്കാക്കേണ്ട ആശാനേ, എല്ലാം ശരിയായി വരും.''

ആശ്വാസവാക്കുകൾ പറയുമ്പോഴറിയാം, എന്നേക്കാൾ ടെൻഷൻ അമ്പിളിക്കുണ്ടെന്ന്. മറ്റുള്ളവരുടെ ദുഃഖം പോലും സ്വയം ഏറ്റെടുക്കാനുള്ള നന്മ ആ കലാകാരനിലുണ്ടായിരുന്നു. അങ്ങനെയുള്ള മനുഷ്യനാണ് ഇപ്പോൾ ഈ അവസ്ഥയിലായത്. അഭിനയത്തോട് വല്ലാത്തൊരു അർപ്പണ മനോഭാവമുണ്ടായിരുന്നു അമ്പിളിക്ക്. മിക്കപ്പോഴും രാത്രിയാണ് ലൊക്കേഷനിൽനിന്ന് ലൊക്കേഷനിലേക്ക് പോവുക. അങ്ങനെ പോയപ്പോഴാണ് അപകടം പിണഞ്ഞതും. ഇപ്പോഴത്തെ ജൂനിയർ ആർട്ടിസ്റ്റായാലും പറയും, രാത്രി പുറപ്പെടാൻ പറ്റില്ല. രാവിലെ പുറപ്പെട്ട് ഉച്ചയോടെ എത്തിക്കോളാമെന്ന്. നല്ല മനുഷ്യർക്കൊപ്പം ദൈവമുണ്ടാവുമെന്നാണ് പലപ്പോഴും പറയുന്നത്. എന്നാൽ സഹജീവികൾക്ക് നന്മ വരാൻ മാത്രം ആഗ്രഹിച്ച അമ്പിളിക്ക് വന്ന അപകടത്തെ എന്തുകൊണ്ട് ദൈവം തടഞ്ഞില്ല?

ഉത്തരം കിട്ടാത്ത ചോദ്യമാണത്. ■

കലൂർ ഡെന്നീസ്: തിരക്കഥാകൃത്തും നോവലിസ്റ്റുമായ കലൂർ ഡെന്നീസ് 1979-ൽ അനുഭവങ്ങളേ നന്ദി എന്ന സിനിമയ്ക്ക് തിരക്കഥയെഴുതിക്കൊണ്ടാണ് സിനിമാരംഗത്തെത്തുന്നത്. ആ രാത്രി, സന്ദർഭം, കുടുംബസമേതം, മലരും കിളിയും തുടങ്ങിയ സിനിമകൾക്ക് തിരക്കഥകളെഴുതി. 1992ൽ കുടുംബസമേതത്തിന് മികച്ച തിരക്കഥയ്ക്കുള്ള ചലച്ചിത്ര പുരസ്കാരം ലഭിച്ചിട്ടുണ്ട്.

പകരം വയ്ക്കാനില്ലാത്ത നടൻ
ചെറിയാൻ കൽപകവാടി

'സുഖമോദേവി'യുടെ ഷൂട്ടിംഗ് നടക്കുന്ന സമയം. ഒരു രാത്രി വേണുച്ചേട്ടന്റെ (സംവിധായകൻ വേണു നാഗവള്ളി) മുറിയിലേക്ക് കടന്നുവന്ന അമ്പിളിച്ചേട്ടനെ ഇപ്പോഴും ഓർമ്മയുണ്ട്. അന്ന് വേണുച്ചേട്ടനാണ് എന്നെ പരിചയപ്പെടുത്തിയത്. ഒരു വലിയ സൗഹൃദത്തിന്റെ തുടക്കം അവിടെ നിന്നാണ്. വേണുച്ചേട്ടനും അമ്പിളിച്ചേട്ടനും സമപ്രായക്കാരായിരുന്നു. മാത്രമല്ല, വേണുച്ചേട്ടന്റെ അച്ഛൻ നാഗവള്ളി ആർ.എസ്.കുറുപ്പും അമ്പിളിച്ചേട്ടന്റെ അച്ഛൻ ജഗതി എൻ.കെ.ആചാരിയും അന്ന് ആകാശവാണിയിൽ ഒന്നിച്ച് നാടകം അവതരിപ്പിക്കുന്നവരാണ്. അവരുടെ കുടുംബങ്ങൾ തമ്മിലും നല്ല സൗഹൃദമായിരുന്നു. ആ അടുപ്പമാണ് മക്കളിലേക്കും പകർന്നത്. മാത്രമല്ല, അമ്പിളിച്ചേട്ടനും വേണുച്ചേട്ടനും കലാകാരന്മാരും. മിക്കപ്പോഴും ഇരുവരും ഒന്നിച്ചുണ്ടാവും.

അമ്പിളിച്ചേട്ടനാണ് ആദ്യം സിനിമയിലേക്ക് വന്നത്. ശ്രീകുമാരൻ തമ്പിയുടെയും അടൂർ ഗോപാലകൃഷ്ണന്റെയുമൊക്കെ പടത്തിൽ അഭിനയിച്ചുകൊണ്ട് ശ്രദ്ധനേടി. അടുത്ത ബന്ധമായതിനാൽ വേണുച്ചേട്ടന്റെ ലൊക്കേഷനിൽ അമ്പിളിച്ചേട്ടന് സമ്പൂർണ്ണ സ്വാതന്ത്ര്യമായിരുന്നു. ആ ബന്ധത്തിന്റെ ആനുകൂല്യം വേണുച്ചേട്ടന്റെ ശിഷ്യനായ എനിക്കും കിട്ടി.

'ആർദ്ര'ത്തിലെ വെട്ടിച്ചിറ ഡൈമൺ എന്ന ചട്ടമ്പിയെ സൃഷ്ടിച്ചതുതന്നെ അമ്പിളിച്ചേട്ടനെ മനസ്സിൽ കണ്ടുകൊണ്ടാണ്. ഒട്ടും ധൈര്യമില്ലാത്ത ചട്ടമ്പിയായിരുന്നു ഡൈമൺ. ഷൂട്ടിംഗ് തുടങ്ങാൻ ആലോചിക്കുന്ന സമയത്ത് അമ്പിളിച്ചേട്ടന് നല്ല തിരക്കായിരുന്നു. അഭിനയിക്കാൻ കിട്ടുന്ന കാര്യം സംശയമായപ്പോൾ ഞാൻ നേരിട്ടു പോയി കണ്ടു.

''അമ്പിളിച്ചേട്ടനുണ്ടെങ്കിലേ ഈ സിനിമ ഉണ്ടാവുകയുള്ളൂ. ഡൈമണില്ലെങ്കിൽ 'ആർദ്രം' എന്ന സിനിമയുമില്ല.''

ഞാൻ പറഞ്ഞതുകേട്ടപ്പോൾ അദ്ദേഹം 'ആർദ്ര'ത്തിനുവേണ്ടി സമയമുണ്ടാക്കി. ഒരു സീൻ കിട്ടിയാൽ അതെങ്ങനെ ഭംഗിയാക്കാമെന്നാണ് അമ്പിളിച്ചേട്ടൻ ആദ്യം ആലോചിക്കുന്നത്. മുരളി അവതരിപ്പിച്ച ഉപ്പൻ രാഘവന്റെ വീട്ടിൽനിന്ന് കള്ളുകുടിച്ചിറങ്ങുന്ന സീനുണ്ട്, ആർദ്രത്തിൽ. 'സന്തോഷസൂചകമായ്, തന്നതെല്ലാം സ്വീകരിച്ച് ഞങ്ങളിതാ പോകുന്നു...' എന്ന് പാടിയിട്ട് ഡൈമൺ വീട്ടിൽ നിന്നിറങ്ങണം. അങ്ങനെയാണ് ഞാനെഴുതിവച്ചത്. പാട്ട് പാടിയശേഷം അമ്പിളിച്ചേട്ടൻ ഒരു വരി അഡീഷണലായി ചേർത്തു. 'ഡൈമൺ ചട്ടമ്പി ഇതാ പോകുന്നു...'

പെട്ടെന്നുണ്ടായ ആ ക്രിയേറ്റിവിറ്റി ഞങ്ങളെയെല്ലാം അത്ഭുതപ്പെടുത്തി.

പുതുമുഖ സംവിധായകരെ പ്രോത്സാഹിപ്പിക്കാൻ തയ്യാറുള്ള മനസ്സുണ്ടായിരുന്നു അദ്ദേഹത്തിന്. 'ആർദ്ര'ത്തിനുവേണ്ടി ആലപ്പുഴയിലെ മുഹമ്മ മാർക്കറ്റ് ബുക്ക് ചെയ്ത ദിവസം അമ്പിളിച്ചേട്ടന് കൃത്യസമയത്ത് എത്താൻ കഴിഞ്ഞില്ല. മറ്റേതോ ലൊക്കേഷനിൽ കുടുങ്ങിക്കിടക്കുകയാണ്. യൂണിറ്റ് മുഴുവനും ടെൻഷനടിച്ചു കാത്തിരുന്നു. കാറിൽ നിന്നിറങ്ങിയപ്പോൾ നേരെ എത്തിയത് സംവിധായകൻ സുരേഷ് ഉണ്ണിത്താന്റെ അടുത്തേക്കാണ്.

''ഒരു പുതുമുഖ സംവിധായകന്റെ സെറ്റിലായിരുന്നു ഞാൻ. പോർഷൻ തീർക്കാൻ കുറച്ചൊന്നു വൈകി. അതിട്ടേച്ചു പോരുന്നത് ശരിയല്ലല്ലോ. നിങ്ങളെപ്പോലെ എസ്റ്റാബ്ലിഷായ സംവിധായകന് ഒരു ദിവസം വൈകിയാലും പ്രശ്നമല്ലല്ലോ. ലേറ്റായതിന്റെ ക്ഷീണം തീർക്കാൻ ഒരു ദിവസം അധികം തന്നാൽ പോരേ?''

പറഞ്ഞതുപോലെ ഒരു ദിവസം അധികം തന്നിട്ടാണ് അദ്ദേഹം അഭിനയിച്ചുതീർത്തത്.

'ബനാറസ്' എന്ന സിനിമയിൽ അമ്പിളിച്ചേട്ടന് നെഗറ്റീവ് ക്യാരക്ടറാണ്. നായകനായ വിനീതിന്റെ പാരയായ അമ്മാവൻ. വിനീത് വീടു വിട്ടു പോകുമ്പോൾ അച്ഛന്റെ കാലിൽ വീണ് അനുഗ്രഹം വാങ്ങിക്കുന്നു. ഈ സീനിൽ അമ്പിളിച്ചേട്ടൻ വെറുതെ നിന്നാൽ മതി. സംവിധായകൻ ആക്ഷൻ പറഞ്ഞു. വിനീത് അനുഗ്രഹം വാങ്ങിക്കഴിഞ്ഞപ്പോൾ അമ്പിളിച്ചേട്ടനും കാലു നീട്ടി.

''വേണോങ്കി എന്നേം കൂടി നമസ്കരിച്ചോളൂ.''

ഈ കോമഡി കേട്ട് സെറ്റിലെല്ലാവരും ചിരിച്ചു. സിനിമയിൽ ആ സീൻ കാണുമ്പോൾ ആരായാലും ചിരിച്ചുപോകും.

സെറ്റിൽ വന്നുകഴിഞ്ഞാൽ ആദ്യം ചോദിക്കുന്ന ഒരു ചോദ്യമുണ്ട്.

''ചെറിയാനേ, എന്റെ ക്യാരക്ടർ പോസിറ്റീവാണോ നെഗറ്റീവാണോ അതോ ന്യൂട്രലാണോ?''

അതറിഞ്ഞിട്ടു വേണം മുഖലക്ഷണങ്ങളിലും ഭാവങ്ങളിലും മാറ്റം വരുത്താൻ. സ്ക്രിപ്റ്റ് വായിച്ചശേഷം ചോദിക്കും.

''ഞാനൊന്ന് ഇംപ്രവൈസ് ചെയ്തോട്ടെ?''

ചെയ്യേണ്ടെന്ന് ആരും പറയില്ല. കാരണം അമ്പിളിച്ചേട്ടൻ കൈ വച്ചാൽ അത് ഗുണമാണുണ്ടാവുക. അല്ലെങ്കിൽ ഒരു പേപ്പറുമെടുത്ത് എന്റടുത്തേക്കു വരും. ചില നിർദ്ദേശങ്ങൾ പറഞ്ഞ് എന്നെക്കൊണ്ട് എഴുതിപ്പിക്കും.

ഏറ്റവുമൊടുവിൽ അഭിനയിച്ചത് 'ഞാനും എന്റെ ഫാമിലിയും' എന്ന ചിത്രത്തിലാണ്. അതിൽ ഡോക്ടറുടെ വേഷമായിരുന്നു ചേട്ടന്. ഡയലോഗിൽ ഇംപൊട്ടൻസിന്റെ ഒരു പരാമർശം വരുന്നുണ്ട്. അവിടെയും അമ്പിളിച്ചേട്ടൻ ഒരു ഡയലോഗ് കൈയിൽനിന്നിട്ടു.

''ബൾബ് ഫ്യൂസായാൽ കറന്റിനെ കുറ്റം പറഞ്ഞിട്ടെന്തു കാര്യം?''

ഞാനും സംവിധായകൻ കെ.കെ.രാജീവും ക്യാമറാമാനുമൊക്കെ ഞെട്ടിപ്പോയി. ഇയാൾക്കിതെവിടുന്നു കിട്ടി?

ഏതു സെറ്റിലായാലും അമ്പിളിച്ചേട്ടനെ കണ്ടിട്ടുള്ളത് രാവിലെ മാത്രമാണ്. പലപ്പോഴും മറ്റൊരു ലൊക്കേഷനിൽ രാത്രി വൈകും വരെ അഭിനയിച്ചു വരുന്നതായിരിക്കും. കുറച്ചുനേരം റെസ്റ്റെടുത്ത് വന്നാൽ മതിയെന്നു പറഞ്ഞാലും സമ്മതിക്കില്ല. നിർമ്മാതാവിനെയും സംവിധാകയനെയും കൂടെ അഭിനയിക്കുന്നവരെയും ബുദ്ധിമുട്ടിക്കരുതെന്ന് അദ്ദേഹത്തിന് നിർബന്ധമുണ്ട്. അഥവാ വരുന്നത് താമസിച്ചാൽ അത് അഡ്ജസ്റ്റ് ചെയ്ത് തീർത്തുതരും. അടൂർഭാസിച്ചേട്ടൻ മരിച്ചപ്പോൾ ആ സ്പേസ് നികത്തിയത് അമ്പിളിച്ചേട്ടനായിരുന്നു. പക്ഷേ അമ്പിളിച്ചേട്ടന്റെ സ്പേസ് ഇപ്പോഴും ഒഴിഞ്ഞു കിടക്കുകയാണ്. ആ ലെവലിൽ ഹാസ്യം കൈകാര്യം ചെയ്യാൻ ആർക്കും കഴിയുന്നില്ലെന്നതാണ് സത്യം. ഇപ്പോഴും പല സിനിമകളും കാണുമ്പോൾ ഓർക്കാറുണ്ട്, ആ വേഷം അമ്പിളിച്ചേട്ടൻ ചെയ്തിരുന്നെങ്കിലെന്ന്. ■

ചെറിയാൻ കൽപകവാടി: വേണു നാഗവള്ളിയുടെ സർവകലാശാലയ്ക്ക് തിരക്കഥയെഴുതിക്കൊണ്ടാണ് ചെറിയാൻ കല്പകവാടി സിനിമയിലെത്തിയത്. ലാൽസലാം, ഉള്ളടക്കം, പക്ഷേ, രക്തസാക്ഷികൾ സിന്ദാബാദ് തുടങ്ങിയ സിനിമകൾക്ക് തിരക്കഥയെഴുതി. എം.എ.നിഷാദ് സംവിധാനം ചെയ്ത 'തെളിവി'ന് വേണ്ടിയാണ് ഏറ്റവുമൊടുവിൽ തിരക്കഥയെഴുതിയത്.

തിരശ്ശീലയിലേക്ക് തിരിച്ചുവരാൻ പ്രാർത്ഥിച്ച്

ജെ. പള്ളാശ്ശേരി

ആദ്യ തിരക്കഥയായ 'മുഖചിത്രം' സിനിമയാക്കാനുള്ള പ്ലാനിംഗ് നടക്കുന്ന സമയത്താണ് ജഗതിച്ചേട്ടനെ കാണാൻ പോയത്. എന്റെ കൈയിൽ ബൈൻഡ് ചെയ്ത തിരക്കഥയുണ്ടായിരുന്നു. അത് ജഗതിച്ചേട്ടന് കൊടുത്തശേഷം പരിചയപ്പെട്ടു. രണ്ടു ദിവസം കഴിഞ്ഞ് അദ്ദേഹം തിരക്കഥ തിരിച്ചു തന്നു. ഒപ്പം നാലഞ്ച് അഭിപ്രായങ്ങൾ എഴുതിയ കുറിപ്പും. അതിനുശേഷം പറഞ്ഞു.

''ഞാൻ സംവിധാനം ചെയ്യാൻ പോകുന്ന ചിത്രത്തിൽ പള്ളാശ്ശേരി തിരക്കഥയെഴുതിത്തരണം. ഇത് അഡ്വാൻസായുള്ള എന്റെ അഭ്യർത്ഥനയാണ്.''

അദ്ദേഹത്തെപ്പോലെ പ്രതിഭാധനരായ ഒരാളിൽനിന്ന് കിട്ടിയ ആ വാക്ക് ഒരവാർഡിനേക്കാളും വിലമതിക്കുന്നതാണ്.

ചെയ്യുന്ന ജോലിയോടുള്ള ജഗതിച്ചേട്ടന്റെ അർപ്പണമനോഭാവം മറ്റ് അഭിനേതാക്കൾക്കൊരു മാതൃകയാണ്. 'മുഖചിത്ര'ത്തിന്റെ ലൊക്കേഷനിൽ അത്തരം അനുഭവങ്ങൾ ഒരുപാടുണ്ട്. രാത്രി കള്ളുഷാപ്പിൽ നിന്ന് കുടിച്ചിറങ്ങി വരുന്ന ജഗതിച്ചേട്ടന്റെ ഗോവിന്ദൻ മാഷും ജഗദീഷിന്റെ സ്കൂൾ പ്യൂൺ പുഷ്കുവും. ആ സമയത്താണ് ജയറാമിന്റെ മാത്തൂട്ടി ആ വഴി സൈക്കിളിൽ വരുന്നത്. പരസ്പരം പറഞ്ഞുടക്കി അടിയുണ്ടാക്കുന്ന സീനാണ് എടുക്കേണ്ടത്. ഈ സീൻ ഷൂട്ട് ചെയ്യുമ്പോൾ രാത്രി ഒൻപതുമണി കഴിഞ്ഞുകാണും. ചുറ്റും കെട്ടിക്കിടക്കുന്ന നാറ്റം വമിക്കുന്ന ചെളിവെള്ളമുള്ള പാടത്തിന് നടുവിലാണ് കള്ളുഷാപ്പിന്റെ സെറ്റിട്ടത്. മാത്തൂട്ടിയുടെ ചവിട്ടുകൊണ്ട് മാഷ് തെറിച്ചുവീഴുന്ന സീൻ പ്ലാൻ ചെയ്യുന്നതിനിടെ സംവിധായകൻ സുരേഷ് ഉണ്ണിത്താനോട് ജഗതിച്ചേട്ടന്റെ ചോദ്യം.

‘‘സാർ, മാത്തൂട്ടിയുടെ ചവിട്ടുകൊണ്ട് മാഷ് ചളിവെള്ളത്തിലേക്ക് വീണാലോ?’’

അതുവേണോ എന്ന അർത്ഥത്തിൽ സംവിധായകൻ തൊട്ടടുത്തുനിന്ന എന്റെ മുഖത്തേക്കു നോക്കി. ഞാൻ ജഗതിച്ചേട്ടനോട് പറഞ്ഞു.

‘‘കെട്ടിക്കിടക്കുന്നത് കുറുകുറാന്നുള്ള ചളിയാണ്. ഇതിൽ വീണാൽ ഡെറ്റോളിൽ കുളിക്കേണ്ടിവരും.’’

ജഗതിച്ചേട്ടൻ ചിരിച്ചു. അതിനുശേഷം ചോദിച്ചു.

‘‘എനിക്കിനി വേറെ ഷോട്ടുണ്ടോ?’’

ഇല്ലെന്ന് സംവിധായകൻ.

‘‘എന്നാൽ ഡെറ്റോൾ കലക്കിയ രണ്ടു ബക്കറ്റ് വെള്ളം റെഡിയാക്കി വച്ചോളൂ. ഗോവിന്ദൻമാഷ് ചളിവെള്ളത്തിൽ വീഴാൻ പോവുകയാണ്. വേണമെങ്കിൽ, മുങ്ങിപ്പൊങ്ങിവരുന്നത് വായിൽ ഒരു മീനിനെ കടിച്ചുപിടിച്ചുകൊണ്ടാവാം.’’

എന്തായാലും അത്രയും വേണ്ടെന്നായി സംവിധായകൻ. അങ്ങനെ മാത്തൂട്ടിയുടെ ചവിട്ടുകൊണ്ട് ഗോവിന്ദൻമാഷ് എന്ന ജഗതിശ്രീകുമാർ ആ കൂറച്ചളിയിൽ തെറിച്ചു വീണു. മേലാസകലം മുങ്ങി തലനിറച്ച് പായലോടെയാണ് പൊങ്ങിവന്നത്. തിയറ്ററിൽ ആ രംഗം കണ്ട് ആളുകൾ ആർത്തുചിരിച്ചു. ആ സീൻ മാത്രമല്ല, ആ ചിത്രത്തിലുടനീളം ചിരിയോടൊപ്പം സഹതാപവും പിടിച്ചുപറ്റി ഗോവിന്ദൻമാഷ് എന്ന കഥാപാത്രം. രജപുത്ര രഞ്ജിത്ത് ആദ്യമായി നിർമ്മിച്ച ‘മുഖചിത്രം’ തിയറ്ററിൽ 125 ദിവസമാണ് ആഘോഷിച്ചത്. ആ വർഷത്തെ മികച്ച സഹനടനുള്ള പുരസ്കാരം ജഗതിച്ചേട്ടന് ലഭിച്ചു. അവാർഡ് കിട്ടിയ വാർത്തയറിഞ്ഞയുടൻ ചേട്ടൻ എന്നെ വിളിച്ചു.

‘‘ഗോവിന്ദൻമാഷിനെ സൃഷ്ടിച്ച മനസ്സിന് നന്ദി.’’

എനിക്ക് വല്ലാത്ത സന്തോഷം തോന്നി.

‘‘ആ കഥാപാത്രത്തെ ആളുകൾ പ്രശംസിച്ചതും ഉൾക്കൊണ്ടതും ചേട്ടന്റെ അഭിനയത്തികവ് കൊണ്ടാണ്. അതിലൂടെ എന്റെ തിരക്കഥയും ശ്രദ്ധ നേടിയതിന് ഞാനാണ് നന്ദി പറയേണ്ടത്.’’

ഈ അഭിനന്ദനത്തിനും നന്ദി എന്നു പറഞ്ഞുകൊണ്ടാണ് അന്ന് ഫോൺ വച്ചത്. അതാണ് ജഗതി ശ്രീകുമാർ എന്ന വ്യക്തി. സിനിമാ

ലോകം ആദരവോടെ അമ്പിളിച്ചേട്ടൻ എന്നു വിളിച്ച അദ്ദേഹവുമായുള്ള സൗഹൃദത്തിന് അന്നാണ് തുടക്കം. പിന്നീടത് ഒരു പോറലുമേൽക്കാതെ തുടർന്നു. സിനിമാജീവിതത്തിനിടയ്ക്ക് മുപ്പത്തിയാറ് തിരക്കഥകൾ ഞാനെഴുതിയിട്ടുണ്ട്. അതിൽ പകുതിയോളം ചിത്രങ്ങളിലും ജഗതിച്ചേട്ടനുണ്ട്. തികച്ചും വ്യത്യസ്തമായ വേഷങ്ങളിൽ. ഞാനെഴുതിയ ഒരു ചിത്രത്തിന്റേയും കഥയെക്കുറിച്ചോ കഥാപാത്രത്തെക്കുറിച്ചോ അദ്ദേഹം മുൻകൂട്ടി ചോദിക്കാറില്ല. ഒരിക്കൽ ഇക്കാര്യത്തെക്കുറിച്ച് ജഗതിച്ചേട്ടനോടുതന്നെ ചോദിച്ചിരുന്നു.

''എനിക്കെന്തെങ്കിലും ചെയ്യാനുള്ള വേഷത്തിനല്ലാതെ ഞാൻ വേണമെന്ന് നിങ്ങൾ വാശിപിടിക്കില്ലെന്നറിയാം.''

അതായിരുന്നു ജഗതിച്ചേട്ടന്റെ ന്യായം.

സിനിമയിൽ എന്തു തറക്കഥാപാത്രവും അവതരിപ്പിക്കാൻ യാതൊരു വിഷമവും പ്രകടിപ്പിക്കാത്ത ജഗതിച്ചേട്ടൻ സിനിമാസെറ്റുകളിൽ പറയുന്ന നർമ്മത്തിൽ തികഞ്ഞ ആക്ഷേപഹാസ്യ ശൈലി ഉണ്ടായിരുന്നു. ഒരിക്കൽ ഷൂട്ടിംഗ് റിപ്പോർട്ടെഴുതാനായി ഒരു റിപ്പോർട്ടർ ഞങ്ങളുടെ ലൊക്കേഷനിലേക്ക് വന്നു. മലയാളം തെറ്റുകൂടാതെ എഴുതാൻ അയാൾക്കറിയില്ലെന്നതാണ് സത്യം. തെറ്റായ രീതിയിൽ വാരികകളിലേക്കും പത്രങ്ങളിലേക്കും ഷൂട്ടിംഗ് റിപ്പോർട്ട് എഴുതി അയച്ചാൽ എന്താവും സ്ഥിതി? ഇതു പറ്റില്ലെന്ന് പറഞ്ഞപ്പോൾ അയാൾ എന്റെ പിന്നാലെ കൂടി.

''സാർ, ഇതൊന്ന് ശരിയാക്കി എഴുതിത്തന്നാൽ മതി.''

തിരക്കിനിടയിൽ പറ്റില്ലെന്ന് ഞാൻ തറപ്പിച്ചുപറഞ്ഞെങ്കിലും അയാൾ വിടുന്ന മട്ടില്ല. അയാൾ ഈ ആവശ്യവുമായി എന്റെ പിറകിൽ നടക്കുന്നത് കണ്ടപ്പോൾ ജഗതിച്ചേട്ടൻ എന്നെ അടുത്തേക്കു വിളിച്ചു.

''പള്ളാശ്ശേരീ, എട്ടും പൊട്ടും തിരിയാത്ത മൂന്നുവയസ്സുകാരന്റെ കൈയിൽ കൊച്ചുപിച്ചാത്തി കിട്ടിയതുപോലെയാ അയാൾ കൈയിൽ പേനയും പിടിച്ച് നടക്കുന്നത്. തന്നത്താൻ എടുത്ത് പ്രയോഗിച്ചാൽ കണ്ണോ മൂക്കോ എവിടെയാ മുറിയുക എന്നറിയില്ല. അതുകൊണ്ട് ദയവുചെയ്ത് അതു പിടിച്ചുവാങ്ങി എന്താന്നുവച്ചാൽ എഴുതിക്കൊടുത്ത് വിട്.''

ജഗതിച്ചേട്ടൻ പറഞ്ഞതുകേട്ട് എനിക്കും ചിരിവന്നു. അദ്ദേഹം പറഞ്ഞതുപോലെ റിപ്പോർട്ടർക്ക് വാർത്തയെഴുതിക്കൊടുക്കുകയും ചെയ്തു.

മറ്റൊരു ലൊക്കേഷനിൽ ഏതോ രാഷ്ട്രീയനേതാവിന്റെ ശിപാർശയിൽ ഒരു ചെറുപ്പക്കാരൻ അഭിനയിക്കാനെത്തി. അഭിനയത്തിന്റെ പ്രാഥമികപാഠം പോലും അവനറിയില്ല. ഫുൾഫാഷനിൽ അടിപൊളിയായാണ് അവന്റെ നടപ്പ്. കണ്ടാൽത്തന്നെ എന്തോ ഒരു സ്പെല്ലിംഗ് മിസ്റ്റേക്ക്. ജഗതിച്ചേട്ടനുമൊത്തുള്ള കോമ്പിനേഷൻ സീനിലാണ് അവൻ അഭിനയിക്കേണ്ടത്. പതിനൊന്ന് ടേക്കെടുത്തിട്ടും ശരിയായില്ല. ജഗതിച്ചേട്ടൻ സഹിച്ചിരിക്കുകയാണ്. ഇവനെയും കൊണ്ട് പെട്ടുപോയല്ലോ എന്ന അവസ്ഥയിൽ സംവിധായകൻ. ഫിലിം ഒരുപാടു തിന്നുതീർത്തശേഷം പന്ത്രണ്ടാമത്തെ ടേക്കിൽ ഒരുവിധം ശരിയാക്കി. എന്നിട്ടും അതിന്റെയൊരു ചമ്മലോ കുറ്റബോധമോയില്ലാതെ സെറ്റിൽ വല്യആളായി നടക്കുകയാണവൻ. പോക്കറ്റിൽ നിന്ന് സെൽഫോണെടുത്ത് അവൻ സുഹൃത്തിനെ വിളിച്ചു.

‘‘എടാ, ഞാനിവിടെ ജഗതിക്കൊപ്പം അഭിനയിക്കുകയാണ്. കുറച്ചുനാൾ ജഗതിക്കൊപ്പം അഭിനയിച്ചു തകർക്കണം.’’

തൊട്ടടുത്ത് ഇതെല്ലാം കേട്ടുകൊണ്ടുനിൽക്കുകയാണ് ജഗതിച്ചേട്ടൻ. പെട്ടെന്ന് അവന്റെ ശബ്ദം ‘ഹലോ ഹലോ ഹലോ...’ എന്നു മാത്രമായി.

നിരാശയോടെ അവൻ ഫോൺ കട്ട് ചെയ്ത് ജഗതിച്ചേട്ടന്റെ മുഖത്തേക്ക് നോക്കി.

‘‘എന്തുപറ്റി അനിയാ?’’

മുറുക്കാൻ വായിലിട്ട് ചവയ്ക്കുന്നതിനിടെ ജഗതിച്ചേട്ടന്റെ ചോദ്യം.

‘‘റേഞ്ച് കിട്ടുന്നില്ല ചേട്ടാ.’’

യുവാവിന്റെ മറുപടി. ജഗതിച്ചേട്ടൻ വായിലുള്ള മുറുക്കാൻ നീട്ടിത്തുപ്പി.

‘‘അഭിനയിക്കാൻ കച്ചകെട്ടി പോരുകയും ചെയ്തു. റേഞ്ചാണെങ്കിൽ ഒട്ടും ഇല്ലതാനും.’’

പിന്നീട് ആ ചെറുപ്പക്കാരനെ ആ വഴിക്കൊന്നും കണ്ടില്ല. ഇങ്ങനെ സിനിമാസെറ്റിലും സിനിമയിലും നർമ്മം വാരിവിതറിയിരുന്ന ജഗതിച്ചേട്ടൻ പക്ഷേ ജീവിതത്തിൽ വളരെ സീരിയസായിരുന്നു. ലോകചരിത്രത്തെക്കുറിച്ചുള്ള അദ്ദേഹത്തിന്റെ അറിവ് അപാരമായിരുന്നു. അദ്ദേഹത്തിന്റെ പ്രസംഗം കേട്ടിരുന്നപ്പോൾ, അടുത്തിരുന്ന പലരും ചോദിച്ചു.

"ഇങ്ങേര് വെറും കോമാളിയല്ലട്ടോ. നല്ല വിവരമുള്ള കക്ഷിയാ"

ഇങ്ങനെ പത്തുനാൽപ്പതുവർഷം മലയാളികളെ ചിരിപ്പിച്ച ജഗതി ച്ചേട്ടൻ നിശ്ശബ്ദമായി വീൽചെയറിലിരുന്ന് ആർദ്രമായി പുഞ്ചിരി ക്കുന്നതു കാണുമ്പോൾ നെഞ്ചിലൊരു നോവാണ്. ഒരേയൊരു പ്രാർത്ഥനയേ ഇനി ബാക്കിയുള്ളൂ-മലയാളികളുടെ പ്രിയപ്പെട്ട ജഗതി ശ്രീകുമാർ എത്രയുംവേഗം തിരശ്ശീലയിലേക്ക് തിരിച്ചുവരണേ. ■

ജെ. പള്ളാശ്ശേരി: നാടകം രചിച്ചും അഭിനയിച്ചുമാണ് ജെ. പള്ളാശ്ശേരി കലാരംഗത്തേക്കു വരുന്നത്. 'സാന്ത്വനം' എന്ന സിനിമയ്ക്ക് തിരക്കഥയും സംഭാഷണമെഴുതി. സിനിമ സൂപ്പർഹിറ്റായതോടെ പള്ളാശ്ശേരി സിനിമ യിൽ സജീവമായി. മുഖചിത്രം, മുഖമുദ്ര, കുടുംബവിശേഷം, കല്യാണ സൗഗന്ധികം തുടങ്ങിയ ഒട്ടേറെ സിനിമകൾ. സിനിമയിലും സീരിയലു കളിലും അഭിനയിച്ചുവരുന്നു.

മരണത്തിൽ നിന്ന് രക്ഷപ്പെട്ട കഥ
അൻസാർ കലാഭവൻ

എത്ര തിരക്കുണ്ടെങ്കിലും പറഞ്ഞുറപ്പിച്ച തീയതിക്ക് അമ്പിളിച്ചേട്ടനുണ്ടായിട്ടുണ്ട്, ലൊക്കേഷനിൽ.

''അൻസാറേ, ഹോട്ടലിൽ റൂം ഒഴിച്ചിട്ടോളൂ. പതിനൊന്നാം തീയതി പുലർച്ചെ ഞാനെത്തിയിരിക്കും.''

ഷൂട്ടിംഗ് തുടങ്ങുന്നതിനു മുമ്പുതന്നെ കുളിച്ച് കുട്ടപ്പനായി ആളെത്തും. ഞാൻ സംവിധാനം ചെയ്ത എല്ലാ സിനിമകളിലും അമ്പിളിച്ചേട്ടനുണ്ട്. ആദ്യം സംവിധാനം ചെയ്തത് 'കിരീടമില്ലാത്ത രാജാക്കന്മാർ' എന്ന സിനിമയായിരുന്നു. മദ്രാസിലെ എ.വി.എം. സ്റ്റുഡിയോയിൽ ആയിരുന്നു ഡബ്ബിംഗ്. ആ സമയത്ത് അമ്പിളിച്ചേട്ടനും നിർമ്മാതാവും ഞാനും താമസിച്ചിരുന്നത് ഭാരത് ഹോട്ടലിലാണ്. ഡബ്ബിംഗ് തീർന്ന ദിവസം ഞാനും പ്രൊഡ്യൂസറും കൂടി ജഗതിച്ചേട്ടന്റെ മുറിയിലെത്തി ബാക്കി കാശ് കൊടുത്തു. അതിൽ നിന്നും അയ്യായിരം രൂപ അദ്ദേഹം പ്രൊഡ്യൂസർക്ക് തിരിച്ചുനൽകിയ ശേഷം പറഞ്ഞു.

''ഇത് അൻസാറിന്റെ ആദ്യത്തെ സിനിമയാണ്. ഈ സിനിമ നിർമ്മിച്ചതിന് എന്റെ വക ഒരു ചെറിയ സമ്മാനം.''

കൊടുത്ത കാശ് തിരിച്ചുകൊടുക്കുന്ന ആദ്യത്തെ സിനിമാക്കാരനെ കണ്ട് അത്ഭുതപ്പെട്ടുപോയി. ഇക്കാര്യം ഞാൻ സുഹൃത്തുക്കളോട് പങ്കുവച്ചപ്പോൾ അവർ മറ്റു ചിലതു കൂടി പറഞ്ഞു-അമ്പിളിച്ചേട്ടൻ അങ്ങനെയാണ്. പുതുമുഖ സംവിധായകന്റെ സിനിമയാണെങ്കിൽ കിട്ടുന്ന പണത്തിൽനിന്ന് ഒരു പങ്ക് പ്രൊഡ്യൂസർക്ക് തിരിച്ചുകൊടുക്കും. എനിക്കത് പുതിയൊരു അറിവായിരുന്നു.

അദ്ദേഹം ജയിലിൽ കിടക്കുമ്പോൾ പോയി കണ്ട ഏക ആൾ ഞാനായിരുന്നു. അന്ന് എന്നോട് കുറെ സങ്കടങ്ങൾ പറഞ്ഞു. ദൈവം

തന്റെ നിരപരാധിത്വം തെളിയിക്കുമെന്ന് അദ്ദേഹം വിശ്വസിച്ചു. അതുപോലെതന്നെ കുറ്റവിമുക്തനാവുകയും ചെയ്തു.

'മന്ത്രിമാളികയിൽ മനസ്സമ്മതം' എന്ന സിനിമയുടെ ഷൂട്ടിംഗ് പെരുമ്പാവൂരിലായിരുന്നു. നരേന്ദ്രപ്രസാദ്, കലാഭവൻ മണി, അമ്പിളി ച്ചേട്ടൻ എന്നിവർക്കൊപ്പം ദിലീപ് ഗസ്റ്റ്റോളിൽ അഭിനയിക്കുന്ന സിനിമ. സംവിധാനത്തിനൊപ്പം ആ സിനിമയുടെ തിരക്കഥയും സംഭാഷണവും എന്റേതാണ്. ആർട്ടിസ്റ്റുകളുടെ ഡേറ്റിന് പ്രശ്നം വന്നപ്പോൾ ചിലരുടെ റോളുകൾ എനിക്ക് വെട്ടിക്കുറയ്ക്കേണ്ടി വന്നു. അതിനുവേണ്ടി തിരക്കഥ തിരുത്തിയെഴുതാൻ തീരുമാനിച്ചു. ഷൂട്ടിംഗ് കഴിഞ്ഞ് മുറിയിലെത്തിയാലുടൻ ജോലി തുടങ്ങും. പുലർച്ചെ അഞ്ചു മണിയാവുമ്പോഴേക്കും വീണ്ടും ലൊക്കേഷനിലേക്ക് പോകണം. മിക്ക ദിവസവും അര മണിക്കൂർ നേരം മാത്രമാണ് ഉറങ്ങാൻ കഴി യുക. ഒരാഴ്ച തുടർച്ചയായി ഉറങ്ങാതിരുന്നതോടെ ഞാനാകെ അസ്വസ്ഥനായി. ചെറിയ കാര്യത്തിനു പോലും ദേഷ്യപ്പെടാൻ തുടങ്ങി. അത്രയും ദിവസം സെറ്റിലുണ്ടായിരുന്ന ചിരിയും കളി യുമൊക്കെ അതോടെ നിലച്ചു. ഞാൻ സീരിയസായതോടെ എല്ലാ വരും മൗനമായി. ഒരു ദിവസം നടി ചിത്രയെ വച്ച് ഒരു സീൻ ചിത്രീ കരിക്കുകയാണ്. ക്യാമറയ്ക്കു പിറകിൽ നോക്കി ചിത്രയോട് ആംഗിൾ പറഞ്ഞുകൊടുക്കുമ്പോൾ പെട്ടെന്ന് എന്റെ തലയിലെ തൊപ്പി ആരോ എടുത്തുമാറ്റി. ഞാൻ ക്ഷുഭിതനായി കട്ട് പറഞ്ഞു. തിരിഞ്ഞു നോക്കുമ്പോൾ തൊപ്പി അമ്പിളിച്ചേട്ടന്റെ കൈയിലിരിക്കുകയാണ്. ആ സമയത്ത് ലൊക്കേഷനിലേക്ക് വന്ന അമ്പിളിച്ചേട്ടൻ എന്നോടുള്ള സ്വാതന്ത്ര്യം വച്ച് തമാശയ്ക്ക് തൊപ്പിയെടുത്തതാണ്. അദ്ദേഹ മാണെന്ന് അറിഞ്ഞിട്ടും എന്റെ ദേഷ്യം ശമിച്ചില്ല.

''എന്തു പണിയാ അമ്പിളിച്ചേട്ടൻ കാണിച്ചത്? ഷോട്ടെടുക്കുമ്പോ ഴാണോ തൊപ്പി മാറ്റുന്നത്? തമാശ കളിക്കേണ്ട സമയമാണോ ഇത്?''

ഞാൻ പൊട്ടിത്തെറിച്ചു. ദേഷ്യം വന്നാൽ സ്വന്തം അച്ഛനോടു പോലും ക്ഷമിക്കാത്തയാളാണ് ഞാൻ. അമ്പിളിച്ചേട്ടൻ ഒന്നും മിണ്ടി യില്ല. ഞാൻ സെറ്റിൽ ഒരു മൂലയ്ക്ക് പോയി ഇരുന്നു. പിന്നീടാണ് ഞാൻ ഒരു കാര്യം ആലോചിച്ചത്. മലയാളത്തിലെ മഹാനായ ഒരു നടനോട് പുഴുപോലെയുള്ള ഞാൻ ചൂടാവാൻ പാടില്ലായിരുന്നു. ഞാൻ പത്താം ക്ലാസിൽ പഠിക്കുന്ന സമയം മുതൽ നടനായ ആളാണ് അമ്പിളിച്ചേട്ടൻ. എന്നോടുള്ള സ്നേഹം കൊണ്ടാണ് അദ്ദേഹം ഒന്നും പ്രതികരിക്കാതിരുന്നത്. മറ്റൊരു നടനോടാണ് ഞാനിങ്ങനെ പെ രുമാറിയതെങ്കിൽ, 'നീയാരാടാ എന്നോട് ഇതൊക്കെപ്പറയാൻ' എന്നു പറഞ്ഞുകൊണ്ട് അപ്പോൾത്തന്നെ കാറിൽ കയറി സ്ഥലംവിട്ടേനേ.

എന്റെ ഭാഗത്താണ് തെറ്റെന്ന് ബോധ്യപ്പെട്ടപ്പോൾ ഞാൻ പതുക്കെ എഴുന്നേറ്റ് അമ്പിളിച്ചേട്ടന്റെ അരികിലേക്കു ചെന്നു. അദ്ദേഹം ചിരിച്ചു കൊണ്ട് എന്റെ തോളത്തു കൈവച്ചു.

''അൻസാറിനെന്തോ പ്രശ്നമുണ്ട്.''

ഒരാഴ്ച ഉറങ്ങാൻ പറ്റാത്തതിന്റെ വിഷമത്തെക്കുറിച്ച് ഞാൻ പറഞ്ഞു.

''ഈ സമയത്ത് ഷൂട്ട് ചെയ്യരുത്. ഒരുഭാഗം തളർന്നുപോകും. അല്ലെങ്കിൽ ഭ്രാന്താവും. ഇപ്പോൾത്തന്നെ ഷൂട്ടിംഗ് പായ്ക്കപ്പ് ചെയ്യ്. എന്നിട്ട് ഒരു അലോപ്പതി ഡോക്ടറെ കാണ്. അതുകഴിഞ്ഞ് നാലു ദിവസം സുഖമായി കിടന്നുറങ്ങ്. അനിയന്റെ എല്ലാ പ്രശ്നവും മാറിക്കിട്ടും.''

അമ്പിളിച്ചേട്ടൻ പറയുന്നത് ശ്രദ്ധിച്ചുകേട്ടതിനുശേഷം ഞാനത് അനുസരിച്ചു. ഷൂട്ടിംഗ് അപ്പോൾത്തന്നെ പായ്ക്കപ്പ് ചെയ്തു. പോകാൻനേരം അമ്പിളിച്ചേട്ടൻ പറഞ്ഞു.

''ഷൂട്ടിംഗ് തുടങ്ങുന്നതിന്റെ തലേദിവസം അറിയിച്ചാൽ മതി. എന്തു പ്രശ്നമുണ്ടായാലും ഞാൻ വന്നിരിക്കും.''

ഞാൻ ചെറുപ്പം മുതൽ ഹോമിയോ മരുന്നാണ് കഴിക്കാറുള്ളത്. അതുകൊണ്ടുതന്നെ കാറിൽ കയറി പെരുമ്പാവൂരിലുള്ള ഒരു ഹോമിയോ ഡിസ്പെൻസറിയിലേക്ക് പോയി. കഴിഞ്ഞ ഒരാഴ്ചയായി സംഭവിക്കുന്ന കാര്യങ്ങൾ ഡോക്ടറോട് പറഞ്ഞു. അദ്ദേഹം എന്റെ പ്രഷർ നോക്കി. നന്നായി ബി.പി. കൂടിയിരിക്കുന്നു.

''നിങ്ങൾ ഇപ്പോഴെങ്കിലും വന്നത് നന്നായി. ഒരു മണിക്കൂർ കൂടി കഴിഞ്ഞാണ് വന്നിരുന്നതെങ്കിൽ ഒരുപക്ഷേ മരണം വരെ സംഭവിച്ചേനേ. അതുകൊണ്ട് എത്രയും പെട്ടെന്ന് ഒരു ഹോസ്പിറ്റലിലെത്തുക.''

ഡോക്ടർ പറയേണ്ട താമസം ഞാൻ നേരെ ഹോട്ടലിലെത്തി. എറണാകുളം മെഡിക്കൽ ട്രസ്റ്റിൽ പോകാമെന്ന് കരുതി. ഡ്രസ്സ് മാറ്റിക്കൊണ്ടിരിക്കവെ ഡോറിൽ ആരോ മുട്ടുന്നു. തുറന്നപ്പോൾ അമ്പിളിച്ചേട്ടൻ.

''ഡോക്ടറെ കണ്ടോ?''

ഹോമിയോ ഡോക്ടറെ കണ്ടതും ആശുപത്രിയിലെത്താൻ പറഞ്ഞതും അമ്പിളിച്ചേട്ടനെ അറിയിച്ചു.

''ഇതേപോലെ പ്രശ്നമുണ്ടായ ആളുകളെ എനിക്കറിയാം. അതുകൊണ്ടാണ് അലോപ്പതി ഡോക്ടറെ കാണാൻ പറഞ്ഞത്.''

അദ്ദേഹം എന്നെ വഴക്കു പറഞ്ഞു. പെട്ടെന്നുതന്നെ എറണാകുളത്തേക്ക് പോകാൻ നിർദ്ദേശിച്ചു. ഞാൻ കാറിൽ മെഡിക്കൽ ട്രസ്റ്റിലെത്തി. ഫിസിഷ്യൻ എന്നെ വിശദമായി പരിശോധിച്ചു. വൈകിട്ടുവരെ അഡ്മിറ്റ് ചെയ്തു. അതിനുശേഷം ഡോക്ടർ എന്നെ വിളിപ്പിച്ചു.

''മേലാൽ ഇങ്ങനെ സ്ട്രെയിൻ ചെയ്യരുത്. ശരീരം തളർന്നുപോകും. ഇപ്പോൾത്തന്നെ വീട്ടിൽപോയി നാലു ദിവസം കിടന്നുറങ്ങ്. എല്ലാ പ്രശ്നവും തീരും.''

അമ്പിളിച്ചേട്ടനും ഡോക്ടറും പറഞ്ഞത് ഒരേ കാര്യമാണ്. നാലു ദിവസം ഉറങ്ങിയപ്പോൾ എല്ലാ അസ്വാസ്ഥതകളും മാറി. നാലാം ദിവസം രാത്രി അമ്പിളിച്ചേട്ടനെ വിളിച്ചുപറയുകയും ചെയ്തു. അഞ്ചാം ദിവസം ഷൂട്ടിംഗ് ആരംഭിക്കുമ്പോൾ ലൊക്കേഷനിൽ അമ്പിളിച്ചേട്ടൻ ഹാജരുണ്ട്. എന്റെ ജീവൻ രക്ഷിച്ചതിന് അദ്ദേഹത്തിന് നന്ദി പറഞ്ഞതിനുശേഷമാണ് ഞാൻ ക്യാമറയ്ക്കു പിറകിലേക്കു നീങ്ങിയത്. കാറപകടത്തിൽ പരുക്കു പറ്റിയതു മുതൽ ഞാൻ അമ്പിളിച്ചേട്ടനുവേണ്ടി പ്രാർത്ഥിക്കാറുണ്ട്. അദ്ദേഹം ഇപ്പോഴും ജീവിച്ചിരിക്കുന്നതിനു കാരണവും ദൈവത്തിന്റെ അനുഗ്രഹമാണെന്നാണ് എന്റെ വിശ്വാസം. ■

അൻസാർ കലാഭവൻ: കൊച്ചിൻ കലാഭവന്റെ മിമിക്രി ട്രൂപ്പിലൂടെ കലാരംഗത്തുവന്ന അൻസാർ, അഭിനേതാവും തിരക്കഥാകൃത്തും സംവിധായകനുമാണ്. വലത്തോട്ടു തിരിഞ്ഞാൽ നാലാമത്തെ വീട്, കിരീടമില്ലാത്ത രാജാക്കന്മാർ, മന്ത്രിമാളികയിൽ മനസ്സമ്മതം എന്നീ സിനിമകൾ സംവിധാനം ചെയ്തു. ജി.അരവിന്ദന്റെ പോക്കുവെയിലിൽ കവി ബാലചന്ദ്രൻ ചുള്ളിക്കാടിനൊപ്പം ശ്രദ്ധേയമായ വേഷം ചെയ്തിട്ടുണ്ട്.

ആശുപത്രിമുറിയിൽ ഒരോണസ്സദ്യ

കൈതപ്രം ദാമോദരൻ നമ്പൂതിരി

1975–76 കാലഘട്ടം. അക്കാലത്ത് ഞാൻ തിരുവനന്തപുരം ജഗതിക്കടുത്ത ഇടപ്പഴഞ്ഞി അമ്പലത്തിൽ ശാന്തിക്കാരനാണ്. അമ്പലത്തിനടുത്തുതന്നെയാണ് എന്റെ അടുത്ത സുഹൃത്ത് വേണുവിന്റെ താമസം. ഒരു മെലിഞ്ഞ പയ്യൻ മിക്കപ്പോഴും വേണുവിനെ കാണാൻ വരും. അവർ തമ്മിൽ കുറേനേരം സംസാരിച്ചശേഷമാണ് പിരിയുന്നത്.

"ഇത് ശ്രീകുമാർ. എന്റെ കളിക്കൂട്ടുകാരനാണ്. നാടകത്തിലും സിനിമയിലുമൊക്കെ അഭിനയിക്കും. നമ്മുടെ ജഗതി.എൻ.കെ. ആചാരി സാറിന്റെ മകനാണ്."

ഒരു ദിവസം വേണു ആ ചെറുപ്പക്കാരനെ പരിചയപ്പെടുത്തി. ജഗതി എൻ.കെ.ആചാരി അന്ന് ആകാശവാണി ശ്രോതാക്കൾക്ക് സുപരിചിതനാണ്. അദ്ദേഹത്തിന്റെ മകനാണെന്നറിഞ്ഞപ്പോൾ ബഹുമാനം കൂടി. അമ്പലത്തിലേക്ക് പോകുന്ന വഴിക്ക് പലപ്പോഴും ഞാൻ ശ്രീകുമാറിനെ കാണും. പരിചയം പുതുക്കും.

നാടകവും അഭിനയവുമൊക്കെ എനിക്കും ഇഷ്ടമായിരുന്നു. ശാന്തിപ്പണി ഇല്ലാത്ത സമയത്ത് ഞാൻ മിക്കപ്പോഴും ശാസ്തമംഗലത്തെ പരമശിവം മാസ്റ്ററുടെ ഷെഡ്ഡിലായിരിക്കും. ശാസ്തമംഗലം ഭാഗത്ത് താമസിക്കുന്ന കലാകാരന്മാർ ഒത്തുചേരുന്നത് അവിടെയാണ്. നെടുമുടിവേണുവിനെ കാണാൻ ഇടയ്ക്ക് ശ്രീകുമാറും വരും. മോഹൻലാൽ ആദ്യമായി അഭിനയിച്ച 'തിരനോട്ടം' സിനിമയുടെ ചർച്ച നടന്നതൊക്കെ ഇപ്പോഴും ഓർക്കുന്നു. ലാലൊക്കെ അന്ന് ചെറിയ പയ്യനാണ്. ഡാൻസർ ചന്ദ്രശേഖരന്റെ മകളാണ് 'തിരനോട്ട'ത്തിലെ നായികയായത്. ശ്രീകുമാർ അന്ന് കുറച്ച് സിനിമകളിലേ അഭിനയിച്ചിട്ടുള്ളൂ. ഇടപ്പഴഞ്ഞിയിലെ പരിചയം ദൃഢമാവുന്നത് അവിടെവച്ചാണ്. ശ്രീകുമാർ പിന്നീട് മലയാളികളുടെ പ്രിയപ്പെട്ട ജഗതി ശ്രീകുമാറായി വളർന്നു. ഞാൻ പതുക്കെ ഗാനരചനയിലേക്കും

അഭിനയത്തിലേക്കും കടന്നു. ഞാനും ജഗതിയും ഐ.വി.ശശിയുടെ സിനിമയിൽ ഒരുമിച്ച് അഭിനയിച്ചിട്ടുണ്ട്. ഒരെഴുത്തുകാരൻ എന്ന പരിഗണന എപ്പോഴും എനിക്ക് അദ്ദേഹം നൽകിയിരുന്നു.

2012 മാർച്ച് പത്ത്. കിടങ്ങൂരിൽ ഒരു സംഗീതക്കച്ചേരി നടത്തി പുലർച്ചെയാണ് വീട്ടിലെത്തിയത്. ഒന്നു മയങ്ങാൻ തുടങ്ങിയപ്പോഴാണ് ജഗതി അപകടത്തിൽപെട്ട കാര്യം സുഹൃത്ത് വിളിച്ചു പറയുന്നത്. അപ്പോൾത്തന്നെ ആശുപത്രിയിൽ ചെന്ന് ആവശ്യമായ കാര്യങ്ങൾ ചെയ്തുകൊടുത്തു. ഏറെ നാൾ കഴിയുന്നതിനു മുമ്പ് വിദഗ്ധ ചികിത്സയ്ക്കായി ജഗതിയെ വെല്ലൂർ ക്രിസ്ത്യൻ മെഡിക്കൽ കോളജിലേക്കു മാറ്റി.

പെട്ടെന്നൊരു ദിവസം എനിക്ക് സ്ട്രോക്ക് വന്നു. വിശദമായ ചികിത്സയ്ക്കുവേണ്ടി ഞാനും വെല്ലൂരിലെത്തി. എനിക്കു കിട്ടിയതാവട്ടെ, ജഗതിയുടെ തൊട്ടടുത്ത നൂറ്റിയേഴാം നമ്പർ മുറി. നൂറ്റിയാറിലായിരുന്നു ജഗതി. അഡ്മിറ്റായ ദിവസം വൈകിട്ട് ഒരു വീൽചെയറിൽ ജഗതിയെ കുടുംബാംഗങ്ങൾ എന്റെ മുറിയിലെത്തിച്ചു. ആ സമയത്ത് ചായ കുടിക്കുകയായിരുന്നു ഞാൻ. ചായ വേണമോ എന്ന് ചോദിച്ചപ്പോൾ വേണമെന്ന അർത്ഥത്തിൽ അദ്ദേഹം തലകുലുക്കി. അപ്പോൾത്തന്നെ ഭാര്യ ഇൻഡക്ഷൻ കുക്കറിൽ ചായ തിളപ്പിച്ചു കൊടുത്തു. കുടിച്ച ശേഷം എന്റെ മുഖത്തുനോക്കി ചിരിച്ചു. ജഗതിക്ക് എല്ലാം തിരിച്ചറിയാൻ പറ്റുമെന്ന് ബോധ്യമായ നിമിഷമായിരുന്നു അത്. അപകടത്തിന്റെ അസ്വസ്ഥത മാത്രമേ അന്ന് ജഗതിക്കുണ്ടായിരുന്നുള്ളൂ. പ്രഷറും ഷുഗറും ഒന്നുമില്ല.

ഞങ്ങൾ തമ്മിൽ കാണുന്നത് പതിവായി. ശാന്തമായ ഒരു ദിവസം ഞാൻ ജഗതിയെക്കുറിച്ച് ഒരു കവിതയെഴുതി. മുറിയിലെത്തി അത് അദ്ദേഹത്തെ വായിച്ചുകേൾപ്പിക്കുകയും ചെയ്തു. ആ കവിത എന്റെ കൈയിൽനിന്ന് വാങ്ങിച്ച് അക്ഷരങ്ങളിലൂടെ കണ്ണോടിച്ചശേഷം പോക്കറ്റിലേക്കിട്ടു. മകനും മകളും ചോദിച്ചിട്ടും കൊടുത്തില്ല. മക്കൾ പറഞ്ഞതനുസരിച്ച് ഞാൻ ജഗതിക്കിഷ്ടപ്പെട്ട പാട്ടുകൾ പാടി. ആ സമയത്ത് അദ്ദേഹത്തിന്റെ ചുണ്ടുകൾ മൂളുന്നത് എനിക്കു കാണാം.

മഹാനവമിയുടെ തലേ ദിവസം മുറിയിലെത്തിയപ്പോൾ ജഗതിയുടെ ഭാര്യ ശോഭ എന്നോടു പറഞ്ഞു.

''വിജയദശമിക്ക് കൊച്ചുമകനെ എഴുത്തിരുത്താൻ താൽപ്പര്യമുണ്ട്. തിരുമേനി ആദ്യക്ഷരം കുറിച്ചുതരാമോ?''

കേട്ടപ്പോൾ വളരെ സന്തോഷം തോന്നി. കാരണം എല്ലാ വിജയദശമി നാളിലും ഞാൻ കോഴിക്കോട് തിരുവണ്ണൂരിലെ വീടിനോടു

ചേർന്ന സംഗീതമണ്ഡപത്തിൽ വച്ച് നൂറോളം കുട്ടികളെ എഴുത്തിനിരുത്താറുണ്ട്. ആ വർഷം അസുഖം വന്നതിനാൽ ആർക്കും ഹരിശ്രീ കുറിച്ചുകൊടുക്കാൻ കഴിയില്ലല്ലോ എന്ന സങ്കടമുണ്ടായിരുന്നു. ആ ദുഃഖം മാറിക്കിട്ടി. വിജയദശമി ദിനത്തിൽ രാവിലെ ജഗതിയുടെ മുറിയിലെത്തി കൊച്ചുമകളെ എഴുത്തിനിരുത്തി. ആ ചടങ്ങിന് ജഗതിയും സാക്ഷിയായി.

ഒരു ദിവസം മുറിയിൽ ചെന്നപ്പോൾ ഞാനൊരു പേപ്പറും പേനയും കൈയിൽ കൊടുത്തു. പേരെഴുതാൻ പറഞ്ഞു. പതുക്കെ ആ വിരലുകൾ ചലിച്ചു. 'ജഗ' എന്നു മാത്രമേ അദ്ദേഹത്തിന് എഴുതാൻ കഴിഞ്ഞുള്ളൂ. എങ്കിലും അതൊരു പ്രതീക്ഷയായിരുന്നു.

മുകേഷും കല്പനയും കാണാൻ വന്ന ദിവസമാണ് ജഗതി ഏറ്റവും സന്തോഷിച്ചത്. മുകേഷ് ഒരു പഴയ ഷൂട്ടിംഗ് കഥ പറഞ്ഞപ്പോൾ ആ മുഖം തെളിഞ്ഞു. മുകേഷും ജഗതിയും നടക്കുമ്പോൾ മുകേഷ് ഒരു വൃത്തികെട്ട ഗട്ടറിൽ വീഴുന്നതാണ് സീൻ. അതിനുവേണ്ടി പ്രൊഡക്ഷൻകാർ കണ്ടെത്തിയത് ഒറിജിനൽ ഗട്ടർ. കണ്ടാൽ ആരും

അറക്കുന്ന ഗട്ടറിൽ വീഴാൻ മുകേഷ് തയ്യാറായി. ഉടൻ ജഗതി പറഞ്ഞത്രെ-എങ്കിൽ ഞാനും മുകേഷിനൊപ്പം വീണേക്കാം. വേണ്ടെന്ന് സംവിധായകൻ പറഞ്ഞെങ്കിലും ആക്ഷൻ പറഞ്ഞപ്പോൾ ജഗതിയും അതിൽ ചാടിവീണു. ആ സിനിമയിലെ മനോഹരമായ സീനുകളിലൊന്ന് അതായിരുന്നു. ചേട്ടന് ആ സംഭവമൊക്കെ ഓർമ്മയില്ലേ എന്നു ചോദിച്ചപ്പോൾ പതുക്കെ ജഗതിയുടെ മുഖത്ത് ചിരി വിടർന്നു.

ആ ചികിത്സാക്കാലത്താണ് തിരുവോണം കടന്നുവന്നത്. രണ്ടു കുടുംബങ്ങളും ചേർന്ന് ആശുപത്രിയിൽ ഓണസ്സദ്യയൊരുക്കാൻ തീരുമാനിച്ചു. മുപ്പതോളം മലയാളി നഴ്സുമാരുണ്ട്, വെല്ലൂർ മെഡിക്കൽ കോളജിൽ. ഞങ്ങളുടെ ശ്രമത്തിന് അവരും പിന്തുണ നൽകി. ആശുപത്രിക്ക് പുറത്ത് സ്റ്റൗ വച്ച് ചോറുണ്ടാക്കി. പായസമുണ്ടാക്കാൻ നേതൃത്വം നൽകിയത് ഞാനാണ്. എല്ലാം കാണാൻ വീൽചെയറിൽ ജഗതിയും. തൊട്ടടുത്ത ക്രിസ്ത്യൻപള്ളിയിൽനിന്നും കറികളൊക്കെ കൊണ്ടുവന്നപ്പോൾ ഓണസ്സദ്യ കെങ്കേമമായി. അന്നാദ്യമായി ഞാനും ജഗതിയും ഞങ്ങളുടെ കുടുംബാംഗങ്ങളും ഒന്നിച്ചിരുന്ന് തിരുവോണസദ്യയുണ്ടു. നഴ്സുമാർക്ക് പായസം കൊടുത്തയച്ചു.

ഒരു മാസം കഴിഞ്ഞപ്പോൾ എനിക്ക് നടക്കാനായി. ഡിസ്ചാർജിന് ഡോക്ടർമാർ സമ്മതിച്ചു. ഫിസിയോതെറാപ്പി ഹാളിൽ വച്ച് യാത്ര പറയുമ്പോൾ അദ്ദേഹം മുഖം ഉയർത്തിയതേയില്ല. ഒരുമാസക്കാലം ഒന്നിച്ചുകഴിഞ്ഞതിന്റെ വിഷമം മുഴുവനും ആ മുഖത്തു കാണാമായിരുന്നു. ■

കൈതപ്രം ദാമോദരൻ നമ്പൂതിരി: കണ്ണൂർ പയ്യന്നൂരിൽ ജനിച്ച കൈതപ്രം ദാമോദരൻ നമ്പൂതിരി മലയാളത്തിലെ അറിയപ്പെടുന്ന ഗാനരചയിതാവാണ്. എന്നെന്നും കണ്ണേട്ടൻ എന്ന സിനിമയിൽ 'ദേവദുന്ദുഭി സാന്ദ്രലയം' എന്ന ഗാനം ഹിറ്റായതോടെയാണ് കൈതപ്രം അറിയപ്പെട്ടുതുടങ്ങിയത്. പിന്നീട് അനവധി സൂപ്പർഹിറ്റ് ഗാനങ്ങൾ. നിരവധി പുരസ്കാരങ്ങളും അദ്ദേഹത്തെ തേടിയെത്തി. കവിയും സംഗീതസംവിധായകനുമായ കൈതപ്രം നിരവധി സിനിമകളിൽ അഭിനയിച്ചിട്ടുമുണ്ട്. മഴവില്ലിനറ്റംവരെ എന്ന സിനിമ സംവിധാനം ചെയ്തു. 2021ൽ പത്മശ്രീ ബഹുമതി ലഭിച്ചു. സംഗീതസംവിധായകനായ ദീപാങ്കുരൻ മകനാണ്.

അവധി ദിനത്തിലെ സന്തോഷ ദിവസങ്ങൾ

തമ്പി ആന്റണി

അപകടം നടക്കുന്നതിന് തൊട്ടുമുമ്പാണ് അമ്പിളിച്ചേട്ടൻ 'പറുദീസ'യിൽ അഭിനയിച്ചത്. ആ സിനിമയ്ക്കുശേഷം ദുബായിൽ പോയി 'ഡയമണ്ട് നെക്ലേസി'ൽ വേഷമിട്ടു. അതു കഴിഞ്ഞ് മൂന്നു ദിവസം തിരുവമ്പാടി തമ്പാൻ. പിന്നീട് ലെനിൻ രാജേന്ദ്രന്റെ 'ഇടവപ്പാതി'യുടെ കുടകിലെ ലൊക്കേഷനിലേക്ക് പോകുമ്പോഴായിരുന്നു അപകടം.

അക്കാലത്ത് അമ്പിളിച്ചേട്ടന് നല്ല തിരക്കായിരുന്നു. മിക്ക സിനിമകൾക്കും രണ്ടോ മൂന്നോ ദിവസം മാത്രമേ ഡേറ്റ് നൽകാറുള്ളൂ. ഞാൻ നിർമ്മിക്കുന്ന 'പറുദീസ'യ്ക്കുവേണ്ടി പന്ത്രണ്ടു ദിവസം വേണമായിരുന്നു. ഇക്കാര്യം പറഞ്ഞപ്പോൾ ഒരു മടിയും കൂടാതെ സമ്മതിച്ചു. ഒരുപക്ഷേ 'പറുദീസ'യിലെ പഞ്ചായത്ത് പ്രസിഡന്റിന്റെ കഥാപാത്രത്തോടുള്ള സ്നേഹം കൊണ്ടായിരിക്കാം. അതല്ലെങ്കിൽ മകൾ പാർവതിയുടെ ഭർതൃവീട് ലൊക്കേഷന്റെ അടുത്തായതുകൊണ്ടാവാം. എന്തായാലും പന്ത്രണ്ടു ദിവസവും അമ്പിളിച്ചേട്ടൻ സന്തോഷത്തിലായിരുന്നു. ഈരാറ്റുപേട്ടയ്ക്കടുത്ത മേലുകാവിന്റെ മുകളിലുള്ള മലയോരഗ്രാമത്തിലായിരുന്നു ഷൂട്ടിംഗ്. താമസിച്ചിരുന്നത് ഈരാറ്റുപേട്ടയിലെ ഫിഞ്ച് ലോഡ്ജിലാണ്. ഈരാറ്റുപേട്ടയിലാണ് മകൾ പാർവതിയും ഭർത്താവ് ഷോൺ ജോർജും താമസിക്കുന്നത്. പാർവതി നല്ലൊരു പാചകക്കാരിയാണ്. മിക്ക ദിവസവും വൈകീട്ട് അവൾ കപ്പയും കരിമീൻ വറുത്തതും അച്ഛന് എത്തിച്ചുകൊടുക്കും. ചില ദിവസങ്ങളിൽ നല്ല മീൻകറിയുമുണ്ടാകും. ഈ കോമ്പിനേഷൻ അമ്പിളിച്ചേട്ടന് ഏറെയിഷ്ടമാണ്. ചില ദിവസങ്ങളിൽ ഭർത്താവ് ഷോണും കൂടെയുണ്ടാവും. പ്രൊഡക്ഷനിലെ ഫുഡ് കഴിച്ച് മടുത്ത

അമ്പിളിച്ചേട്ടന് പാർവതി ഉണ്ടാക്കിയ ഭക്ഷണം ഒരാശ്വാസമായിരുന്നു. ഭക്ഷണം വന്നുകഴിഞ്ഞാൽ നേരെ എന്റെ മുറിയിലേക്ക് വരും. ഞാനും കൂടെ കഴിക്കണമെന്നത് അമ്പിളിച്ചേട്ടന്റെ നിർബന്ധമാണ്.

ഷൂട്ടിംഗിന്റെ മറ്റൊരു ദിവസം സിനിമാബന്ദായിരുന്നു. ഏറെക്കാലത്തിനുശേഷം ഒരു ദിവസം ഫ്രീ ആണെന്നറിഞ്ഞപ്പോൾ അമ്പിളിച്ചേട്ടന്റെ മുഖത്തെ സന്തോഷം കാണേണ്ടതാണ്. മിനുട്ടുകൾക്കുപോലും വിലയുള്ള കലാകാരന് എല്ലാം മറന്ന് ആസ്വദിക്കാൻ കിട്ടിയ ദിവസം. ബന്ദിനു തലേ ദിവസം വൈകിട്ട് ഞാൻ അമ്പിളിച്ചേട്ടന്റെ മുറിയിലെത്തി.

"നാളെ കുടുംബസമേതം എന്റെ കട്ടപ്പനയിലുള്ള റിസോർട്ടിലേക്ക് വരണം."

ഉച്ചയ്ക്കുശേഷം വരാമെന്ന് അദ്ദേഹം സമ്മതിക്കുകയും ചെയ്തു. മൂന്നു മണി കഴിഞ്ഞപ്പോൾ അമ്പിളിച്ചേട്ടനും കുടുംബവും പാലസ് അവന്യൂ ഹിൽ റിസോർട്ടിലെത്തി. അവരെ സ്വീകരിക്കാൻ എനിക്കൊപ്പം സഹോദരൻ ബാബു ആന്റണിയുമുണ്ടായിരുന്നു. ശരിക്കു പറഞ്ഞാൽ പിന്നീടുള്ള നിമിഷങ്ങൾ ഒരു ഉത്സവപ്രതീതിയായിരുന്നു. കഥകൾ പറഞ്ഞും പാട്ടുപാടിയും വിശേഷങ്ങൾ പങ്കിട്ടും സമയം പോയതറിഞ്ഞില്ല. അതിനിടയ്ക്ക് ഞങ്ങളൊന്നിച്ച് ഡിന്നർ കഴിച്ചു. പിരിയുമ്പോൾ രാത്രി പതിനൊന്നു മണി കഴിഞ്ഞു.

രണ്ടുദിവസം കഴിഞ്ഞ് കണ്ടപ്പോൾ പാർവതിക്ക് പറയാനുള്ളതും അന്നത്തെ ദിവസത്തെക്കുറിച്ചായിരുന്നു.

"പപ്പയുടെ ജീവിതത്തിൽ ഏറ്റവും സന്തോഷിച്ച ദിവസമായിരുന്നു അന്ന്. ഏറെക്കാലത്തിനുശേഷം ഞങ്ങളൊന്നിച്ചുചേർന്നതും അന്നാണ്."

എത്ര വൈകി കിടന്നാലും പുലർച്ചെ അഞ്ചുമണിക്ക് എഴുന്നേൽക്കുന്നതാണ് അമ്പിളിച്ചേട്ടന്റെ ശീലം. പിന്നീട് കുറച്ചുദൂരം നടക്കും. ഒരുപക്ഷേ അതുകൊണ്ടാവാം ചെറിയ അസുഖങ്ങളൊന്നും അദ്ദേഹത്തെ തൊട്ടിരുന്നില്ല.

ബ്ലെസിയുടെ 'പളുങ്കി'ലായിരുന്നു ഞാനും അമ്പിളിച്ചേട്ടനും ഒന്നിച്ചഭിനയിച്ചത്. ആദ്യമായി കാണുന്നതും അവിടെവച്ചാണ്. അന്ന് എനിക്ക് അധികം സിനിമാക്കാരെയൊന്നും പരിചയമില്ല. ലൊക്കേഷനിൽ ഒരുഭാഗത്ത് ആരോടും സംസാരിക്കാതെ മാറിയിരിക്കും. വന്നതിന്റെ പിറ്റേന്ന് ഉച്ചയ്ക്ക് അമ്പിളിച്ചേട്ടൻ എന്റടുത്തേക്കു വന്നു.

''എന്തിനാണ് ഇങ്ങനെ ഒറ്റയ്ക്കിരിക്കുന്നത്. നമുക്ക് മമ്മൂട്ടിയുടെ മുറിയിൽ പോയി ഭക്ഷണം കഴിക്കാം.''

വേണ്ടെന്നു പറഞ്ഞെങ്കിലും അദ്ദേഹത്തിന്റെ സ്നേഹനിർബന്ധത്തിന് വഴങ്ങേണ്ടി വന്നു. പിന്നീടുള്ള ദിവസങ്ങളിലെല്ലാം ഞങ്ങളൊന്നിച്ചാണ് ഭക്ഷണം കഴിച്ചത്. എന്തോ ഒരു പ്രത്യേക സ്നേഹം എന്നോടുണ്ടായിരുന്നു.

ആ സമയത്ത് വിശ്രമവും ഉറക്കവുമൊക്കെ കാറിൽത്തന്നെയാണ്. ഒരു ലൊക്കേഷനിൽ നിന്ന് മറ്റൊരിടത്തേക്ക് പോകുമ്പോൾ കാറിന്റെ മുൻസീറ്റിലാണ് അദ്ദേഹം ഇരിക്കുക. അതേക്കുറിച്ച് ചോദിച്ചപ്പോൾ പറഞ്ഞതിങ്ങനെ.

''ഞാൻ പിൻസീറ്റിലിരുന്നാൽ ഡ്രൈവർ ഉറങ്ങിപ്പോയാലോ?''

മറ്റ് കോമഡി ആർട്ടിസ്റ്റുകളെപ്പോലെ ബ്രേക്ക് സമയത്ത് ഫലിതം പറയുന്ന സ്വഭാവമൊന്നും അമ്പിളിച്ചേട്ടനില്ല. ഫിലോസഫിക്കലായാണ് അദ്ദേഹം കാര്യങ്ങൾ പറയുക. അതിൽ പലപ്പോഴും നർമ്മം ഒളിഞ്ഞിരിപ്പുണ്ടാവും. മാവേലിയുടെ ഓണക്കാലവരവിനെക്കുറിച്ച് അമ്പിളിച്ചേട്ടൻ നടത്തിയൊരു പ്രസംഗമുണ്ട്. യൂ ട്യൂബിൽ ഇപ്പോഴും ഹിറ്റാണത്.

അമേരിക്കയിൽനിന്ന് നാട്ടിൽ വരുമ്പോഴൊക്കെ ആഗ്രഹിക്കും, അമ്പിളിച്ചേട്ടനെ പോയി കാണണമെന്ന്. അതിനു സാധിച്ചത് ഒരു സ്വാതന്ത്ര്യദിനത്തലേന്നാണ്. 'ഡ്രൈവർ ഓൺ ഡ്യൂട്ടി' എന്ന സിനിമയുടെ തൊടുപുഴയിലെ ലൊക്കേഷനിലായിരുന്നു ഞാൻ.

തിരുവനന്തപുരത്തെ അദ്ദേഹത്തിന്റെ വീട്ടിലേക്ക് പോകുന്നതിനു മുമ്പ് ആദ്യം വിളിച്ചത് സംവിധായകൻ ആർ. ശരത്തിനെയാണ്. അപ്പോൾ അദ്ദേഹത്തിന്റെ കൂടെ കൈരളി ചാനൽ ഡയറക്ടർ ഇ.എം. അഷറഫും ഉണ്ടായിരുന്നു. അഷറഫും കൂടെ വരാനുള്ള ആഗ്രഹം പ്രകടിപ്പിച്ചു. തൊടുപുഴയിൽ നിന്നു പുറപ്പെടാൻ നേരത്താണ് ഏഷ്യാനെറ്റിൽനിന്ന് അനിൽ അടൂർ വിളിച്ചത്. സ്റ്റുഡിയോയിൽ ഉണ്ടായിരുന്ന പ്രശസ്ത മോഹനവീണ വിദഗ്ധൻ പോളി വർഗീസിന് വരാൻ താത്പര്യമുണ്ടെന്നറിയിച്ചു. അങ്ങനെ ഞങ്ങൾ രണ്ടു സംഘമായി അമ്പിളിച്ചേട്ടന്റെ വീട്ടിലേക്കു തിരിച്ചു. പോകുന്നതിനു മുമ്പ് മരുമകൻ ഷോണിനെ വിളിച്ച് വിവരമറിയിച്ചു.

മൂന്നു മണിക്കാണ് ഞങ്ങൾ വീട്ടുമുറ്റത്തെത്തിയത്. ഭാര്യ ശോഭ ഞങ്ങളെ സ്വീകരിച്ച് അകത്തേക്കിരുത്തി. അഞ്ചുമിനിട്ടിനകം

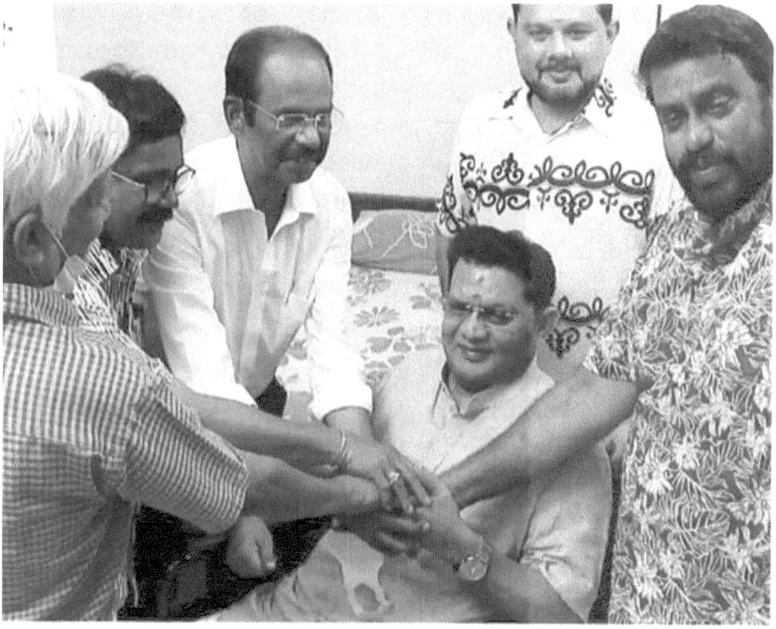

വീൽച്ചെയറിൽ അമ്പിളിച്ചേട്ടനെത്തി. മുഖത്ത് ഒരു ചെറുപുഞ്ചിരി. പിന്നീട് വലിയ ഭാവവ്യത്യസമൊന്നും ഉണ്ടായില്ല. ഞാൻ പതുക്കെ അടുത്തുചെന്ന് കൈ പിടിച്ച് ഉറക്കെ പേരുപറഞ്ഞു. മനസ്സിലായോ എന്നു ചോദിച്ചു. അമ്പിളിച്ചേട്ടൻ പുഞ്ചിരിച്ചുകൊണ്ട് തല കുലുക്കി. ഏതു വിഷയത്തെപ്പറ്റിയും വാതോരാതെ സംസാരിച്ചിരുന്ന അദ്ദേഹത്തിന്റെ അപ്പോഴത്തെ അവസ്ഥ കണ്ട് സങ്കടം തോന്നിപ്പോയി. പിന്നീട് ഓരോരുത്തരായി പരിചയപ്പെട്ടു. എഴുതാൻ കഴിയുന്നുണ്ടോ എന്ന് ഭാര്യ ശോഭയോടു ചോദിച്ചു.

''ഇടതു കൈകൊണ്ട് തുടങ്ങിവയ്ക്കും പക്ഷേ പൂർത്തിയാക്കാൻ പറ്റില്ല. കഷ്ടിച്ച് എഴുന്നേറ്റു നിൽക്കും. പിന്നെ വടിയുംകുത്തി നടക്കാനുള്ള ഒരു ശ്രമമുണ്ടെങ്കിലും സാധിക്കുന്നില്ല''

ശോഭ പറഞ്ഞു. അതൊരു പ്രതീക്ഷയാണ്. വെല്ലൂരിൽ നിന്നുള്ള ട്രീറ്റ്മെന്റിന്റെ ഭാഗമായി ഒരു അറ്റന്റർ കൂടെയുണ്ടായിരുന്നു അവിടെ. എല്ലാ ദിവസവും വൈകിട്ട് നാലുമണിക്ക് ഫിസിയോ തെറാപ്പിസ്റ്റ് വരുമെന്നും ഭാര്യ പറഞ്ഞു.

പോളി വർഗീസ് നേരത്തെ പ്ലാൻ ചെയ്തതുപോലെ തന്റെ മോഹനവീണ ബാഗിൽനിന്ന് പുറത്തെടുത്തു. അമ്പിളിച്ചേട്ടനോട്

പാടാൻ പോകുന്ന പാട്ടിന്റെ രാഗം പറഞ്ഞു. അപ്പോഴും ചെറുതായി ഒന്നു തലയാട്ടി. വീണ വായിച്ചു തുടങ്ങിയപ്പോൾ അതാസ്വദിക്കുന്നതുപോലെ തോന്നി. ഇടയ്ക്കിടെ കണ്ണടയ്ക്കുന്നുണ്ടായിരുന്നു. അങ്ങനെ സംഗീതമയമായ ആ അന്തരീക്ഷത്തിൽ ഞങ്ങളെല്ലാവരും ലയിച്ചുചേർന്നു. പിന്നീട് കുറെ ഫോട്ടോകളെടുത്തു. എങ്കിലും ആ സംസാരസാഗരത്തിന്റെ ശാന്തത എന്നെ വേദനിപ്പിച്ചു.

‘‘അമ്പിളിച്ചേട്ടൻ തിരിച്ചുവരും.’’

കാറിലേക്ക് കയറാൻ തുടങ്ങുമ്പോൾ ഞാൻ പറഞ്ഞു. മറ്റുള്ളവർക്കും അതേ അഭിപ്രായം തന്നെയായിരുന്നു. ■

തമ്പി ആന്റണി: നിർമ്മാതാവും അഭിനേതാവുമായ തമ്പി ആന്റണി അറിയപ്പെടുന്ന എഴുത്തുകാരൻ കൂടിയാണ്. കുടുംബസമേതം യു.എസിലാണ് താമസം. കൽക്കത്താന്യൂസ്, പറുദീസ തുടങ്ങിയ സിനിമകൾ നിർമ്മിച്ച അദ്ദേഹം അറേബ്യ എന്ന സിനിമയിലൂടെയാണ് അഭിനയത്തിലേക്ക് കടക്കുന്നത്. കാരൂരിന്റെ ‘പൊതിച്ചോറ്’ എന്ന കഥയെ ആസ്പദമാക്കി നിർമ്മിച്ച ‘ഹെഡ്മാസ്റ്റർ’ എന്ന സിനിമയിലെ മുഖ്യ അഭിനേതാവാണ്. ബാബു ആന്റണി സഹോദരനാണ്.

ജഗതിച്ചേട്ടനൊപ്പം, ഒരു യാത്രയിൽ...

ജഗദീഷ്

സിനിമാനടനാവാൻ വേണ്ടി ജനിച്ചയാളാണ് ജഗതിച്ചേട്ടനെന്ന് പലപ്പോഴും തോന്നിയിട്ടുണ്ട്. തിരുവനന്തപുരം മോഡൽ സ്കൂളിൽ എന്റെ സീനിയറായിരുന്നു അദ്ദേഹം. ഞാൻ നാലാം ക്ലാസിൽ പഠിക്കുമ്പോഴാണ് ശ്രീകുമാർ എന്ന വിദ്യാർത്ഥിയുടെ അഭിനയം ആദ്യം കാണുന്നത്. 'പൊടിക്കൈ' എന്ന നാടകത്തിൽ പദ്ധതി പരമു പിള്ള എന്ന കഥാപാത്രത്തെ ഗംഭീരമായാണ് അന്ന് സ്റ്റേജിൽ അവതരിപ്പിച്ചത്. ശ്രീകുമാർ അന്നു മുതലേ മികച്ച നടനായിരുന്നു. പിന്നീട് മാർ ഇവാനിയോസ് കോളജിലെത്തിയപ്പോഴും സീനിയറായി ശ്രീകുമാറുണ്ട്. അന്ന് അദ്ദേഹം പ്രധാന കഥാപാത്രമായി വേഷമിട്ട 'കായംകുളം കൊച്ചുണ്ണി'യാണ് യൂണിവേഴ്സിറ്റി കലോത്സവത്തിൽ മികച്ച നാടകമായി തെരഞ്ഞെടുക്കപ്പെട്ടത്.

മോഡൽ സ്കൂളിൽ പഠിക്കുമ്പോഴാണ് ശ്രീകുമാറിനൊപ്പം ഒന്നിച്ച് ഞാൻ അഭിനയിച്ചത്. അവിടുത്തെ പൂർവ വിദ്യാർഥികൾ ഒരു നാടകം പ്ലാൻ ചെയ്തു. ശ്രീകുമാറിന്റെ അച്ഛൻ ജഗതി എൻ.കെ. ആചാരി രചിച്ച 'ലഹരി' എന്ന നാടകം. അതിൽ ബാലനടനായി അഭിനയിക്കാൻ പൂർവ വിദ്യാർത്ഥിയെ പറ്റില്ലല്ലോ. അപ്പോഴാണ് മോഡൽ സ്കൂളിൽ പഠിക്കുന്ന കുട്ടികളിലേക്ക് അന്വേഷണമെത്തിയത്. നറുക്കുവീണതാവട്ടെ, ഏഴാംക്ലാസുകാരനായ എനിക്കും. 'ലഹരി'യിലെ അയ്യപ്പൻപിള്ള എന്ന കഥാപാത്രത്തെയാണ് ശ്രീകുമാർ അവതരിപ്പിച്ചത്. അന്നും ശ്രീകുമാറിന്റെ അഭിനയം ആദരപൂർവം നോക്കിനിന്നിട്ടുണ്ട്.

കോളജ് കാലഘട്ടത്തിൽത്തന്നെ ഞാൻ വയലാവാസുദേവൻ പിള്ള സാറിന്റെ ശിഷ്യനായി സുവർണരേഖ സമിതിയിലെത്തി. ആ

സമയത്തും ആകാശവാണിയുടെ യുവവാണിയിലും നാടകം അവതരിപ്പിക്കാനുള്ള ഭാഗ്യമുണ്ടായി. ജഗതി എൻ.കെ.ആചാരി സാർ അന്ന് ആകാശവാണിയിൽ നിറഞ്ഞുനിൽക്കുന്ന കലാകാരനാണ്. ഒരു ദിവസം ആകാശവാണിയിൽ പോയപ്പോൾ അദ്ദേഹം അടുത്തേക്കു വിളിച്ചു.

''എന്റെ നാടകത്തിൽ സ്റ്റേജിൽ അഭിനയിക്കാൻ താൽപ്പര്യമുണ്ടോ?''

അന്ന് ജഗതി എൻ.കെ.ആചാരി സാർ നാടകത്തിൽ കത്തിനിൽക്കുന്ന കാലമാണ്. അദ്ദേഹത്തിന്റെ നാടകത്തിൽ അവസരം കിട്ടുന്നതു തന്നെ വലിയ ഭാഗ്യം.

''താത്പര്യമുണ്ട് സാർ, എപ്പോഴാണ് റിഹേഴ്സലിന് വരേണ്ടത്?''

ഞാൻ ചോദിച്ചു.

''ഇന്നു വൈകുന്നേരമാണ് നാടകം. ടെക്സ്റ്റ് ഇപ്പോൾത്തന്നെ തരാം. ഒന്നു മനസ്സിരുത്തി പഠിച്ചാൽ മതി.''

എനിക്കത് വലിയ ഷോക്കായിരുന്നു. വൈകിട്ട് അവതരിപ്പിക്കേണ്ട നാടകം രാവിലെ പഠിച്ചാൽ ശരിയാവുമോ? 'ഉജ്ജാസനൻ' എന്നാണ് ആ ഹാസ്യനാടകത്തിന്റെ പേര്. അതിൽ ജഗതി എൻ.കെ.ആചാരി സാറിന്റെ മകനായി അഭിനയിക്കുന്നത് ജഗതി ശ്രീകുമാറാണ്. അദ്ദേഹം സിനിമയിൽ സജീവമായി വരുന്ന കാലമാണത്. ഏതോ ലൊക്കേഷനിലാണ് ജഗതിച്ചേട്ടൻ. അവിടെ നിന്ന് വൈകുന്നേരം നാടകം നടക്കുന്നിടത്ത് എത്താൻ കഴിയില്ല. അതുകൊണ്ടാണ് ആ വേഷത്തിനുവേണ്ടി ജഗതി.എൻ.കെ.ആചാരി സാർ എന്നെ സമീപിച്ചത്.

''സാർ, ഇത്രയും വലിയ ടെക്സ്റ്റ് വൈകുന്നേരത്തിന് മുമ്പ് പഠിക്കാൻ കഴിയുമോ?''

ഞാൻ സംശയിച്ചു.

''കുറച്ചെങ്കിലും പഠിക്കുക. ബാക്കി ഞാൻ പറയുന്നതിന് മനോധർമ്മം പോലെ മറുപടി പറഞ്ഞാൽ മതി.''

വൈകുന്നേരം വരെ ഞാൻ കുത്തിയിരുന്ന് ടെക്സ്റ്റ് പഠിച്ചു. അതിനുശേഷം സ്റ്റേജിൽ കയറി. മനോധൈര്യവും ഈശ്വരാനുഗ്രഹവും കൊണ്ട് കുഴപ്പമൊന്നും സംഭവിച്ചില്ല. ജഗതിച്ചേട്ടന്റെ അത്രയും വന്നില്ലെങ്കിലും മോശമാകാത്ത വിധം അഭിനയിച്ചു എന്നാണ് ജഗതി.എൻ.കെ.ആചാരി സാർ പറഞ്ഞത്.

പതുക്കെപ്പതുക്കെ ഞാനും സിനിമയിലെത്തി. 'മൈഡിയർ കുട്ടിച്ചാത്തനി'ലൂടെ. പക്ഷേ എനിക്കൊരു ബ്രേക്ക് തന്നത് പ്രിയദർശന്റെ 'ഓടരുതമ്മാവാ ആളറിയാം' എന്ന രണ്ടാമത്തെ സിനിമയായിരുന്നു. ആ സിനിമയിൽ ഒരു ഹിന്ദി മാഷിന്റെ വേഷമായിരുന്നു എനിക്ക് പറഞ്ഞുവച്ചത്. മുകേഷും ശ്രീനിവാസനും ജഗതിച്ചേട്ടനുമായിരുന്നു പ്രധാന വേഷങ്ങളിൽ. ആ സിനിമ ഷൂട്ടിംഗ് തുടങ്ങുന്ന ഘട്ടത്തിലും തിരക്കു കാരണം ജഗതിച്ചേട്ടന് വരാൻ കഴിഞ്ഞില്ല. ആ സമയത്ത് നിർമ്മാതാവ് സുരേഷ്കുമാർ ഒരു നിർദ്ദേശം വച്ചു.

''നമുക്ക് ആ വേഷത്തിലേക്ക് ജഗദീഷിനെ എടുത്താലോ?''

സംവിധായകൻ പ്രിയദർശനും സമ്മതം. അങ്ങനെയാണ് എനിക്ക് ഹിന്ദിമാഷിൽ നിന്ന് പ്രമോഷൻ കിട്ടിയത്. ആ സിനിമയിലെ മൂന്ന് നായകന്മാരിൽ ഒരാളായി ഞാനും. അവിടെയും ജഗതിച്ചേട്ടന്റെ പകരക്കാരനാവാൻ കഴിഞ്ഞു.

ഒരുപാടു സിനിമകളിൽ ഞാനും ജഗതിച്ചേട്ടനും ഒന്നിച്ചഭിനയിച്ചിട്ടുണ്ട്. എപ്പോഴും ഒരധ്യാപകൻ എന്ന പരിഗണന അദ്ദേഹം എനിക്കു നൽകിയിരുന്നു. ആൾക്കൂട്ടത്തിനിടയിൽ, ലൊക്കേഷനിൽ വച്ചൊക്കെ ജഗതിച്ചേട്ടൻ പറയും - അങ്ങേര് കോളജ് പ്രൊഫസറാ കേട്ടോ. ഒരു ചടങ്ങിൽ കുടുംബസമേതമെത്തിയപ്പോൾ ജഗതിച്ചേട്ടൻ എന്നെ പുറത്തേക്ക് വിളിച്ചുകൊണ്ടുപോയി.

''മക്കളോട് പഠിത്തത്തെക്കുറിച്ച് ജഗദീഷൊന്ന് സംസാരിക്കണം.''

ഒരധ്യാപകൻ എന്ന നിലയ്ക്കാണ് അദ്ദേഹം എന്നോട് ഉപദേശിക്കാൻ പറയുന്നത്. ആ ദൗത്യം ഞാൻ ഏറ്റെടുക്കുകയും ചെയ്തു. ചില ചടങ്ങുകളിൽ ഒന്നിച്ചുണ്ടാവുമ്പോഴും പ്രസംഗത്തിൽ അദ്ദേഹം പറയുന്നൊരു കാര്യമുണ്ട്.

''ജഗദീഷ് നടനെന്ന നിലയിൽ എനിക്കു തുല്യമോ മുകളിലോ വരില്ലായിരിക്കും. എന്നാൽ ഒരധ്യാപകൻ എന്ന രീതിയിൽ ഞാൻ ജഗദീഷിനെ ആദരിക്കുന്നു. ബഹുമാനിക്കുന്നു.''

'കിലുക്കം' എന്ന സിനിമയുടെ ഷൂട്ടിംഗ് ഊട്ടിയിൽ നടക്കുന്ന സമയം. പായ്ക്കപ്പാവുന്ന ദിവസം ഉച്ചയോടെ ജഗതിച്ചേട്ടന്റെ പോർഷൻ തീർന്നു. ഭക്ഷണം കഴിച്ചു കഴിയുമ്പോഴേക്കും അദ്ദേഹത്തെ തിരുവനന്തപുരത്തേക്ക് കൊണ്ടുപോകാൻ കാർ ലൊക്കേഷനിലെത്തി. പൊതുവെ നിർമ്മാതാക്കൾക്ക് അനാവശ്യച്ചെലവുകൾ വരുത്താതിരിക്കാൻ ജഗതിച്ചേട്ടൻ പരമാവധി ശ്രമിക്കാറുണ്ട്. തനിക്കുവേണ്ടി മാത്രം ഒരു കാർ തിരുവനന്തപുരം വരെ പോകുന്നു എന്നറിഞ്ഞപ്പോൾ അദ്ദേഹം ഉടൻ എന്നെ അടുത്തേക്കു വിളിപ്പിച്ചു.

''ജഗദീഷിന്റെ പോർഷൻ എപ്പോൾ തീരും?''

ഞാൻ പ്രിയദർശനോട് ചോദിച്ചപ്പോൾ ആറുമണിയെന്നായിരുന്നു മറുപടി. ഇക്കാര്യം ജഗതിച്ചേട്ടനെ അറിയിച്ചു.

''ഏതായാലും തിരുവനന്തപുരം വരെ കാർ പോകുന്നതല്ലേ. ജഗദീഷും കൂടി വന്നാൽ മറ്റൊരു കാർ വരേണ്ടതില്ലല്ലോ. അതിനാൽ ഞാൻ ആറുമണിവരെ കാത്തിരിക്കാം.''

ജഗതിച്ചേട്ടൻ പറഞ്ഞപ്പോൾ എനിക്കെന്തോ പ്രയാസം തോന്നി. അത്രയും സമയം കാത്തിരിക്കുന്നതിൽ ഒരസ്വസ്ഥത. ഇക്കാര്യം പറഞ്ഞപ്പോൾ, ഇതൊന്നും ഒരു ബുദ്ധിമുട്ടായി കരുതേണ്ട എന്നായിരുന്നു മറുപടി.

''എങ്കിൽ നമുക്ക് കഥകളും തമാശകളും പറഞ്ഞ് കമ്പനിയായി ജോളിയായി തിരുവനന്തപുരം വരെ പോകാം.''

ഞാൻ പറഞ്ഞു. ജഗതിച്ചേട്ടൻ ഹോട്ടലിൽ പോലും പോകാതെ ലൊക്കേഷനിൽ എന്നെ കാത്തിരുന്നു. 'കിലുക്ക'ത്തിൽ എനിക്ക് പതിനഞ്ചു സീനുകളുണ്ടായിരുന്നു. ഞാനും ജഗതിച്ചേട്ടനും മത്സരിച്ച് അഭിനയിച്ച ഒരുപാടു രംഗങ്ങൾ ഷൂട്ട് ചെയ്തിട്ടുമുണ്ട്. (എന്നാൽ പടം റിലീസായപ്പോൾ ഒരു സീൻ മാത്രമേയുണ്ടായിരുന്നുള്ളൂ. ബാക്കി പതിന്നാലു സീനും കട്ട് ചെയ്യേണ്ടി വന്നു. അക്കാര്യത്തിൽ എനിക്കിപ്പോഴും നല്ല വിഷമമുണ്ട്.)

സന്ധ്യയ്ക്ക് ആറുമണിയായിട്ടും എന്റെ പോർഷൻ തീർന്നില്ല. സമയം വൈകുന്നതിനനസുരിച്ച് ടെൻഷൻ കൂടി വന്നു. ഏഴുമണി കഴിഞ്ഞ് എട്ടുമണിയായി. ജഗതിച്ചേട്ടൻ അപ്പോഴും ഒന്നും സംഭവിക്കാത്ത മട്ടിൽ മറ്റുള്ളവരോട് തമാശകൾ പറഞ്ഞ് ലൊക്കേഷനിലിരിക്കുകയാണ്. ഷൂട്ടിംഗ് തീർന്നപ്പോൾ സമയം ഒൻപതുമണി. ഞാൻ ജഗതിച്ചേട്ടന്റടുത്തേക്ക് ചെന്നു.

''എന്തായാലും സമയം വൈകി. ഇനി നമുക്ക് ഭക്ഷണം കഴിച്ചിട്ടു പോകാം. കഥകളും തമാശകളുമൊക്കെ പറഞ്ഞ് യാത്ര ജോളിയാക്കാം.''

ജഗതിച്ചേട്ടനും ഞാനും ഒന്നിച്ച് ഭക്ഷണം കഴിച്ചു. അതിനുശേഷം കാറിലേക്ക് കയറി. രാവിലെ മുതൽ ഔട്ട്ഡോർ ഷൂട്ടിംഗായതിനാൽ നല്ല ക്ഷീണമുണ്ടെനിക്ക്. ആഹാരം കഴിച്ചതിന്റെ ആലസ്യം വേറെ. പൊതുവെ നേരത്തെ കിടന്നുറങ്ങി അതിരാവിലെ എഴുന്നേൽക്കുന്നതാണ് എന്റെ ശീലം. കാർ ഊട്ടിയുടെ മലയിറങ്ങി മുപ്പതു മിനുട്ടായിക്കാണും. ഞാൻ പതുക്കെ ഉറക്കത്തിലേക്ക് വീണു.

ചാരിക്കിടന്നപ്പോൾ ഗാഢനിദ്രയിലായി. പുലർച്ചെ കാർ നിർത്തിയപ്പോഴാണ് ഉണർന്നത്. സമയം നാലര മണി. തിരുവനന്തപുരത്ത് എത്തിയിരിക്കുന്നു. ജഗതിച്ചേട്ടൻ ഡോർ തുറന്നു പുറത്തിറങ്ങി. അതിനുശേഷം എന്റടുത്തേക്കു വന്നു.

''അനിയാ വളരെ വളരെ നന്ദി. തിരുവനന്തപുരംവരെ ജോളിയായി കമ്പനി തന്നതിന്.''

ആ വാക്കുകളിൽ എല്ലാം ഉണ്ടായിരുന്നു. എനിക്കുവേണ്ടി കാത്തിരുന്ന ആളോട് അങ്ങനെ പെരുമാറേണ്ടി വന്നതിൽ വല്ലാത്ത ജാള്യത തോന്നി. എന്റെ സ്വാർത്ഥതയാണ് ഉറക്കത്തിലൂടെ വെളിപ്പെട്ടത്. ഞാനൊന്നും പറഞ്ഞില്ല. പിന്നീട് ജഗതിച്ചേട്ടനൊപ്പം പല വേദികളിലും സംസാരിക്കുമ്പോൾ ഈ സംഭവം ഞാൻ പറയാറുണ്ട്. ജഗതിച്ചേട്ടന്റെ വാക്കുകൾ ജഗതി സ്റ്റൈലിൽത്തന്നെ അവതരിപ്പിക്കുമ്പോൾ സദസ്സ് ആർത്തുചിരിക്കും. ആ സമയത്തും വേദിയിലിരുന്ന് ചിരിക്കാതെ തന്നെ ഇതാസ്വദിക്കുന്നുണ്ടാവും, ജഗതിച്ചേട്ടൻ. ■

ജഗദീഷ്: കോളജ് ലക്ചറർ ആയിരുന്ന പി.വി. ജഗദീഷ്കുമാർ എന്ന ജഗദീഷ് മൈഡിയർ 'കുട്ടിച്ചാത്തൻ' എന്ന സിനിമയിലൂടെയാണ് അഭിനയത്തിന് തുടക്കം കുറിക്കുന്നത്. മുത്താരംകുന്ന് പി.ഒ, മഴ പെയ്യുന്നു മദ്ദളംകൊട്ടുന്നു തുടങ്ങി ഒരുപാട് സിനിമകളുടെ കഥ ജഗദീഷിന്റേതാണ്. ന്യൂസ്, അധിപൻ, മിണ്ടാപ്പൂച്ചയ്ക്ക് കല്യാണം എന്നീ സിനിമകളുടെ തിരക്കഥയും സംഭാഷണവുമെഴുതി.

സെന്റിമെൻസുള്ളത് അഭിനയത്തോടു മാത്രം

മണിയൻപിള്ള രാജു

തിരുവനന്തപുരം മോഡൽ സ്കൂളിൽ എന്നേക്കാൾ ആറുവർഷം സീനിയറായിരുന്നു അമ്പിളിച്ചേട്ടൻ. അക്കാലത്ത് സ്കൂൾ നാടക മത്സരങ്ങളിൽ സജീവമായിരുന്നു അദ്ദേഹം. അച്ഛൻ ജഗതി എൻ.കെ. ആചാരി രചിച്ച 'ലഹരി' എന്ന നാടകത്തിൽ അമ്പിളിച്ചേട്ടൻ ചെയ്ത അപ്പൂപ്പൻവേഷം ഇപ്പോഴും ഓർമ്മയുണ്ട്. നാടകം കഴിഞ്ഞപ്പോൾ പെൺകുട്ടികളടക്കമുള്ളവർ ആരാധനയോടെ അമ്പിളിച്ചേട്ടനെ പൊതിയുന്നത് അസൂയയോടെ നോക്കിനിന്നിട്ടുമുണ്ട്. അമ്പിളി ച്ചേട്ടനെപ്പോലെ എനിക്കും ഒരു നടനാകണമെന്ന മോഹമുണ്ടായത് അപ്പോഴാണ്. പിന്നീട് 'ലഹരി' എന്ന നാടകത്തിൽ ഞാനും ഒരു കഥാപാത്രമായി മാറി എന്നത് മറ്റൊരു യാദൃച്ഛികത.

കോളജിൽ പഠിക്കുന്ന കാലത്ത് അമ്പിളിച്ചേട്ടനെ കാണുന്നത് യൂണിവേഴ്സിറ്റി കലോത്സവത്തിന്റെ വേദികളിലാണ്. കായംകുളം കൊച്ചുണ്ണിയുടെ കഥയെ ആസ്പദമാക്കി അദ്ദേഹം ചെയ്ത മോണോ ആക്ട് അന്ന് ഒന്നാംസ്ഥാനം നേടുകയും ചെയ്തു. സ്റ്റേജിൽ അമ്പിളിച്ചേട്ടൻ രണ്ടുവേഷത്തിൽ തകർത്താടുമ്പോൾ സദസ്സിൽ നിർത്താതെ കൈയടിക്കുകയായിരുന്നു വിദ്യാർത്ഥികൾ. അപ്പോഴും ഞാനാഗ്രഹിച്ചു, അമ്പിളിച്ചേട്ടനെപ്പോലൊരു നടനാ കാൻ. പിന്നീട് അമ്പിളിച്ചേട്ടൻ സിനിമയിലെത്തി. പിറകെ ഞാനും.

ഒരാളിൽ അഭിനയത്തിന്റെ ത്രെഡ് ഒളിഞ്ഞിരിപ്പുണ്ടെങ്കിൽ പ്രോത്സാഹിപ്പിക്കാൻ അമ്പിളിച്ചേട്ടൻ എപ്പോഴും മുമ്പിലുണ്ടാവും. എന്നാൽ ടൈംപാസിന് വരുന്നവരെ വഴക്കുപറയാനും മടിക്കാറില്ല. ഒരു സിനിമയിൽ അദ്ദേഹത്തിനൊപ്പം കോമ്പിനേഷനിൽ വരുന്നത് പുതുമുഖമായ പയ്യനാണ്. നിർമ്മാതാവിന്റെ റക്കമന്റേഷനിൽ വന്നതുകൊണ്ട് സംവിധായകൻ ഒരു വേഷം നൽകിയെന്നേയുള്ളൂ.

ഒരുപാടു തവണ റിഹേഴ്സൽ ചെയ്തിട്ടും ഫലമുണ്ടായില്ല. ഒടുവിൽ ഷോട്ടെടുത്തു. അവിടെയും അയാൾ ശരിയായില്ല. അതോടെ അമ്പിളിച്ചേട്ടന് ദേഷ്യം വന്നു.

''എന്തിനാ അനിയാ, അറിയാത്ത പണി ചെയ്യുന്നത്? മറ്റുള്ള വരുടെ സമയം കൂടി കളയണോ?''

ഇതു കേൾക്കേണ്ട താമസം അയാൾ സെറ്റ് വിട്ടു. മറ്റൊരാളാണ് പിന്നീട് ആ വേഷം ചെയ്തത്.

ഒരിക്കൽ സംവിധായകൻ പത്മരാജൻ പറഞ്ഞു-ജഗതിച്ചേട്ടന് സെന്റിമെൻസുള്ളത് ഭാര്യയോടും മക്കളോടുമല്ല. അഭിനയത്തോടു മാത്രമാണെന്ന്. അത് നൂറുശതമാനവും ശരിയാണെന്ന് പലപ്പോഴും തോന്നിയിട്ടുണ്ട്. ലൊക്കേഷനിൽ വന്ന് കഥാപാത്രത്തിന്റെ മേക്കപ്പിട്ടു കഴിഞ്ഞാൽ ചില സമയങ്ങളിൽ അദ്ദേഹം ഇരിക്കാൻ പോലും മടിക്കും. ഇവിടെയിരുന്നോളൂ എന്നു പറഞ്ഞ് കസേര നീക്കിയിട്ടാൽ പറയും.

''മുണ്ടിന് ചുളിവുവീഴും. അത് കഥാപാത്രത്തിന് ചേരില്ല.''

കഥാപാത്രത്തിനുവേണ്ടി മണിക്കൂറുകളോളം ലൊക്കേഷനിൽ നിൽക്കുന്ന കലാകാരനെ മറ്റെവിടെ കാണാനാവും?

പ്രിയദർശന്റെ 'മഴ പെയ്യുന്നു മദ്ദളം കൊട്ടുന്നു' എന്ന സിനിമ യുടെ ലൊക്കേഷൻ. സർദാർ കൃഷ്ണക്കുറുപ്പ് എന്ന കഥാപാത്ര ത്തെയാണ് അമ്പിളിച്ചേട്ടൻ അവതരിപ്പിക്കുന്നത്. തിരുവനന്തപുരത്തെ സെറ്റിൽ എത്തിയപ്പോൾ അദ്ദേഹം നേരെ മേക്കപ്പ്മാന്റെ മുമ്പിൽ ചെന്നിരുന്നു. അരമണിക്കൂറിനകം കൃഷ്ണക്കുറുപ്പായി മാറി. കൈയിൽ വാക്കിംഗ്സ്റ്റിക്കുമായി ഞങ്ങൾക്കിടയിലേക്ക് വന്നു. മോ ഹൻലാലിന്റെയും മുകേഷിന്റെയും കോമ്പിനേഷൻ സീനുകൾ കഴിഞ്ഞാണ് അമ്പിളിച്ചേട്ടന്റെ സീനെടുക്കേണ്ടത്. അത്രയും നേരം ഞാനും അമ്പിളിച്ചേട്ടനും സംസാരിച്ചിരുന്നു. അപ്പോഴൊക്കെയും ഞാൻ ശ്രദ്ധിച്ചത് കൈയിലെ വാക്കിംഗ് സ്റ്റിക്കായിരുന്നു. അത് ഒരിടത്തും വയ്ക്കാൻ അദ്ദേഹം തയ്യാറാകുന്നില്ല. മൂത്രമൊഴിക്കാൻ പോകുമ്പോഴും വടി കൈയിൽത്തന്നെ. ഞാനിക്കാര്യം അമ്പിളി ച്ചേട്ടനോട് ചോദിക്കുകയും ചെയ്തു.

''ഇത് സർദാർ കൃഷ്ണക്കുറുപ്പിന്റെ വടിയാ. എവിടെയെങ്കിലും വച്ച് ആരെങ്കിലും കൊണ്ടുപോയാൽ ഞാൻ പാടുപെടും.''

അദ്ദേഹം പറഞ്ഞു. ഷൂട്ടിംഗ് പായ്ക്കപ്പായ സമയത്തു മാത്ര മാണ് അമ്പിളിച്ചേട്ടൻ ആ വടി താഴ്ത്തിവച്ചത്. കഥാപാത്രം കണ്ണടയിടുന്ന ആളാണെങ്കിൽ ആ കണ്ണട പോക്കറ്റിൽ സൂക്ഷിക്കും. ചെയ്യുന്ന വേഷം അത്രയ്ക്ക് പെർഫെക്ടാകണമെന്ന് അദ്ദേഹത്തിന്

നിർബന്ധമുണ്ട്. കറക്ട് കോമ്പിനേഷനാണ് കിട്ടുന്നതെങ്കിൽ മത്സരിച്ച് അഭിനയിക്കാനും അദ്ദേഹം തയ്യാറാണ്. അതിന് ഏറ്റവും നല്ല ഉദാഹരണമാണ് 'കിലുക്ക'ത്തിലെ സീനുകൾ. മോഹൻലാലും അമ്പിളിച്ചേട്ടനും മത്സരിച്ചാണ് അതിൽ അഭിനയിക്കുന്നത്. പ്രിയ ദർശന്റെ സെറ്റിൽ അമ്പിളിച്ചേട്ടന് സമ്പൂർണ്ണ സ്വാതന്ത്ര്യമാണ്. പ്രിയൻ ചില ഡയലോഗുകൾ പറഞ്ഞുകൊടുക്കുകയേയുള്ളൂ. ബാക്കി അമ്പിളിച്ചേട്ടൻ നോക്കിക്കൊള്ളും. 'അരം പ്ലസ് അരം സമം കിന്നര'ത്തിന്റെ സെറ്റിൽ തലയിൽ തേങ്ങ വീഴുമ്പോഴുള്ള അദ്ദേഹത്തിന്റെ പെർഫോമൻസ് കണ്ട് യൂണിറ്റ് മുഴുവൻ പൊട്ടി പ്പൊട്ടിച്ചിരിക്കുകയായിരുന്നു.

അമ്പിളിച്ചേട്ടൻ സംവിധാനം ചെയ്യുന്ന 'കല്യാണഉണ്ണികളുടെ' ഷൂട്ടിംഗ് നടക്കുന്ന സമയത്താണ് കുറച്ചു ചെറുപ്പക്കാർ സെറ്റിലേക്ക് വന്നത്. അമ്പിളിച്ചേട്ടന്റെ ആരാധകരായിരുന്നു അവർ. ബ്രേക്ക് സമയത്ത് അവരോട് സംസാരിക്കുന്ന കൂട്ടത്തിൽ ഒരാളുടെ ചോദ്യം.

''സംവിധാനം ചെയ്യുമ്പോൾ സാർ തലയിൽ തൊപ്പി വയ്ക്കുമോ?''

അമ്പിളിച്ചേട്ടൻ ചിരിച്ചതേയുള്ളൂ.

''തൊപ്പി വച്ചില്ലെങ്കിലും ചെവിയിൽ പെൻസിൽ കാണും.''

ഞാൻ കൗണ്ടറടിച്ചപ്പോൾ അമ്പിളിച്ചേട്ടൻ ഉച്ചത്തിൽ പൊട്ടി ച്ചിരിച്ചു. ആശാരിമാർ ചെവിയിൽ പെൻസിൽ വയ്ക്കുന്നതിനെ ക്കുറിച്ചാണ് ഞാൻ പറഞ്ഞത്.

കൈയിൽ കിട്ടുന്ന വേഷങ്ങളെല്ലാം ചെയ്യുന്നത് അമ്പിളിച്ചേട്ടന്റെ ശീലമായിരുന്നു. ഇതേക്കുറിച്ച് ഒരിക്കൽ ഞാൻ ചോദിച്ചിട്ടുമുണ്ട്.

എനിക്കൊരാളോടും നോ പറയാൻ പറ്റില്ല എന്നായിരുന്നു മറുപടി. വർഷങ്ങൾക്കു മുമ്പ് 'തിരുവമ്പാടി തമ്പാൻ' എന്ന സിനിമ യുടെ സെറ്റിൽനിന്ന് ഇടവപ്പാതിയുടെ ലൊക്കേഷനിലേക്ക് രാത്രി തന്നെ പുറപ്പെട്ടതും ലെനിൻ രാജേന്ദ്രന് നൽകിയ വാക്ക് പാലി ക്കാനായിരുന്നു. ■

മണിയൻപിള്ള രാജു: യഥാർത്ഥ പേര് സുധീർകുമാർ. തിരുവനന്തപുരം തൈ ക്കാട് സ്വദേശി. 1976ൽ മോഹിനിയാട്ടം എന്ന സിനിമയിൽ അഭിനയിച്ചാണ് തുടക്കം. ബാലചന്ദ്രമേനോന്റെ മണിയൻപിള്ള അഥവാ മണിയൻപിള്ള എന്ന സിനിമയോടെയാണ് മണിയൻപിള്ള രാജു എന്ന പേരിൽ അറിയപ്പെട്ടത്. ഹലോ മൈഡിയർ റോംഗ് നമ്പർ, വെള്ളാനകളുടെ നാട്, ഏയ് ഓട്ടോ, അനശ്വരം, ഛോട്ടാ മുംബൈ, പാവാട തുടങ്ങി നിരവധി സിനിമകൾ നിർമ്മിച്ചു. നിരവധി ടെലിവിഷൻ പ്രോഗ്രാമുകളിൽ അവതാരകനായി.

‘വൈഷ്ണവ് ജനതോ തേരേ...’

കൽപ്പന

കലയ്ക്കുവേണ്ടി ജീവിക്കുന്ന രണ്ടേ രണ്ടുപേരെയേ ഞാൻ കണ്ടിട്ടുള്ളൂ. കമലഹാസനും ജഗതി ശ്രീകുമാറും. ലൊക്കേഷനിലെത്തി മേക്കപ്പിട്ടു കഴിഞ്ഞാൽ ജഗതിച്ചേട്ടൻ മറ്റൊരാളാണ്. സ്ക്രിപ്റ്റിന്റെ പകർപ്പുമായി ദൂരെ ഒരിടത്തുപോയി മാറിയിരിക്കും. കുറച്ചുമാറിയിരുന്ന് ആരോടെങ്കിലും അടുത്ത സിനിമയിലെ കഥാപാത്രത്തെക്കുറിച്ച് സംസാരിക്കുമ്പോഴായിരിക്കും, ചേട്ടന്റെ കമന്റ് വരിക.

“നീ ആദ്യം ഇത് ശ്രദ്ധിക്ക്. എന്നിട്ടാലോചിക്കാം അടുത്തത്.”

അടുത്തുവന്നിരുന്ന് പുകഴ്ത്തുന്നതും അദ്ദേഹത്തിനിഷ്ടമല്ല. ഒരിക്കൽ ബ്രേക്ക് സമയത്ത് ഒരു സിനിമാപ്രവർത്തകൻ അടുത്തുവന്നിരുന്ന് പ്രശംസിക്കാൻ തുടങ്ങി.

“ജഗതിച്ചേട്ടൻ ആ പടത്തിൽ കലക്കിയിട്ടുണ്ട്. അപാര അഭിനയം.”

ആദ്യത്തെ വാക്കുകൾ കേട്ടപ്പോൾത്തന്നെ അദ്ദേഹത്തിന് കാര്യം പിടികിട്ടി.

“അനിയാ, എന്നെയങ്ങ് കൊല്ലാതെ. വീട്ടിലൊരു പണിയുമില്ലാത്തതുകൊണ്ടാണോ ഇങ്ങോട്ടേക്കു വന്നത്. സമയം ഇഷ്ടം പോലെയുണ്ടെങ്കിൽ പോയി തെങ്ങിന് തടമെടുക്കാൻ നോക്ക്.”

ഒരു മയവുമില്ലാതെ മുഖത്തുനോക്കി പറഞ്ഞപ്പോൾ അയാളാകെ ചമ്മി. അപ്പോൾത്തന്നെ അവിടം വിട്ടുപോയി.

എന്തു സംഭവിച്ചാലും സ്ക്രിപ്റ്റിൽ തിരുത്തുവരുത്തില്ല. തിരക്കഥാകൃത്തുക്കളെ അത്രയ്ക്ക് ബഹുമാനമാണ്. സംഭാഷണത്തിൽ അശ്ലീലത്തിന്റെ ചുവയുണ്ടെങ്കിൽ ഇത്രയും വേണോ എന്നു ചോദിക്കും.

'മനസ്സിൽ ഒരു മഞ്ഞുതുള്ളി' എന്ന സിനിമയുടെ ലൊക്കേഷൻ. ഞാനും ജഗതിച്ചേട്ടനും ചേർന്നുള്ള കോമ്പിനേഷൻ സീനിലെ ഡയലോഗ് പറഞ്ഞുകൊടുക്കുകയാണ് അസിസ്റ്റന്റ് ഡയറക്ടർ.

''നാണംകെട്ടവന്റെ ആസനത്തിൽ ഒരാലു മുളച്ചാൽ ആലിനെപ്പോലും ബ്ലേഡ് കൊണ്ടു കട്ട് ചെയ്യുന്നവനാണിവൻ...''

ഞാൻ പറയേണ്ട ഡയലോഗ് കേട്ടപ്പോൾ ജഗതിച്ചേട്ടനൊരു സംശയം-ഇതവൾ പറയുമോ? കാരണം എന്നെ കൊച്ചിലേ മുതൽ അറിയാവുന്ന ആളാണ് ചേട്ടൻ. എന്നോടു ചോദിച്ചിട്ട് ചെയ്താൽ മതിയെന്നായിരുന്നു നിർദ്ദേശം. അതിനൊരു കാരണമുണ്ട്. മുമ്പൊരു സിനിമയിൽ 'അയ്യോ, നല്ല ചരക്ക്' എന്ന ഡയലോഗ് എന്റെ മുഖത്തു നോക്കി പറയാൻ തുടങ്ങിയപ്പോൾ ഞാൻ വിലക്കി. അതുകേട്ടപ്പോൾ അദ്ദേഹം പറഞ്ഞു.

''അവൾക്ക് താൽപ്പര്യമില്ലെങ്കിൽ ഞാനിത് പറയുന്നില്ല.'' ഒടുവിൽ സ്ക്രിപ്റ്റ് റൈറ്റർ മറ്റൊരു ഡയലോഗ് എഴുതിക്കൊടുത്തു. അന്ന് ബ്രേക്കിന്റെ സമയത്ത് ജഗതിച്ചേട്ടൻ അടുത്തേക്കു വന്നു.

''ചരക്ക് എന്നുപറയുന്നത് ഒരിക്കലും അശ്ലീലമല്ല. കാണാൻ കൊള്ളാവുന്നവരെയാണ് അങ്ങനെ വിളിക്കുന്നത്.''

ചേട്ടൻ പറഞ്ഞത് ശരിയാണെന്ന് എനിക്കും തോന്നി.

അഭിനയിക്കാൻ ക്യാമറയ്ക്കു മുമ്പിലേക്ക് പോകുന്നതിന് മുമ്പ് എല്ലാവർക്കും കൈ കൊടുക്കുന്നത് ഒരു ശീലമാണ്. മേക്കപ്പിട്ടു കഴിഞ്ഞാൽ മേക്കപ്പ്മാന് കൈകൊടുത്ത് ചോദിക്കും. ''അനിയാ, ശരിയായോ?''

സ്ക്രിപ്റ്റ് കൈയിൽ കിട്ടിയാൽ സ്വന്തം ഡയലോഗുകൾ മിനുട്ടുകൾക്കകം ഹൃദിസ്ഥമാക്കും. സീനെടുക്കുന്നതിന് മുമ്പൊരു നിർദ്ദേശം വയ്ക്കും.

''അനിയാ, പ്രോംപ്റ്റിംഗ് വേണ്ട''

അത് നമുക്കും പ്രശ്നമാണ്. പ്രോംപ്റ്റിംഗില്ലാതെ എനിക്ക് ഡയലോഗ് പറയാൻ പ്രയാസമാണ്. എന്റെ വിഷമം കണ്ടാൽ പറയും.

''ആ കല്പനയ്ക്ക് പതുക്കെ പറഞ്ഞുകൊടുത്തേക്കൂ.''

ചില പുതുമുഖങ്ങൾ ഡയലോഗ് പറയാനാകാതെ തപ്പിക്കളിക്കുമ്പോൾ മുഖത്തുനോക്കി ചീത്തവിളിക്കും.

''മുക്കാൽ തുട്ടിന് ആളെ വിളിച്ചാൽ ഇങ്ങനെയിരിക്കും.''

സ്വന്തം ഡയലോഗ് തെറ്റിപ്പോയാൽ അത് സമ്മതിച്ചുതരാനും മടി കാണിക്കില്ല.

കെ.എസ്.ഗോപാലകൃഷ്ണൻ സാറിന്റെ 'അമേരിക്കൻ അമ്മായി' എന്ന സിനിമയുടെ ഷൂട്ടിംഗ്. ഞാനും ജഗതിച്ചേട്ടനും ബ്രോക്കർ മാരായാണ് അഭിനയിക്കുന്നത്. അന്നും ജഗതിച്ചേട്ടൻ സൂപ്പർ സ്റ്റാറാണ്. തിരക്കോടുതിരക്ക്. ഒരു വർക്ക് നീണ്ടുപോയതിനാൽ പറഞ്ഞ ദിവസം ലൊക്കേഷനിലെത്താൻ കഴിഞ്ഞില്ല.

"കൽപ്പനയോട് ഒരു ദിവസം കൂടി നിൽക്കാൻ പറ. അപ്പോ ഴേക്കും ഞാനെത്താം."

അദ്ദേഹം ഗോപാലകൃഷ്ണൻ സാറിനെ വിളിച്ചു പറഞ്ഞു. അദ്ദേഹം ഇക്കാര്യം എന്നോട് സൂചിപ്പിച്ചപ്പോൾ സമ്മതിക്കേണ്ടി വന്നു. പിറ്റേ ദിവസം വന്ന് വർക്ക് തീർത്തു. പ്രതിഫലത്തിന്റെ ബാക്കി സാർ കൊടുത്തപ്പോൾ ജഗതിച്ചേട്ടൻ വാങ്ങിച്ചില്ല.

"പണ്ട് മദ്രാസിൽ ഒരുപാടു സഹായിച്ചതല്ലേ. അക്കൂട്ടത്തിൽ പെടുത്തിക്കോളാം" എന്നു പറഞ്ഞാണ് അവിടംവിട്ടത്. പോയി ക്കഴിഞ്ഞപ്പോൾ ഗോപാലകൃഷ്ണൻ സാർ പറഞ്ഞ വാക്കുകൾ ഇപ്പോഴും ഓർമ്മയിലുണ്ട്.

"കണ്ടോ, ജഗതിയുടെ നന്ദി. ദിവസം ലക്ഷങ്ങൾ വാങ്ങുന്ന ആർട്ടിസ്റ്റാണ്. എന്നിട്ടും പഴയ കടപ്പാട് മറന്നില്ല. ഈശ്വരൻ എപ്പോഴും ആ മനുഷ്യനൊപ്പമുണ്ടാകും."

കഥാപാത്രം ആവശ്യപ്പെടുന്ന എന്തും ചെയ്യാൻ തയ്യാറുള്ള മനുഷ്യനാണ് ജഗതിച്ചേട്ടൻ. ചളിയിൽ വീഴണോ, മതിലുചാടണോ, കക്കൂസിൽ കയറി പാട്ടുപാടണോ എന്തിനും റെഡിയാണ്. അക്കാ ര്യത്തിലൊന്നും ഒരു വിട്ടുവീഴ്ചയുമില്ല.

'ആർദ്രം' എന്ന സിനിമയുടെ ഷൂട്ടിംഗ് നടക്കുന്ന സമയം. മീൻ വെട്ടിക്കൊണ്ടിരിക്കുന്ന എന്റടുത്തേക്ക് 'മാലിനിയുടെ തീരങ്ങൾ തഴുകിവരും പനിനീർക്കാറ്റേ....' എന്ന പാട്ടുംപാടി ജഗതിച്ചേട്ടന്റെ ദുഷ്യന്തൻ എന്ന കഥാപാത്രം വരുന്നു. മീൻ കഴുകിയ വെള്ളം ചേട്ടന്റെ മുഖത്തേക്കൊഴിച്ചശേഷം 'ആരോടും പറയരുതീ പ്രേമ ത്തിൻ ജീവരഹസ്യം...' എന്നു തിരിച്ചുപാടുന്നതാണ് സീൻ. മത്തി കഴുകിയ വെള്ളമാണ് സെറ്റിൽ ഒരുക്കിവച്ചത്. തൊട്ടുനോക്കിയപ്പേഴേ വെള്ളത്തിന് നല്ല നാറ്റം. ഈ വെള്ളം ചേട്ടന്റെ മുഖത്തേക്കൊഴിക്കാൻ എനിക്കൊരു മടി. ഞാനിക്കാര്യം സംവിധായകൻ സുരേഷ് ഉണ്ണി ത്താനോടു പറഞ്ഞു.

''നമുക്കാ സീൻ കട്ട് ചെയ്ത് എടുക്കാം. മുഖത്തൊഴിക്കുന്നത് കളർ ചേർത്ത വെള്ളമാക്കാം.''

സുരേഷ് ഉണ്ണിത്താൻ നിർദ്ദേശിച്ചിട്ടും ജഗതിച്ചേട്ടൻ സമ്മതിച്ചില്ല.

''മത്തി കഴുകിയ വെള്ളം തന്നെ മതി. കല്പന ധൈര്യത്തോടെ മുഖത്തേക്കൊഴിച്ചോളൂ. ഞാൻ സോപ്പിട്ട് കഴുകിക്കോളാം.''

നൂറിൽ അഞ്ചുപേർ കലാകാരന്മാർ മാത്രമേ ഇതുപോലെ ചെയ്യുകയുള്ളൂ. എന്നോടാണിത് പറഞ്ഞതെങ്കിൽ ഞാൻ ചെയ്യില്ല.

'അവിട്ടം തിരുനാൾ ആരോഗ്യശ്രീമാൻ' എന്ന സിനിമയിൽ എന്റെ അച്ഛന്റെ വേഷമാണ് ജഗതിച്ചേട്ടന്. ബ്രേക്കിന് ഭക്ഷണം കഴിച്ചിരിക്കുമ്പോഴാണ് പത്തനംതിട്ടയിലുള്ള ചിലർ ഉദ്ഘാടനത്തിന് ക്ഷണിക്കാൻ വന്നത്.

''ഞാനന്ന് ഊട്ടിയിലായിരിക്കും. എങ്കിലും കൃത്യസമയത്ത് എത്തിയേക്കാം.''

ജഗതിച്ചേട്ടൻ ഉറപ്പു നൽകി.

''പക്ഷേ ഒരു കാര്യം. നാളെത്തന്നെ തിരുവനന്തപുരത്തുപോയി ശ്രീചിത്ര പ്യൂവർഹോമിന്റെ അന്നദാനഫണ്ടിലേക്ക് പതിനായിരം രൂപ അടയ്ക്കണം. ആ റസീറ്റുമായി പ്രോഗ്രാമിന്റെ തലേദിവസം എന്നെ വന്നു കണ്ടാൽ മതി.''

സ്വരം താഴ്ത്തിയാണ് ജഗതിച്ചേട്ടനത് പറഞ്ഞത്. വലതുകൈ കൊടുക്കുന്നത് ഇടതുകൈ അറിയരുതെന്ന പ്രമാണത്തിലാണ് അദ്ദേഹത്തിന്റെ വിശ്വാസം. അതുകൊണ്ടുതന്നെ സാമ്പത്തികമായി സഹായിക്കുന്നതിന് പബ്ലിസിറ്റി കൊടുക്കാറില്ല.

ഈസ്റ്റ്കോസ്റ്റിന്റെ ദുബായ് ട്രിപ്പ് ഓർമ്മ വരുന്നു. 'ഉർവശി റിഥം' എന്നായിരുന്നു പ്രോഗ്രാമിന്റെ പേര്. ഞാനും ഉർവശിയും ജഗതിച്ചേട്ടനുമായിരുന്നു പ്രധാന വേഷത്തിൽ. പ്രോഗ്രാമിന് സ്ക്രിപ്റ്റില്ലെന്ന് പറഞ്ഞപ്പോൾ ജഗതിച്ചേട്ടൻ സമ്മതിച്ചില്ല. ''സ്ക്രിപ്റ്റില്ലെങ്കിൽ ശരിയാവില്ല. കാടുകയറിപ്പോകും.''

ഞങ്ങൾക്കൊപ്പമുണ്ടായിരുന്ന എന്റെ അമ്മ സ്ക്രിപ്റ്റിന് പറ്റിയ ആശയം നിർദ്ദേശിച്ചു. 1950 മുതൽ 97 വരെയുള്ള മലയാള സിനിമകളിലെ ഗാനങ്ങൾ കോർത്തിണക്കിയ പരിപാടി. അതുവച്ച് സ്ക്രിപ്റ്റെഴുതി. ഞാനും ഉർവശിയുമായിരുന്നു നായികമാർ. ജഗതി ച്ചേട്ടൻ ഓരോ സീനിലും കോസ്റ്റ്യൂം ചേഞ്ച് ചെയ്യണം. അന്നു രാത്രി അദ്ദേഹം ഉറങ്ങിയതേയില്ല. വെളുപ്പിന് നാലുമണിവരെ റിഹേഴ്സലിന് ഇരുന്നു. വേണമെങ്കിൽ അരമണിക്കൂർ കൊണ്ട്

അദ്ദേഹത്തിന്റെ പോർഷൻ തീർത്ത് പോകാമായിരുന്നു. പക്ഷേ ചെയ്തില്ല.

'ആലിബാബയും ആറരക്കള്ളന്മാരും' എന്ന സിനിമയുടെ സ്ക്രിപ്റ്റിൽ എഴുതിവച്ചത് ഞങ്ങൾ രണ്ടുപേരും ഭിക്ഷ യാചിക്കുന്നു എന്നാണ്. അതിൽ നർമ്മത്തിന്റെ അംശം കൊണ്ടുവന്നത് ജഗതി ച്ചേട്ടനാണ്.

''വൈഷ്ണവ് ജനതോ തേരേ.... എന്ന പാട്ട് പാടാം. ലോ ക്ലാസ് ശബ്ദത്തിൽ പാടിയാലേ പിച്ചക്കാരനാവൂ. കേൾക്കുന്നവർക്ക് പത്തു പൈസ തരാൻ തോന്നരുത്. പോ പോ എന്ന് പറയിക്കണം.''

ആ സീൻ നന്നായതും ഈ പാട്ട് ഉൾപ്പെടുത്തിയതുകൊണ്ടാണ്. പാട്ടിന്റെ ട്യൂൺ പറഞ്ഞുതന്നതും ജഗതിച്ചേട്ടനാണ്.

''വെള്ളപ്പൊക്കത്തിൽ വീട് ഒലിച്ചുപോയി ഹെ''

ഹിന്ദിയിലുള്ള 'ഹെ' ചേർത്തത് ഡയലോഗ് പൊലിപ്പിച്ചതും അദ്ദേഹം തന്നെ. ആ സീൻ ചെയ്തുകഴിഞ്ഞപ്പോൾ തിരക്കഥാകൃത്ത് ശശിയേട്ടൻ (ശശിധരൻ ആറാട്ടുവഴി) ഓടിവന്ന് ജഗതിച്ചേട്ടന് കൈ കൊടുത്തു. ആ സിനിമയിൽ ഇതുപോലെ ഒരുപാടു സംഭാവനകൾ നൽകാൻ അദ്ദേഹത്തിന് കഴിഞ്ഞിട്ടുണ്ട്. തിരക്കഥാകൃത്ത് എഴുതി വച്ചതിലും സംവിധായകർ ആഗ്രഹിക്കുന്നതിലും ഇരട്ടി തിരിച്ചു കൊടുക്കാൻ ജഗതിച്ചേട്ടന് കഴിയാറുണ്ട്. ഞാനതിന് പലപ്പോഴും സാക്ഷിയാണ്. ■

കൽപ്പന: തിയറ്റർ ആർട്ടിസ്റ്റുകളായ ചവറ വി.പി.നായരുടെയും വിജയലക്ഷ്മി യുടെയും മകളാണ്. 'വിടരുന്ന മൊട്ടുകൾ' എന്ന സിനിമയിൽ ബാലതാരമായി അഭിനയിച്ചുകൊണ്ടാണ് തുടക്കം. ശിവൻ സംവിധാനം ചെയ്ത 'യാഗ'ത്തി ലാണ് പ്രധാന വേഷം ചെയ്യുന്നത്. മലയാളം കൂടാതെ തമിഴിലും കന്നഡയിലും തെലുങ്കിലുമായി നിരവധി വേഷങ്ങൾ ചെയ്തു. സീരിയലുകളിലും താരമായി. 2013ൽ തനിച്ചല്ല ഞാൻ എന്ന സിനിമയിലെ അഭിനയത്തിന് ഇന്ത്യയിലെ മികച്ച സഹനടിക്കുള്ള അവാർഡ് ലഭിച്ചു. 2016 ജനുവരി 25ന് അന്തരിച്ചു. അഭിനേത്രി കളായ ഉർവ്വശിയും കലാരഞ്ജിനിയും സഹോദരിമാരാണ്.

കണ്ണിൽനിന്ന് പൊന്നീച്ച പറന്ന അടി

പൊന്നമ്മ ബാബു

അമ്പിളിച്ചേട്ടനും ഞാനും തമ്മിലുള്ള ആദ്യത്തെ കോമ്പിനേഷൻ സീനാണ് നടക്കാൻ പോകുന്നത്. ജോഷി സാർ സംവിധാനം ചെയ്യുന്ന 'വാഴുന്നോർ' എന്ന സിനിമയുടേതാണ് ലൊക്കേഷൻ. കൂടെ അമ്പിളിച്ചേട്ടനായതിനാൽ ഷോട്ടിന് മുമ്പുതന്നെ ഡയലോഗ് കാണാപ്പാഠം പഠിച്ചു. റിഹേഴ്സൽ ഓ.കെ ആയി. പക്ഷേ ആക്ഷൻ പറഞ്ഞപ്പോൾ അമ്പിളിച്ചേട്ടൻ റിഹേഴ്സലിൽ കാണിക്കാത്ത പല കാര്യങ്ങളും ചെയ്തു. അതോടെ എന്റെ ഡയലോഗ് മുഴുവൻ തെറ്റി. ജോഷി സാർ കട്ട് പറഞ്ഞു. ഞാനാകെ അസ്വസ്ഥയായി. ജോഷി സാർ വഴക്കുപറയുമോ എന്ന പേടിയിൽ നിൽക്കുമ്പോൾ അമ്പിളി ച്ചേട്ടൻ പറഞ്ഞു.

''പൊന്നമ്മ എന്റെ ആക്ഷനുകൾ ശ്രദ്ധിക്കേണ്ട. സ്വന്തം പോർഷൻ ശ്രദ്ധിച്ച് അഡ്ജസ്റ്റ് ചെയ്ത് ഡയലോഗ് പറഞ്ഞാൽ മതി.''

അമ്പിളിച്ചേട്ടന്റെ ടൈമിംഗ് പക്കാ ആണ്. ഡയലോഗിൽ ലാഗ് വരുന്നത് ഇഷ്ടമല്ല. അടുത്ത തവണ ആക്ഷൻ പറഞ്ഞപ്പോഴാണ് ഓകെ ആയത്. അന്നു മുതൽ അമ്പിളിച്ചേട്ടനെ ഞാൻ പഠിക്കുക യായിരുന്നു. കൈയിൽനിന്ന് ഡയലോഗിടാനും മനസ്സിൽ തോന്നിയ ആക്ഷൻ കാണിക്കാനും അമ്പിളിച്ചേട്ടന്റെ സ്കൂളിൽനിന്ന് കിട്ടിയ പാഠമാണ്. സംവിധായകന്റെ സമ്മതത്തോടെ പലയിടത്തും അത് പരീക്ഷിച്ചിട്ടുമുണ്ട്.

വി.എം.വിനു സംവിധാനം ചെയ്യുന്ന 'മയിലാട്ടം' എന്ന സിനിമ യുടെ ലൊക്കേഷൻ. അമ്പിളിച്ചേട്ടനും ഞാനും ഭാര്യയും ഭർത്താവു മായാണ് അഭിനയിക്കുന്നത്. ഒരു വലിയ സീൻ ഒറ്റഷോട്ടിൽ

എടുക്കാൻ പോവുകയാണെന്ന് സംവിധായകൻ. സമയം രാത്രി എട്ടുമണി. അമ്പിളിച്ചേട്ടൻ വാഴക്കുലയും കെട്ടുകൊണ്ട് വീട്ടിലേക്ക് വരുന്നതാണ് സീൻ. ഞാനും അമ്പിളിച്ചേട്ടനും വഴക്കുകൂടുമ്പോൾ മകൻ വന്ന് 'ദേ തന്തേ, മര്യാദയ്ക്ക് വന്ന് കിടക്ക്' എന്ന ഡയലോഗ് പറയണം. അപ്പോൾ അമ്പിളിച്ചേട്ടൻ- കണ്ടോടീ ഇതെന്റെ മോനല്ല, ചെട്ട്യാരുടേതാ എന്നു പറയുന്നതും ഞാൻ അമ്പിളിച്ചേട്ടന്റെ ചെകിട്ടത്തൊന്നു പൊട്ടിക്കുന്നതുമാണ് സീൻ. റിഹേഴ്സലിൽ ഞാൻ പതുക്കെ അമ്പിളിച്ചേട്ടന്റെ മുഖത്തടിച്ചു.

''ടേക്കെടുക്കുമ്പോൾ കുറച്ചുകൂടി ശക്തി ആവാം.''

അമ്പിളിച്ചേട്ടൻ പറഞ്ഞു. ശരിയാക്കാമെന്ന് ഞാനും. കോമ്പിനേഷൻ സീനായതിനാൽ ടെൻഷനുണ്ട്. അമ്പിളിച്ചേട്ടൻ എന്താണ് എപ്പോഴാണ് പറയുക എന്നറിയില്ല. ഡയലോഗ് തെറ്റിച്ചാൽ വഴക്കു പറയും. മാത്രമല്ല, ഇപ്പോഴത്തെപ്പോലെ ഡിജിറ്റൽ സാങ്കേതികവിദ്യ അന്നില്ല. ഫിലിം വേസ്റ്റാവുമ്പോൾ നിർമ്മാതാവിന് സഹിക്കുകയുമില്ല. എല്ലാ ടെൻഷനും ഒന്നിച്ചുവന്നിട്ടും ധൈര്യം കൈവരിച്ചു. ഷോട്ട് റെഡി. അഞ്ചുമിനുട്ട് തുരുതുരാ ഡയലോഗുകൾ പറഞ്ഞപ്പോൾ എനിക്ക് ആവേശം ഇരട്ടിച്ചു. സ്ക്രിപ്റ്റിൽ ഇല്ലാത്ത ഡയലോഗുകൾ അമ്പിളിച്ചേട്ടൻ പറഞ്ഞപ്പോൾ ഞാനും മനസ്സിൽ തോന്നിയത് വച്ചുകാച്ചി. 'എന്നെയങ്ങ് കൊല്ല്' എന്നു പറഞ്ഞുകൊണ്ട് ഞാൻ സർവശക്തിയും സംഭരിച്ച് അമ്പിളിച്ചേട്ടന്റെ മുഖത്ത് ഒറ്റയടി. 'ഡിം' ചക്ക വെട്ടിയിട്ടപോലെ പുള്ളി താഴെ വീണു. സംവിധായകൻ കട്ട് പറഞ്ഞു. യൂണിറ്റംഗങ്ങൾ മുഴുവൻ കൈയടിച്ചു. ഒറ്റഷോട്ടിൽ സംഭവം ഓകെ. എന്റെ അടി കൊണ്ട് അമ്പിളിച്ചേട്ടന്റെ മുഖം ചുവന്നുതുടുത്തതു കാണാം. അദ്ദേഹം എഴുന്നേറ്റു വന്നപ്പോൾ ഞാൻ സോറി പറഞ്ഞു.

''സോറിയൊന്നും പറയേണ്ട. ഇങ്ങനെ വേണം അഭിനയിക്കാൻ.''

അമ്പിളിച്ചേട്ടൻ എന്നെ അഭിനന്ദിച്ചു. അതിനുശേഷം യൂണിറ്റിലെ എല്ലാവരോടുമായി പറഞ്ഞു.

''ഈ സീൻ എന്നിൽനിന്ന് കൈവിട്ടുപോയി. പൊന്നമ്മയാണ് കസറിയത്. അതുകൊണ്ടുതന്നെ കൈയടി വേണ്ടത് പൊന്നമ്മയ്ക്കാണ്.''

യൂണിറ്റിലുള്ളവർ വീണ്ടും കൈയടിച്ചു. എന്നാൽ ഡയലോഗ് തെറ്റിച്ചിരുന്നെങ്കിൽ അമ്പിളിച്ചേട്ടൻ എന്നെ കൊന്ന് കൊലവിളിച്ചേനേ.

പിറ്റേ ദിവസം രാവിലെ ഞാൻ ലൊക്കേഷനിൽ ചെല്ലുമ്പോൾ അമ്പിളിച്ചേട്ടൻ ജയറാമിനോടും ജനാർദ്ദനനോടും സംസാരിച്ചിരിക്കുന്നു. എന്നെക്കണ്ടപ്പോൾ തലേദിവസത്തെ സംഭവം ഓർത്തെടുത്ത് അദ്ദേഹം പറഞ്ഞു.

''എന്നാലും എന്റെ പൊന്നമ്മേ, സീനൊക്കെ ഗംഭീരമായി. പക്ഷേ തന്റെ അടിയിൽ എന്റെ കണ്ണിൽനിന്ന് പൊന്നീച്ചയാണ് പറന്നത്.''

ഞാൻ ചിരിച്ചതേയുള്ളൂ. ആ സീൻ കണ്ട് തിയറ്ററിൽ ആളുകൾ ചിരിച്ചുമറിഞ്ഞിട്ടുണ്ട്. ഇപ്പോഴും ടി.വിയിൽ കാണുമ്പോൾ സ്വയം ചിരിച്ചുപോവും.

ജോഷിസാറിന്റെ തന്നെ 'ലയൺ' എന്ന സിനിമയുടെ ലൊക്കേഷൻ. അമ്പിളിച്ചേട്ടനെ തല്ലുന്നതാണ് ആദ്യ സീനെന്ന് പറഞ്ഞപ്പോൾ ഞാനൊന്നു മടിച്ചു. അതുകണ്ടപ്പോൾ അദ്ദേഹം പറഞ്ഞു.

''പൊന്നമ്മ ധൈര്യത്തിൽ തല്ലിക്കോ. എനിക്ക് ഒരു വിഷമവുമില്ല. തല്ലുന്നത് കഥാപാത്രത്തെയല്ലേ, എന്നെയല്ലല്ലോ. പിന്നെന്തിന് പേടിക്കണം. മാത്രമല്ല, അത്രയും ഒറിജിനാലിറ്റി വന്നാലേ സീൻ നന്നാവുകയുള്ളൂ.''

ഇത്തവണയും ഞാൻ ഒറിജിനലായി തല്ലി. അതുകഴിഞ്ഞ് ചമ്മിയിരിക്കുമ്പോൾ അദ്ദേഹം പറഞ്ഞു– ''കോമ്പിനേഷൻ സീനുകളിൽ മത്സരിച്ച് അഭിനയിക്കുന്നവരെയാണ് എനിക്കിഷ്ടം. പൊന്നമ്മയെപ്പോലെ.''

വി.എം.വിനുവിന്റെ 'കൺമഷി' എന്ന ചിത്രത്തിലും ഭാര്യയും ഭർത്താവുമായയാണ് ഞങ്ങൾ അഭിനയിച്ചത്. അതിൽ ഞങ്ങൾ വഴക്കടിക്കുമ്പോൾ ഞാനിടയ്ക്കിടെ പറയുന്ന ഡയലോഗുണ്ട് - ''ഹും, നൂറുപവനും അമ്പത് പട്ടുസാരിയും കൊണ്ട് ഈ വീട്ടിൽ വന്നു കയറിയതാ ഞാൻ. എന്നിട്ടെന്തു കാര്യം?''

സ്വിമ്മിംഗ് പൂളിനടുത്തിരുന്ന് ഞാനീ ഡയലോഗ് വീണ്ടും പറയുമ്പോൾ അമ്പിളിച്ചേട്ടൻ കാലുകൊണ്ട് തൊഴിച്ച് എന്നെ വെള്ളത്തിലേക്ക് തള്ളിയിടുന്നതാണ് സീൻ.

''ഏഴടി താഴ്ചയുള്ള സ്വിമ്മിംഗ്പൂളാണിത്. പൊന്നമ്മച്ചേച്ചിക്ക് നീന്താനറിയാമോ?''

സംവിധായകൻ ചോദിച്ചു.

''ഞാൻ കുട്ടിക്കാലം മുതലേ നീന്തൽ പഠിച്ചിട്ടുണ്ട്. അതിനാൽ ഒരു കുഴപ്പവുമില്ല. വെള്ളത്തിൽ സാരി പൊങ്ങിപ്പോകാതിരിക്കാൻ എനിക്കൊരു ചുരിദാറിന്റെ ബോട്ടം കിട്ടിയാൽ മതി.''

ഞാൻ പറയുന്നത് അടുത്തിരുന്ന അമ്പിളിച്ചേട്ടൻ കേൾക്കുന്നുണ്ടായിരുന്നു. പത്തുമിനുട്ടിനുള്ളിൽ ചുരിദാറൊക്കെ സംഘടിപ്പിച്ചുതന്നു. റീടേക്ക് എടുക്കാൻ വിഷമമായതിനാൽ ഒറ്റടേക്കിൽ കാര്യം നടക്കണമെന്ന് സംവിധായകൻ ഓർമ്മിപ്പിച്ചു. അമ്പിളിച്ചേട്ടന് ചവിട്ടാൻ പാകത്തിൽ ഞാൻ സ്വിമ്മിംഗ്പൂളിന്റെ അറ്റത്ത് നിലയുറപ്പിച്ചു. ശ്രദ്ധിച്ച് റിഹേഴ്സൽ എടുത്തു.

''പറ്റുമെങ്കിൽ മാത്രം ചാടിയാൽ മതി. അല്ലെങ്കിൽ തലയടിക്കും. വെള്ളം കുടിക്കും. റിസ്കുള്ള സീനാണ്.''

ടേക്കിന് തൊട്ടുമുമ്പ് അമ്പിളിച്ചേട്ടൻ ഓർമ്മിപ്പിച്ചു. സംവിധായകൻ ആക്ഷൻ പറഞ്ഞു. ഞാൻ നൂറുപവന്റെ ഡയലോഗ് പറഞ്ഞു. അമ്പിളിച്ചേട്ടൻ ഒറ്റച്ചവിട്ട്. ഞാൻ വെള്ളത്തിലേക്കു വീണു. ഒന്നു മുങ്ങിയപ്പോൾ അമ്പിളിച്ചേട്ടൻ മനസ്സിൽനിന്ന് വീണ്ടുമൊരു ഡയലോഗിട്ടു – ''ദ പോകുന്നു നൂറുപവനും അമ്പത് പട്ടുസാരിയും.'' ഞാൻ പതുക്കെ പൊങ്ങി നീന്താൻ തുടങ്ങി. അമ്പിളിച്ചേട്ടനൊന്നു ഞെട്ടി.

''ഇവൾക്ക് നീന്താനുമറിയാമോ?''

ഉള്ളിൽനിന്ന് തനിയെ വന്നതാണ് ഈ ഡയലോഗും. അതോടെ സംവിധായകൻ കട്ട് പറഞ്ഞു. ഞാൻ നീന്തി കരയ്ക്കു കയറാൻ തുടങ്ങിയപ്പോൾ നാലഞ്ച് ചെറുപ്പക്കാർ വന്ന് പിടിച്ചുകയറ്റി. അവരെ മുമ്പ് ലൊക്കേഷനിലൊന്നും കണ്ടിട്ടില്ല. ഞാൻ സംവിധായകൻ വി.എം.വിനുവിനോട് ചോദിച്ചു – ''ഇവരൊക്കെ ആരാ?'' അപ്പോഴാണ് വിനു തൊട്ടുമുമ്പുണ്ടായ സംഭവം പറഞ്ഞത്.

നീന്താൻ അറിയാമെന്ന് ഞാൻ പറഞ്ഞപ്പോൾ അമ്പിളിച്ചേട്ടൻ വിനുവിനോട് സ്വകാര്യമായി പറഞ്ഞത്രെ.

''പൊന്നമ്മ അങ്ങനൊക്കെ പറയും. നീന്താൻ അവർ കുളം പോലും കണ്ടിട്ടുണ്ടോ എന്നു സംശയമാണ്. ഇത്രയും താഴ്ചയുള്ള സ്വിമ്മിംഗ്പൂളിലെങ്ങാനും മുങ്ങി എന്തെങ്കിലും സംഭവിച്ചാൽ ഉത്തരവാദിത്വം നിങ്ങൾക്കാണ്. അതുകൊണ്ട് പൊന്നമ്മയെ രക്ഷിക്കാനുള്ള ആളെ സംഘടിപ്പിച്ചശേഷം സീനെടുത്താൽ മതി.''

അതോടെ സംവിധായകൻ ഇടപെട്ട് അഞ്ചുപേരെ സ്വിമ്മിംഗ് പൂളിന് ചുറ്റും നിർത്തി. ഞാൻ മുങ്ങിപ്പോയാൽ പൊക്കിയെടുക്കാൻ. 'ഇവർക്ക് നീന്താനുമറിയാമോ' എന്ന ഡയലോഗ് അമ്പിളിച്ചേട്ടന് യഥാർത്ഥത്തിൽ തോന്നിയ സംശയമാണ്.

നാടകത്തിൽനിന്ന് വന്നതിനാൽ എന്നോടൊരു ആദരവുണ്ടായിരുന്നു. എപ്പോൾ കണ്ടാലും കുടുംബത്തെക്കുറിച്ച് ചോദിക്കും. കള്ളത്തരം കാണിക്കാനും ചെയ്യാനും അറിയാത്ത നടനാണ് അമ്പിളിച്ചേട്ടൻ. 'മേരിക്കുണ്ടൊരു കുഞ്ഞാടി'ൽ അമ്പിളിച്ചേട്ടന്റെ കഥാപാത്രം പള്ളീലച്ചനാണ്. അച്ചനെ കാണുമ്പോൾ ശൃംഗാര ഭാവത്തോടെ നടക്കുന്ന വീട്ടമ്മയയാണ് ഞാൻ അഭിനയിച്ചത്. ഡബ്ബിംഗിന് ഞങ്ങളൊന്നിച്ച് സ്റ്റുഡിയോയിലെത്തി. തിരിച്ചിറങ്ങുമ്പോൾ അമ്പിളിച്ചേട്ടൻ പറഞ്ഞു.

''പൊന്നമ്മ നല്ല വൃത്തിയായും വെടിപ്പായും അഭിനയിച്ചിട്ടുണ്ട്. ഇതുതന്നെ ഫോളോ ചെയ്യുന്നതാണ് നല്ലത്.''

അങ്ങനെയൊക്കെ പറഞ്ഞുതരാൻ സിനിമാലോകത്ത് ഒരാളേയുള്ളൂ. അതാണ് അമ്പിളിച്ചേട്ടൻ. ■

പൊന്നമ്മ ബാബു: മുന്നൂറിലധികം സിനിമകളിൽ അഭിനയിച്ച പൊന്നമ്മ ബാബു കോട്ടയം ഭരണങ്ങാനം സ്വദേശിനിയാണ്. നാടകത്തിലൂടെയാണ് പൊന്നമ്മ കലാരംഗത്തേക്കുവന്നത്. പടനായകനിലൂടെ സിനിമയിലെത്തി. നിരവധി സീരിയലുകളിലും വേഷമിട്ടു.

ഷൂട്ടിംഗ് മുടങ്ങാതിരിക്കാൻ 'ഒരഭ്യാസം'

പ്രേംകുമാർ

വിദ്യാർത്ഥി ആയിരുന്ന കാലം മുതൽ ജഗതിച്ചേട്ടന്റെ ആരാധകനായിരുന്നു ഞാൻ. അദ്ദേഹത്തിന്റെ അഭിനയം അത്ഭുതത്തോടെ നോക്കിനിന്ന കൊച്ചുബാലൻ. ആ സമയത്താണ് ആദ്യമായി ഷൂട്ടിംഗ് കാണുന്നത്. തിരുവനന്തപുരം എം.എൽ.എ ഹോസ്റ്റലിനു മുമ്പിലെ റോഡിൽ ഒരാൾക്കൂട്ടം കണ്ടപ്പോൾ ചെന്നുനോക്കിയതാണ്. സ്ക്രീനിൽ ആരാധനയോടെ കാണുന്ന നടൻ തൊട്ടുമുമ്പിൽ. നഗരത്തിന്റെ പല ഭാഗങ്ങളിൽ പിച്ചക്കാരെ വച്ച് പണം സമ്പാദിക്കുന്ന ആളായാണ് ജഗതിച്ചേട്ടൻ അഭിനയിക്കുന്നത്. ഒരു പിച്ചക്കാരന്റെ പോക്കറ്റിൽ കൈയിട്ടപ്പോൾ കിട്ടിയത് വിൽസ് പായ്ക്കറ്റ്.

‘‘ഇത്രയും പിച്ചക്കാരുടെ മുതലാളിയായ ഞാൻ വലിക്കുന്നത് സാദാ സിഗരറ്റ്. നീ വിൽസും.’’

ഈ സീനാണ് അന്നവിടെ ചിത്രീകരിച്ചത്. അന്ന് വൈകുന്നേരം വരെ വിശപ്പ് സഹിച്ച് ഷൂട്ടിംഗ് കണ്ടു. എന്റെ നാടായ കഴക്കൂട്ടത്തെ ഫാസ്റ്റ്ഫുഡ് ഷോപ്പിന്റെ ഉദ്ഘാടനത്തിനാണ് പിന്നീട് കാണുന്നത്. അന്ന് തിങ്ങിനിറഞ്ഞ ആൾക്കൂട്ടത്തിനിടയിൽ ഞാനുമുണ്ടായിരുന്നു.

പിൽക്കാലത്ത് ആ മഹാനടനോടൊപ്പം ഒരുപാടു സിനിമകളിൽ അഭിനയിക്കാനുള്ള ഭാഗ്യമുണ്ടായി. അദ്ദേഹം സംവിധാനം ചെയ്ത 'കല്യാണഉണ്ണികളി'ലും എനിക്കൊരു നല്ല റോൾ മാറ്റിവച്ചിരുന്നു. നടനെന്ന നിലയിൽ എന്നെ തിരിച്ചറിയുകയും അംഗീകരിക്കുകയും ചെയ്തതിനുള്ള തെളിവാണത്. റിഹേഴ്സലിന് കാണുന്ന ജഗതിച്ചേട്ടനെയല്ല, ക്യാമറ ചലിച്ചു തുടങ്ങിയാൽ നമ്മൾ കാണുന്നത്. ഒറ്റ ഷോട്ടിൽ എന്തൊക്കെ ചെയ്യാൻ കഴിയുമോ അതൊക്കെ ചെയ്യും. സംഭാഷണത്തിന്റെ മോഡുലേഷൻ, മുഖത്ത് മിന്നിമറയുന്ന ഭാവ

പ്രകടനം, ശരീരഭാഷ, നിൽപ്പിലും നടപ്പിലും നോട്ടത്തിലും ചലനങ്ങളിലും കഥാപാത്രത്തിന്റെ സമസ്ത വികാരങ്ങളുടെ പ്രതിഫലനം. ഇവയൊക്കെ ജഗതിച്ചേട്ടന് മാത്രം അവകാശപ്പെട്ടതാണ്.

വേണുനാഗവള്ളി സംവിധാനം ചെയ്യുന്ന 'ആയിരപ്പറ'യുടെ ഷൂട്ടിംഗ് ആലപ്പുഴയിലായിരുന്നു. അതിൽ മമ്മൂട്ടിയുടെ കൂടെ ജഗതിച്ചേട്ടൻ, ശ്രീനിവാസൻ, പപ്പുവേട്ടൻ തുടങ്ങിയവർക്കൊപ്പം ഞാനും അഭിനയിക്കുന്നുണ്ട്. റെയ്ബാൻ ഹോട്ടലിലായിരുന്നു ഞങ്ങളുടെ താമസം. എന്റെ മുറിക്കു തൊട്ടുമുമ്പിലാണ് വേണുച്ചേട്ടന്റെ മുറി.

അന്നൊരു ദിവസം രാത്രി ഏറെ വൈകിയാണ് ഷൂട്ടിംഗ് കഴിഞ്ഞ് മുറിയിലെത്തിയത്. ഭക്ഷണം കഴിച്ച് കിടക്കാൻ തുടങ്ങുമ്പോഴാണ് പുറത്ത് ഭയങ്കര ബഹളം കേട്ടത്. വാതിൽ തുറന്നുനോക്കി. വേണുച്ചേട്ടന്റെ മുറിക്കു പുറത്ത് വലിയൊരാൾക്കൂട്ടം. അവർ ഉച്ചത്തിൽ എന്തൊക്കെയോ സംസാരിക്കുന്നു. ജഗതിച്ചേട്ടനെ തങ്ങളുടെ സിനിമയിൽ അഭിനയിപ്പിക്കാനായി കൊണ്ടുപോകാൻ വന്നിരിക്കുന്ന പ്രൊഡ്യൂസർമാരും പ്രൊഡക്ഷൻ കൺട്രോളർമാരുമാണ് അവർ. അദ്ദേഹമില്ലാതെ പടം മുടങ്ങിയ അവസ്ഥയിൽ ഗത്യന്തരമില്ലാതെ എത്തിയതാണ്. ഓരോരുത്തർക്കും ജഗതിച്ചേട്ടനെ കൊണ്ടുപോകണം. പിറ്റേ ദിവസം നിർണ്ണായകമായ സീൻ എടുക്കേണ്ടതിനാൽ വിട്ടുതരില്ലെന്ന് വേണുച്ചേട്ടൻ പറഞ്ഞതോടെയാണ് ബഹളം കൂടിയത്. ഇതൊക്കെ നടക്കുമ്പോൾ തൊട്ടപ്പുറത്ത് നിസ്സംഗഭാവത്തിൽ പാൻപരാഗും ചവച്ചുകൊണ്ട് ഒരാൾ ചുവരും ചാരി നിൽക്കുകയാണ്. അത് ജഗതി ശ്രീകുമാറാണ്. പുള്ളി ഇതിലൊന്നും ഇടപെടുന്നില്ല. ആരും അദ്ദേഹത്തോട് സംസാരിക്കുന്നുമില്ല. സംവിധായകൻ സമ്മതിച്ചാൽ ആരുവേണമെങ്കിലും കൊണ്ടുപൊയ്ക്കോട്ടെ എന്ന ഭാവം. ജഗതിച്ചേട്ടന് വേണുച്ചേട്ടനുമായി വലിയ ആത്മബന്ധമുണ്ട്. ബഹളം അവസാനിക്കുന്ന മട്ടില്ല. ഞാൻ പതുക്കെ കതകടച്ച് കിടന്നുറങ്ങി. ഇടയ്ക്കെപ്പൊഴോ ഉണർന്നപ്പോഴും ബഹളം അവസാനിച്ചിട്ടില്ല.

രാവിലെ ആറുമണിക്ക് എഴുന്നേറ്റ് ജനാല മലർക്കെത്തുറന്നു. പുറത്തെ വിശാലമായ പുൽത്തകിടിയിൽ കൈയൊക്കെ ആഞ്ഞുവീശി ആരോ മോണിംഗ് വാക്കിംഗ് നടത്തുകയാണ്. ഈ പുലർച്ചെയ്ക്ക് ഇതാരാണാവോ എന്നു ചിന്തിക്കുന്നതിനിടെ സ്വെറ്ററിട്ട ആളെ മനസ്സിലായി. ജഗതിച്ചേട്ടൻ. ആ മനുഷ്യനെ കുറെനേരം അത്ഭുതത്തോടെ നോക്കിനിന്നു. കാരണം ലോകത്ത് വേറെ ആരായിരുന്നാലും ഇന്നലെ രാത്രി ഉറങ്ങാൻ കഴിയില്ലായിരുന്നു. ജഗതിച്ചേട്ടൻ

ഒരു ടെൻഷനുമില്ലാതെ കിടന്നുറങ്ങി എന്നതിന് തെളിവാണ് രാവിലത്തെ ഈ നടത്തം. തലേ ദിവസം രാത്രിയുണ്ടായ പ്രശ്നം ഒരുതരത്തിലും ആ മനുഷ്യനെ ബാധിച്ചിട്ടില്ല.

ഈ മനുഷ്യന് ഇതെങ്ങനെ കഴിയുന്നു? ലൊക്കേഷനിലെത്തിയപ്പോൾ ഞാൻ നേരിട്ടുതന്നെ ചോദിച്ചു. അതിനുള്ള മറുപടി ഇങ്ങനെ.

''അനിയാ, ഓരോരുത്തർക്കും അവനവൻ അനുഭവിക്കേണ്ട ടെൻഷൻ ദൈവം തന്നിട്ടുണ്ട്. ആ ടെൻഷൻ മാത്രമേ നമ്മൾ ഏറ്റെടുക്കേണ്ടതുള്ളൂ. ഇന്നലെ ബഹളമുണ്ടാക്കിയത് അവർക്ക് ടെൻഷനുള്ളതുകൊണ്ടാണ്. അത് അവർക്ക് ദൈവം കൊടുത്തതാണ്. അത് ഏറ്റെടുത്താൽ ഞാൻ തകർന്നുപോകും.''

വിലപ്പെട്ട ഒരു ഉപദേശമായിരുന്നു അത്. സിനിമയിൽനിന്നും ജീവിതത്തിൽനിന്നും സ്വാംശീകരിച്ച അനുഭവങ്ങളാണ് ജഗതിച്ചേട്ടനെ ഇങ്ങനെ ഉൾക്കരുത്തുള്ള ആളാക്കി മാറ്റിയത്. സ്വന്തം ജീവിതം കൊണ്ട് ജഗതിച്ചേട്ടൻ കാണിച്ചുതന്നതും അതാണ്. സിനിമയ്ക്ക് ഡേറ്റ് തരണമെന്ന് പറഞ്ഞ് സമീപിക്കുന്നവരോട് 'നോ' എന്നു പറയാൻ ജഗതിച്ചേട്ടന് പലപ്പോഴും കഴിയാറില്ല. സെറ്റിൽനിന്ന് വിടുന്നതനുസരിച്ച് ചെയ്തുതരാം എന്ന വാഗ്ദാനം മാത്രമേ അദ്ദേഹം നൽകാറുള്ളൂ. അതുകൊണ്ടാണ് ഇത്രയും ബഹളം നടന്നപ്പോഴും ആരും ജഗതിച്ചേട്ടനോട് ഒരക്ഷരം പറയാതിരുന്നത്.

ജഗതിച്ചേട്ടൻ സംവിധാനം ചെയ്ത 'കല്യാണഉണ്ണികളു'ടെ ഷൂട്ടിംഗ് കുറച്ചുനാൾ മുടങ്ങിയിരുന്നു. മാസങ്ങൾ കഴിഞ്ഞാണ് വീണ്ടും തിരുവനന്തപുരത്ത് ആരംഭിച്ചത്. ആ സമയത്താണ് ജി. എസ്.വിജയൻ സംവിധാനം ചെയ്ത 'ചെപ്പടിവിദ്യ'യുടെ ഷൂട്ടിംഗും. 'ചെപ്പടിവിദ്യ'യിലെ മൂന്നു കള്ളന്മാരുടെ വേഷം ചെയ്യുന്നത് ജഗതിച്ചേട്ടനും ശ്രീനിവാസനും പിന്നെ ഞാനുമാണ്. ലൊക്കേഷൻ തിരുവനന്തപുരത്തായതുകൊണ്ട് ജഗതിച്ചേട്ടന് എളുപ്പമാണ്. ഒരു സ്ഥലത്ത് അഭിനയം. മറ്റൊരിടത്ത് സംവിധാനം. എനിക്കും രണ്ടു സിനിമയിലും വേഷമുണ്ട്. 'ചെപ്പടിവിദ്യ'യിലെ ഷൂട്ടിംഗ് കഴിഞ്ഞ് വൈകിട്ടോടെ 'കല്യാണഉണ്ണികളു'ടെ ചിത്രാഞ്ജലിയിലെ സെറ്റിലെത്തണം. 'ചെപ്പടിവിദ്യ'യിലെ പോർഷൻ തീരാൻ കുറെ സമയമെടുത്തു. ഈ സമയത്തൊക്കെ 'കല്യാണഉണ്ണികളു'ടെ സെറ്റിൽ നിന്ന് വിളിച്ചുകൊണ്ടേയിരുന്നു.

''രാജൻ.പി.ദേവിന് രാത്രി മദ്രാസിലേക്ക് പോകാൻ ടിക്കറ്റ് റിസർവ് ചെയ്തിരിക്കുകയാണ്. പ്രേംകുമാറിന്റെ കോമ്പിനേഷൻ കഴിഞ്ഞിട്ടുവേണം അദ്ദേഹത്തിന് പോകാൻ.''

പ്രൊഡക്ഷൻ കൺട്രോളർ വിളിച്ചുപറഞ്ഞു. പക്ഷേ എനിക്കെന്തു ചെയ്യാൻ കഴിയും? ചെപ്പടിവിദ്യയുടെ ഷൂട്ടിംഗ് തീരേണ്ടേ?

'കല്യാണഉണ്ണികളു'ടെ സെറ്റിൽ എല്ലാവരും എന്നെ കാത്തിരിക്കുകയാണ്. രാജൻ.പി.ദേവിന്റെ തിരക്കും എന്റെ വൈകലും ജഗതിച്ചേട്ടനെ ആകെ അസ്വസ്ഥനാക്കി. അദ്ദേഹം രാജൻ.പി.ദേവിനോട് പറഞ്ഞു.

''നാളെ രാത്രി മദ്രാസിലേക്ക് പോയാൽ പോരെ? ഒരു ദിവസം കൂടി നിന്നാൽ പോർഷൻ മുഴുവനായും തീർത്തുതരാം.''

രാജൻ.പി.ദേവ് സമ്മതിച്ചില്ല. ആ ടെൻഷനിലിരിക്കുമ്പോഴാണ് ചിത്രാഞ്ജലിയുടെ മുറ്റത്ത് എന്റെ കാർ വന്നു നിന്നത്. ഇറങ്ങേണ്ട താമസം, ഒരു പുലി ആക്രോശിക്കുന്നതുപോലെ സംവിധായകനായ ജഗതിച്ചേട്ടൻ എന്റെ നേരെ ചാടിവീണു.

''നീയാരാ, സൂപ്പർതാരമായിപ്പോയോ...''

അഞ്ചുമിനുട്ടുനേരം ജഗതിച്ചേട്ടൻ എന്നെ നിർത്തിപ്പൊരിക്കുകയായിരുന്നു. സെറ്റിൽ എല്ലാവരും ഇതു കേട്ടിരിക്കുകയാണ്. എന്തു പറയണമെന്നറിയാതെ ഞാനാകെ സ്റ്റക്കായി. എനിക്കത് വല്ലാത്ത ഷോക്കായിരുന്നു. രംഗം വഷളാക്കേണ്ട എന്നു കരുതി രാജൻ.പി.ദേവ് പ്രശ്നത്തിലിടപെട്ടു.

''പ്രശ്നമാക്കേണ്ട അമ്പിളീ, നാളെം കൂടി നിന്ന് സീൻ തീർത്തിട്ടേ ഞാൻ പോകുന്നുള്ളൂ. ഇന്നു വരുന്നില്ലെന്ന് മദ്രാസിലേക്ക് വിളിച്ചു പറഞ്ഞോളാം.''

അതോടെ രംഗം ശാന്തമായി. ഷൂട്ടിംഗ് ആരംഭിച്ചു. എന്റെ ഭാഗം കഴിഞ്ഞപ്പോൾ ഞാനൊരു മൂലയിൽ പോയി ഇരുന്നു. ആകെയൊരു മൂഡോഫ്. അപ്പോൾ ഞാനാലോചിച്ചത് 'ആയിരപ്പറ'യിൽ ജഗതിച്ചേട്ടനെത്തേടി നിർമ്മാതാക്കൾ വന്ന കാര്യമാണ്. അങ്ങനെയുള്ള ഒരാളാണ് എന്നെ കണക്കറ്റ് ശകാരിച്ചത്. ഒരു മണിക്കൂർ താമസിച്ചതിന് ക്ഷമിക്കാൻ ജഗതിച്ചേട്ടന് കഴിഞ്ഞില്ലല്ലോ എന്നു ചിന്തിച്ചിരിക്കുമ്പോഴാണ് മൃദുവായൊരു കൈ എന്റെ തോളിൽ സ്പർശിച്ചത്. ജഗതിച്ചേട്ടനാണ്. ഞാൻ എഴുന്നേറ്റു.

''അനിയാ, ഞാൻ നിന്നെ കുറ്റപ്പെടുത്തി സംസാരിച്ചതല്ല. വഴക്കുപറഞ്ഞതുമല്ല. രാജൻ.പി.ദേവ് പോകാതിരിക്കാൻ വേണ്ടി

കളിച്ച ഒരു നാടകമായിരുന്നു അത്. ഒരുപക്ഷേ അങ്ങനെയൊരു സീൻ ക്രിയേറ്റ് ചെയ്തില്ലായിരുന്നെങ്കിൽ രാജൻ ഇന്നുതന്നെ മദ്രാസിലേക്ക് പോയേനേ. സീനുകൾ ഇനിയും കുറെ ബാക്കിയുണ്ട്. രാജന്റെ ഒരു ദിവസത്തെ ഡേറ്റു കൂടിയുണ്ടെങ്കിലേ പടം തീരുകയുള്ളൂ. ഇപ്പോൾ രാജൻ പോയാൽ വീണ്ടും ഷൂട്ടിംഗ് മുടങ്ങും. ഒരു തവണ ഷൂട്ടിംഗ് മുടങ്ങിയപ്പോൾത്തന്നെ ലക്ഷങ്ങൾ നഷ്ടമായ നിർമ്മാതാവിനെ വീണ്ടും കടക്കെണിയാലാക്കാൻ കഴിയില്ല. അതാലോചിച്ചപ്പോൾ ഇതെല്ലാതെ മറ്റൊരു വഴിയും ഞാൻ കണ്ടില്ല അനിയാ. നീയൊരു തെറ്റും ചെയ്തിട്ടില്ല. ആ ദേഷ്യമെല്ലാം ഞാൻ അഭിനയിച്ചതായിരുന്നു. ഒരു ജ്യേഷ്ഠസഹോദരന്റെ വാക്കുകളാണെന്ന് കരുതി ക്ഷമിക്കുക.''

ജഗതിച്ചേട്ടൻ ചേർത്തുപിടിച്ചപ്പോൾ എന്റെ കണ്ണുനിറഞ്ഞു. ദേഷ്യമൊക്കെ പതുക്കെ അലിഞ്ഞില്ലാതായി. ഒരു നിർമ്മാതാവിനെ രക്ഷിക്കാൻ വേണ്ടിയാണ് അദ്ദേഹമതു ചെയ്തത് എന്നറിഞ്ഞപ്പോൾ അഭിമാനം തോന്നി. ഇങ്ങനെയൊക്കെയാണ് മലയാളികളുടെ പ്രിയപ്പെട്ട ജഗതിശ്രീകുമാർ. ■

പ്രേംകുമാർ: 1990ൽ സഖാവ് കൃഷ്ണപിള്ളയായി വേഷമിട്ടുകൊണ്ടാണ് പ്രേംകുമാർ സിനിമയിലെത്തുന്നത്. പിന്നീട് ഒരുപാട് സിനിമകൾ. ദൂരദർശനിലെ ലംബോ എന്ന ടെലിഫിലിമിലൂടെയാണ് പ്രേംകുമാർ ജനശ്രദ്ധ നേടിയത്. അതിന് സംസ്ഥാന ടെലിവിഷൻ അവാർഡും ലഭിച്ചിട്ടുണ്ട്. തിരുവനന്തപുരം സ്വദേശിയായ പ്രേംകുമാർ ഇപ്പോൾ സംസ്ഥാന ചലച്ചിത്ര അക്കാദമിയുടെ വൈസ് ചെയർമാനാണ്.

അമ്പിളിയും ഞാനും തമ്മിൽ...

പ്രേംപ്രകാശ്

നാൽപ്പതുവർഷങ്ങൾക്കു മുമ്പാണ്. എ.ബി.രാജ് സംവിധാനം ചെയ്യുന്ന 'സീമന്തപുത്രൻ' എന്ന സിനിമയുടെ ഷൂട്ടിംഗ് സേലത്ത് നടക്കുന്നു. ആ സിനിമയിൽ അഭിനയിക്കാനാണ് തലേ ദിവസം തന്നെ ഞാനെത്തിയത്. ഷൂട്ടിംഗ് ഇല്ലാത്തതിനാൽ അന്ന് നേരത്തെ മുറിയിലെത്തി കിടന്നു. പാതിരാത്രിയായപ്പോൾ കതകിലാരോ മുട്ടുന്നു. ലൈറ്റിടാതെ ഡോർ തുറന്നു. പുറത്ത് സിനിമയുടെ പ്രൊഡക്ഷൻ കൺട്രോളർ.

''സാറേ, ഈ മുറിയിൽ ഒരാളെക്കൂടി കിടത്തണം.''

''അതിനിവിടെ ഒരു കട്ടിലല്ലേയുള്ളൂ.''

ഞാൻ പറഞ്ഞു.

''കുഴപ്പമില്ല. പുള്ളി നിലത്തു കിടന്നോളും.''

ആരാണെന്നു പോലും നോക്കിയില്ല. ഇരുട്ടിൽ ഒരാൾ വന്ന് ഡോറടച്ചശേഷം എന്റെ കട്ടിലിന്റെ താഴെ വന്നു കിടന്നു. രാവിലെ എഴുന്നേറ്റപ്പോൾ വാതിലിനടുത്ത് അയാൾ നിൽക്കുന്നു. നീണ്ടു മെലിഞ്ഞ ചെറുപ്പക്കാരനെ പെട്ടെന്നുതന്നെ തിരിച്ചറിഞ്ഞു. ജഗതി ശ്രീകുമാർ. ആദ്യമായി ജഗതിയെ കാണുന്നത് അന്നാണ്. അക്കാലത്ത് ജഗതി മലയാളസിനിമയിൽ പ്രശസ്തനായി വരുന്നതേയുള്ളൂ. ഞാനാവട്ടെ, ജോസ്പ്രകാശിന്റെ സഹോദരൻ എന്ന ലേബലിലാണ് അറിയപ്പെടുന്നത്. പിന്നീട് ഞാൻ സിനിമകൾ നിർമ്മിക്കാൻ തുടങ്ങി. മൂന്നാമത്തെ ചിത്രമായ 'പറന്ന് പറന്ന് പറന്നി'ലാണ് ജഗതിയെ അഭിനയിപ്പിക്കുന്നത്. അതോടെ ഞങ്ങളുടെ സൗഹൃദത്തിന് ദൃഢത കൂടി.

ഞാൻ നിർമ്മിച്ച ഒരുപാടു സിനിമകളിൽ ജഗതി അഭിനയിച്ചിട്ടുണ്ട്.

മലയാളസിനിമയിൽ എനിക്ക് സുഹൃത്തുക്കൾ കുറവാണ്. ഒരാൾ മറ്റൊരാളെ സ്നേഹിക്കുമ്പോൾ തിരിച്ച് അതുപോലെ തരുന്നവരാണ് യഥാർത്ഥ സുഹൃത്തുക്കൾ. അത്തരമൊരാളാണ് ജഗതി എന്ന അമ്പിളി. ഏതു സിനിമ നിർമ്മിക്കാൻ തുടങ്ങുമ്പോഴും ആദ്യം വിളിക്കുന്നത് അമ്പിളിയെയാണ്.

"ഞാനൊരു പടം തുടങ്ങുന്നുണ്ട്."

ഞാനുണ്ട്, വന്നേക്കാം എന്നായിരിക്കും മറുപടി.

"അല്ല, തിരക്കിനിടയ്ക്ക് മറന്നുപോകരുത് എന്നു കരുതി സൂചിപ്പിച്ചതാണ്."

"അതൊന്നും കറിയാച്ചൻ (അങ്ങനെയാണ് മിക്കവരും എന്നെ വിളിക്കുന്നത്) നോക്കേണ്ട. ഞാനുണ്ടാവും അവിടെ" എന്ന ഉറപ്പു നൽകും അമ്പിളി.

ജയരാജ് സംവിധാനം ചെയ്ത 'ജോണിവാക്കർ' എന്ന സിനിമ നിർമ്മിച്ചത് ഞാനാണ്. ആ സിനിമ തുടങ്ങുന്നതിനുമുമ്പും അമ്പിളിയെ വിളിച്ചുപറഞ്ഞു. അഭിനയിക്കാമെന്ന ഉറപ്പും കിട്ടി. കർണ്ണാടകയിൽ ഷൂട്ടിംഗ് ആരംഭിച്ചു. ഒരു ദിവസം ജയരാജ് എന്നോടു പറഞ്ഞു.

"കറിയാച്ചാ, നമുക്ക് നാളെ അമ്പിളിച്ചേട്ടനെ കിട്ടണം. മമ്മൂട്ടിയുമായുള്ള കോമ്പിനേഷൻ സീനാണ്. റോഡിലാണ് ഷൂട്ടിംഗ്."

തലേ ദിവസം വിളിച്ചുപറയുന്നത് ശരിയല്ലെന്ന് എനിക്കറിയാം. പക്ഷേ വിളിച്ചേ പറ്റൂ. ഞാൻ വിളിച്ചു. പാലക്കാട്ട് മുദ്ര ശശി നിർമ്മിക്കുന്ന പടത്തിന്റെ ലൊക്കേഷനിലാണ് അമ്പിളി.

"കറിയാച്ചാ, ഞാനിവിടെ ടൈറ്റ് ഷെഡ്യൂളിലാണ്. അവിടെ എങ്ങനെയെത്തും എന്നറിയില്ല."

അമ്പിളി തന്റെ നിസ്സഹായവസ്ഥ വ്യക്തമാക്കി.

"വന്നില്ലെങ്കിൽ പ്രശ്നമാണ്. മമ്മൂട്ടിയുമായുള്ള കോമ്പിനേഷൻ സീനാണ് എടുക്കേണ്ടത്."

നോക്കാമെന്നായിരുന്നു മറുപടി.

"അമ്പിളി ഒരു കാര്യം ചെയ്യ്. രാത്രി തന്നെ അവിടെനിന്ന് ഒരു ടാക്സി പിടിച്ചിങ്ങ് പോര്."

മറുപടിയൊന്നുമില്ലാതെ ഫോൺ കട്ടായി.

പിറ്റേ ദിവസം രാവിലെ ഏഴുമണിക്ക് എഴുന്നേറ്റപ്പോൾ മുമ്പിലെ മുറിയുടെ വാതിൽക്കൽ നിൽക്കുന്നു, അമ്പിളി.

''ഇപ്പോൾ വന്നതേയുള്ളൂ, കറിയാച്ചാ''

ടാക്സിഡ്രൈവർക്ക് കാശ് കൊടുക്കാൻ പ്രൊഡക്ഷനിലെ പയ്യനോട് ഏർപ്പാട് ചെയ്യുമ്പോൾ അമ്പിളി തടഞ്ഞു.

''വേണ്ട, ഞാൻ ബസ്സിലാണ് വന്നത്. പാലക്കാട്ടുനിന്ന് രാത്രി പുറപ്പെടുന്ന ബസ്സിൽ കയറിയിങ്ങു പോന്നു.''

സത്യം പറഞ്ഞാൽ ഞാൻ നമിച്ചുപോയി. കാരണം മലയാളത്തിൽ അന്ന് ഏറ്റവും തിരക്കുള്ള ആർട്ടിസ്റ്റാണ് ബസ്സിൽ ഇത്രയും ദൂരം വന്നത്. ശബരിമലയ്ക്ക് പോകാൻ വേണ്ടി മാലയിട്ട സമയമായിരുന്നു അത്. ആ വേഷത്തിൽത്തന്നെയാണ് അമ്പിളി വന്നതും. അഭിനയത്തോടുള്ള കമ്മിറ്റ്മെന്റ് കൊണ്ടാണ് അത്രയും റിസ്കെടുത്തത്. രാവിലെ പത്തുമണിയായപ്പോൾ ജയരാജ് എന്റെയടുത്തേക്കുവന്നു.

''കറിയാച്ചാ, ഒരു ചെറിയ പ്രശ്നമുണ്ട്. അമ്പിളിച്ചേട്ടനെ വച്ചുള്ള സീൻ ഈയാഴ്ച നടക്കില്ല.''

എനിക്കത് വലിയ ഷോക്കായി. പാലക്കാട്ടുനിന്ന് കഷ്ടപ്പെട്ട് ബസ്സിൽ യാത്ര ചെയ്ത് എത്തിയ അമ്പിളിച്ചേട്ടനോട് ഈ വിവരം എങ്ങനെ പറയും? ടെൻഷൻ. ഞാനല്ലാതെ മറ്റാരും ഇക്കാര്യം പറയുകയുമില്ല. അപ്പോൾത്തന്നെ അമ്പിളിയുടെ മുറിയിലെത്തി.

''അമ്പിളീ, ഒന്നും തോന്നരുത്. ഇന്ന് ഷൂട്ടിംഗ് നടക്കില്ല.''

മുഖവുരയൊന്നുമില്ലാതെ കാര്യം പറഞ്ഞു. ഒരു പൊട്ടിത്തെറിയാണ് പ്രതീക്ഷിച്ചത്. പക്ഷേ അവിടെയും അമ്പിളി എന്നെ ഞെട്ടിച്ചുകളഞ്ഞു.

''സിനിമയല്ലേ കറിയാച്ചാ അതൊക്കെ നടക്കും. സാരമില്ല. ഞാൻ നാളെവരെ നിൽക്കണോ?''

ഈയാഴ്ച നടക്കില്ലെന്ന് പറഞ്ഞപ്പോൾ, വൈകിട്ടുതന്നെ പാലക്കാട്ടേക്ക് തിരിച്ചു പൊയ്ക്കോളാമെന്നായിരുന്നു മറുപടി. കാറിൽ പോയാൽ മതിയെന്നു പറഞ്ഞിട്ടും അമ്പിളി സമ്മതിച്ചില്ല. ബസ്സിൽത്തന്നെയാണ് തിരിച്ചുപോയതും. ഒരാഴ്ച കഴിഞ്ഞ് വീണ്ടും അഭിനയിക്കാൻ വന്നതും ബസ്സിലായിരുന്നു. അതാണ് ആ മനുഷ്യന്റെ ലാളിത്യം.

പണത്തോടല്ല, അഭിനയത്തോടാണ് അമ്പിളിയുടെ താൽപ്പര്യം. ഇത്ര കാശ് കിട്ടിയാലേ അഭിനയിക്കൂ എന്നൊരിക്കലും എന്നോടു പറഞ്ഞിട്ടില്ല. സിനിമയിൽ അഭിനയിച്ച് പോകാൻ നേരം ഞാനാണ് അമ്പിളിയോട് കാശിനെക്കുറിച്ച് ചോദിക്കുക.

''അല്ല എങ്ങിനെയാ?''

''വല്ലോം ഉണ്ടെങ്കിൽ തന്നേര്. ഇല്ലെങ്കിൽ വേണ്ട.''

''എന്നാലും പറഞ്ഞോളൂ''

ഞാൻ നിർബന്ധിക്കും.

''പ്രൊഡക്ഷൻ നടക്കുകയല്ലേ. പണത്തിന് അത്യാവശ്യമുള്ള തല്ലേ. എനിക്കുള്ളത് പിന്നീടായാലും മതി.''

അതാണ് ജഗതി.

നടൻ അച്ചൻകുഞ്ഞിനെ സംവിധായകൻ പത്മരാജന് പരിചയപ്പെടുത്തിയതും അഭിനയിപ്പിച്ചതും ഞാനാണ്. അച്ചൻകുഞ്ഞ് മരിച്ചപ്പോൾ, ഒരിക്കൽ മകൻ എന്റടുത്തുവന്നു.

''അച്ഛനുവേണ്ടി ഒരു ഫണ്ടുണ്ടാക്കാൻ സാർ മുൻകൈയെടുക്കണം. ആ പണം നാടകപ്രവർത്തനങ്ങൾക്ക് ഉപയോഗിക്കാം.''

ഇക്കാര്യം പറഞ്ഞ് ഞാൻ പലരോടും പണം ചോദിച്ചു. അധികമാരും തന്നില്ല. അമ്പിളിയോട് ചോദിച്ചപ്പോൾ അപ്പോൾത്തന്നെ ചെക്കെഴുതി നൽകുകയായിരുന്നു.

കോട്ടയം വഴി കടന്നുപോയാൽ എത്ര തിരക്കുണ്ടെങ്കിലും അമ്പിളി വീട്ടിൽ കയറിയിട്ടേ പോകാറുള്ളൂ. അത്രയ്ക്ക് അടുപ്പമുണ്ട്, ഞങ്ങളുടെ കുടുംബങ്ങൾ തമ്മിൽ. വീട്ടിൽ വന്നാൽ അടുക്കളവരെ പോയി 'എന്നാ ഒക്കെയുണ്ട് ചേച്ചീ ഇന്ന്' എന്ന് ചോദിക്കാനുള്ള സ്വാതന്ത്ര്യം അമ്പിളിക്കുണ്ടായിരുന്നു. മകൾ പാർവതിയും പി.സി.ജോർജിന്റെ മകൻ ഷോണും തമ്മിലുള്ള വിവാഹം നിശ്ചയിച്ച സമയത്ത് ഒരു ദിവസം വീട്ടിൽ വന്നു.

''മോളുടെ വിവാഹം ക്ഷണിക്കാനാണ് വന്നത്. കറിയാച്ചൻ എന്റെ കൂടെത്തന്നെ കാണണം. ഞാൻ ഹിന്ദുവാണ്. പയ്യൻ നിങ്ങളുടെ കത്തോലിക്കനാ.''

വിവാഹച്ചടങ്ങിന് പൂഞ്ഞാറിലെ പള്ളിയിൽ അമ്പിളിക്കൊപ്പം മുഴുവൻ സമയവും ഞാനുണ്ടായിരുന്നു.

അമ്പിളിയുടെ ഹ്യൂമർസെൻസ് രണ്ടു മക്കൾക്കും കിട്ടിയിട്ടുണ്ട്. ഒരിക്കൽ മകൻ രാജ്കുമാറിനെയും കൂട്ടി വീട്ടിൽവന്നു. അന്നവൻ സ്കൂളിൽ പഠിക്കുന്ന പ്രായമാണ്. അവനെ മുമ്പിലിരുത്തി അമ്പിളി ഒരു കാര്യം പറഞ്ഞു.

''ഇവനൊരാഗ്രഹമുണ്ട്. കറിയാച്ചനത് സാധിച്ചുതരണം. നടി ശോഭനയെ കല്യാണം കഴിക്കണം.''

ശരിയാണെന്ന അർത്ഥത്തിൽ രാജ്കുമാർ എന്നെ നോക്കിച്ചിരിച്ചു.

''ഇക്കാര്യം അമ്പിളി തന്നെ ശോഭനയോട് പറഞ്ഞാൽപോരെ?''

ഞാൻ ചോദിച്ചു.

''ഞാൻ പറഞ്ഞാൽ ചിലപ്പോൾ സമ്മതിക്കില്ല. കറിയാച്ചൻ അവരെവച്ച് പടമെടുത്തതല്ലേ. ഒന്നു പറഞ്ഞുനോക്ക്. ഇവൻ ഒരെഴുത്തുതരും. കറിയാച്ചൻ അത് ശോഭനയ്ക്ക് കൊടുത്താൽ മതി.''

ഇതു കേൾക്കേണ്ട താമസം അവൻ ഒരു പേപ്പറും പേനയുമായി അടുത്ത മുറിയിലേക്ക് പോയി. പത്തുമിനുട്ടുകൊണ്ട് ശോഭനയ്ക്ക് പ്രേമലേഖനം തയ്യാറാക്കി എന്റെ കൈയിൽത്തന്നു. അതു കഴിഞ്ഞപ്പോഴാണ് അവനെ കളിയാക്കാനാണ് അത് ചെയ്തതെന്ന് മനസ്സിലായത്. പിന്നീട് കുറെക്കാലം അവനെ ഇക്കാര്യം പറഞ്ഞ് ഞാൻ കളിയാക്കുമായിരുന്നു.

എന്റെ അമ്മ മരിച്ച് കുറച്ചുനാൾ കഴിഞ്ഞപ്പോൾ അമ്പിളിയും കുടുംബവും വീട്ടിലേക്ക് വന്നു. പൊതുവെ ക്രിസ്ത്യൻ കുടുംബത്തിൽ ഒരാൾ മരിച്ചുകഴിഞ്ഞാൽ അവരുടെ ഫോട്ടോ വച്ച് കാർഡടിക്കും. അതിനുതാഴെ ഒരു ബൈബിൾവാക്യവുമുണ്ടാകും. അമ്മയുടെ ഫോട്ടോവച്ചുള്ള കാർഡിനു താഴെ 'ഞാൻ ധീരമായി പോരാടി, ഞാനെന്റെ ഓട്ടം പൂർത്തിയാക്കി' എന്ന ബൈബിൾ വചനമുണ്ടായിരുന്നു. അമ്പിളിയുടെ മകൾ പാർവതി ഈ കാർഡെടുത്ത് വിശദമായി നോക്കി വായിച്ചു. അതിനുശേഷം എന്റെ ഭാര്യയോടു പറഞ്ഞു.

''ഇവിടത്തെ അമ്മച്ചി വലിയ ഓട്ടക്കാരിയായിരുന്നു. അല്ലേ?''

പെട്ടെന്ന് മനസ്സിൽ വന്ന നർമ്മം കേട്ട് സാക്ഷാൽ അമ്പിളി പോലും ചിരിച്ചുപോയി.

എന്റെ മക്കൾ ബോബിയും സഞ്ജയും തിരക്കഥയെഴുതി ലാൽ ജോസ് സംവിധാനം ചെയ്ത 'അയാളും ഞാനും തമ്മിൽ' എന്ന സിനിമ നിർമ്മിച്ചത് ഞാനാണ്. ആ സിനിമയുടെ അണിയറ പ്രവർത്തനങ്ങൾ നടക്കുന്ന സമയത്ത് ഒരു ദിവസം ഞാൻ അമ്പിളിയെ വിളിച്ചു.

''എല്ലാം പ്ലാൻ ചെയ്തോളൂ. ഞാനുണ്ടാവും കറിയാച്ചന്റെ പടത്തിനൊപ്പം'' എന്ന് ഉറപ്പുനൽകിയെങ്കിലും അതു പാലിക്കാൻ ജീവിതത്തിലാദ്യമായി അമ്പിളിക്ക് കഴിഞ്ഞില്ല. കാരണം ആ സമയത്താണ് അമ്പിളി അപകടത്തിൽപെട്ടത്.

വെല്ലൂരിൽ ചികിത്സയിലായിരുന്നപ്പോൾ ഓരോ ആഴ്ചയും ഞാൻ വിളിച്ച് വിവരങ്ങൾ അന്വേഷിക്കുമായിരുന്നു. ആശുപത്രിയിൽ നിന്ന് ഡിസ്ചാർജ് ചെയ്തശേഷം ഒരുനാൾ കാഞ്ഞിരപ്പള്ളിയിലെ ഭാര്യവീട്ടിലെത്തി. അന്ന് കാണാൻ പോയിരുന്നു. എന്നെക്കണ്ടപ്പോൾ അമ്പിളി ചിരിച്ചു. അതിനുശേഷം തലതാഴ്ത്തി.

''ഒത്തിരി അടുപ്പമുള്ളവരെ കാണുമ്പോൾ ഇങ്ങനെയാ. ആദ്യം ചിരിക്കും. പിന്നീട് തലതാഴ്ത്തും.''

ഭാര്യ ശോഭ പറഞ്ഞു. തമ്മിൽ കാണുമ്പോൾ ഒരുപാടു സംസാരിക്കുന്ന അമ്പിളിക്ക് ഒന്നു പറയാൻ കഴിയുന്നില്ലല്ലോ എന്ന സങ്കടമായിരുന്നു എനിക്ക്. ഞങ്ങൾ രണ്ടുപേരും ഒരു ലൊക്കേഷനിലുണ്ടെങ്കിൽ മിക്ക സമയവും ഒരു മുറിയിലായിരിക്കും. ഉറങ്ങാൻ വേണ്ടി മാത്രമാണ് സ്വന്തം മുറികളിലേക്ക് പോവുക. അത്രയും നേരം തമാശകൾ പറഞ്ഞും ആസ്വദിച്ചും സമയം തള്ളിനീക്കുന്നതാണ് ശീലം. അങ്ങനെയുള്ള ആളാണ് അന്ന് മൗനമായി ചിരിച്ചത്. ■

പ്രേംപ്രകാശ്: ചെറിയാൻ ജോസഫ് എന്ന പ്രേംപ്രകാശ് നടൻ ജോസ് പ്രകാശിന്റെ സഹോദരനാണ്. 'അരനാഴികനേരം' എന്ന സിനിമയിലൂടെയാണ് അദ്ദേഹം അഭിനയരംഗത്ത് വരുന്നത്. പത്മരാജൻ സംവിധാനം ചെയ്ത പെരുവഴിയമ്പലം, കൂടെവിടെ, പറന്ന് പറന്ന് പറന്ന് എന്നീ സിനിമകളുടെ നിർമ്മാതാവ് കൂടിയാണ്. ജോണി വാക്കർ, ആകാശദൂത്, എന്റെ വീട് അപ്പൂന്റേം തുടങ്ങിയ സിനിമകൾ നിർമ്മിച്ചിട്ടുണ്ട്. സംസ്ഥാന അവാർഡ് ഉൾപ്പെടെ നിരവധി പുരസ്കാരങ്ങൾ നേടി. തിരക്കഥാകൃത്തുക്കളായ ബോബിയും സഞ്ജയും മക്കളാണ്.

പങ്കുവയ്ക്കലിന്റെ ബാല്യകാലം
രവി വള്ളത്തോൾ

തിരുവനന്തപുരം ചിത്രാഞ്ജലി സ്റ്റുഡിയോയിൽ 'മതിലുകളു'ടെ ഡബ്ബിംഗ് നടക്കുന്നു. ബ്രേക്ക് സമയത്ത് അടൂർ സാറും മമ്മുക്കയും ഞാനും സംസാരിച്ചുകൊണ്ടിരിക്കെയാണ് പെട്ടെന്ന് ജഗതി ശ്രീകുമാർ കടന്നുവന്നത്. താഴത്തെ നിലയിൽ ജഗതിയുള്ള കാര്യം എനിക്കറിയാമായിരുന്നു. അദ്ദേഹം സംവിധാനം ചെയ്ത 'അന്നക്കുട്ടീ കോടമ്പാക്കം വിളിക്കുന്നു' എന്ന സിനിമയുടെ പ്രിവ്യൂ ഷോ വൈകിട്ട് നടക്കാൻ പോവുകയാണ്.

''പ്രിവ്യൂഷോയ്ക്ക് അടൂർ സാറിനെ ക്ഷണിക്കാൻ വന്നതാണ്.''

ജഗതി ആദരവോടെ പറഞ്ഞു. വരാമെന്ന് അടൂർ സാർ സമ്മതിക്കുകയും ചെയ്തു. അതിനുശേഷം മമ്മുക്കയെ ക്ഷണിച്ചു.

''രവിയെ ക്ഷണിക്കേണ്ട കാര്യമില്ല. അവനങ്ങ് വന്നോളും.''

ജഗതി ചിരിച്ചുകൊണ്ട് പറഞ്ഞു.

''നിങ്ങൾ തമ്മിൽ ഇത്രയും അടുപ്പമാണോ?''

മമ്മുക്കയുടെ ചോദ്യം. തിരുവനന്തപുരം മോഡൽ സ്കൂളിൽ ജഗതിക്കൊപ്പം ഏഴാംക്ലാസ് മുതൽ ഒന്നിച്ചുപഠിച്ച കാര്യം ഞാൻ സൂചിപ്പിച്ചു.

''രവിക്കും അമ്പിളിച്ചേട്ടനും ഒരേ പ്രായമോ? എനിക്കിത് വിശ്വസിക്കാൻ പറ്റുന്നില്ല.''

മമ്മുക്കയുടെ സംശയത്തിന് മറുപടി പറഞ്ഞത് ജഗതിയായിരുന്നു.

''സത്യം പറഞ്ഞാൽ രവിയേക്കാൾ മൂന്നുവയസ്സിന് മൂത്തതാണ് ഞാൻ. ചില ക്ലാസുകളിൽ ഞാൻ ഇരുന്നുപഠിച്ചായിരുന്നു. ഇവൻ പഠിച്ചുപഠിച്ചു മുകളിലേക്ക് കേറിവന്നു. അങ്ങനെ ഏഴാംക്ലാസിൽ ഒന്നിച്ചെത്തി.''

ജഗതിയുടെ സംസാരം കേട്ട് മമ്മുക്കയും ചിരിച്ചുപോയി.

''എട്ടാം ക്ലാസിലെത്തിയപ്പോഴാണ് ഞങ്ങളൊന്നിച്ച് നാടകം അഭിനയിക്കുന്നത്. അതിനാൽ പഠിക്കാൻ പോലും നേരം കിട്ടിയില്ല. ഫലമോ. എസ്.എസ്.എൽ.സിക്ക് ക്ലാസില്ല. അക്കാലത്ത് ക്ലാസി ല്ലാത്തത് വലിയ അപരാധമാണ്. മാർ ഇവാനിയോസ് കോളജിൽ പ്രീഡിഗ്രിക്ക് ചേരണമെന്നാണ് രണ്ടുപേരുടെയും ആഗ്രഹം. എന്റെയച്ഛൻ ടി.എൻ.ഗോപിനാഥൻ നായർക്കും ജഗതിയുടെ അച്ഛൻ ജഗതി എൻ.കെ.ആചാരിക്കും അന്ന് തിരുവനന്തപുരം ആകാശ വാണിയിലാണ് ജോലി. ഒരു ദിവസം ഞങ്ങൾ രണ്ടുപേരും ആകാശ വാണിയിലെത്തി അച്ഛന്മാരോട് സംസാരിച്ചു.''

''ഞങ്ങളാരും വരില്ല. രണ്ടുപേരും ഒന്നിച്ചങ്ങ് പോയാ മതി.''

ക്ലാസ് കിട്ടാത്തതിന്റെ പ്രതിഷേധത്തിലാണ് ഇരുവരും. ഒടുവിൽ ഞാനും ജഗതിയും ഒന്നിച്ച് മാർ ഇവാനിയോസിലേക്ക് പോയി. കോളജ് കാമ്പസിലെത്തിയപ്പോൾ പരിചയമുള്ള ഒരു മുഖം കണ്ടു - സ്റ്റുവർട്ട് സാർ. അദ്ദേഹത്തോട് കാര്യം പറഞ്ഞു.

''നമുക്ക് പ്രിൻസിപ്പൽ പണിക്കറച്ചനെ കാണാം.''

പണിക്കറച്ചൻ ഭയങ്കര സ്ട്രിക്ടാണെന്ന് മുമ്പേ കേട്ടിട്ടുണ്ട്. സ്റ്റുവർട്ട് സാറിനൊപ്പം ഞാനും ജഗതിയും പ്രിൻസിപ്പലിന്റെ മുറിയി ലേക്ക് കയറുമ്പോൾ അദ്ദേഹം എന്തോ എഴുതുകയാണ്. സ്റ്റുവർട്ട് സാർ അച്ഛന്മാരുടെ പേരു പറഞ്ഞ് ഞങ്ങളെ പരിചയപ്പെടുത്തി.

''എന്തുകൊണ്ടാണ് രണ്ടുപേരുടെയും അച്ഛന്മാർ കൂടെ വരാതി രുന്നത്?''

പണിക്കറച്ചൻ കണ്ണടയ്ക്കിടയിലൂടെ നോക്കിക്കൊണ്ട് ചോദിച്ചു. സ്റ്റുവർട്ട് സാറാണ് മറുപടി പറഞ്ഞത്.

''രണ്ടുപേർക്കും എ.ഐ.ആറിൽ എന്തോ മീറ്റിംഗുണ്ടെന്നാ ഇവർ പറഞ്ഞത്.''

''അതൊന്നുമല്ല സ്റ്റുവർട്ടേ, രണ്ടുപേരും മഹാ ഗജപോക്കിരി കളായിരിക്കും. നാണക്കേടു കൊണ്ട് വരാത്തതാ.''

പ്രിൻസിപ്പൽ പറഞ്ഞപ്പോൾ എനിക്കു സങ്കടം വന്നു. ജഗതി യാണെങ്കിൽ ഒരു കൂസലുമില്ലാതെ നിൽക്കുകയാണ്.

''രണ്ടുപേർക്കും ഞാനിവിടെ അഡ്മിഷൻ തരാം. പക്ഷേ ഒറ്റ ക്കാര്യം. കൊടിപിടിക്കാനോ ജാഥ വിളിക്കാനോ പോയാൽ ഇന്നു വരാത്ത ഗാർഡിയന്മാരെ ഞാനിങ്ങോട്ട് വരുത്തിക്കും. അതിനിട വരുത്തരുത്.''

അനുസരിച്ചോളാമെന്ന് പറഞ്ഞാണ് ആ മുറിയിൽ നിന്നിറങ്ങി യത്. കോളജിൽ ചേർന്നതോടെ നാടകാഭിനയത്തിലായിരുന്നു ശ്രദ്ധ. അഞ്ചുവർഷം കൊണ്ട് പന്ത്രണ്ട് ട്രോഫികൾ ഇരുവരും ചേർന്ന്

കോളജിന് നേടിക്കൊടുത്തു. വയലാ വാസുദേവൻ പിള്ള രചിച്ച 'മെഹർബാനി' എന്ന നാടകത്തിലെ അഭിനയം നല്ല കലാകാരന്മാർ എന്ന പേരുണ്ടാക്കിത്തന്നു. ഞാൻ പുലച്ചിയും ജഗതി അമ്മപ്പുലയിയും ആയാണ് അതിൽ അഭിനയിച്ചത്. പിന്നീട് ഒരുമിച്ച് ഒരുപാടു നാടകങ്ങളിൽ വേഷമിട്ടു. നാടകാഭിനയം ജഗതിക്ക് പെൺകുട്ടികൾക്കിടയിൽ നല്ല ഇമേജുണ്ടാക്കി. ആ സമയത്താണ് അവൻ കെ.എസ്.യുവിന്റെ സെക്രട്ടറി സ്ഥാനാർത്ഥിയായി മത്സരിക്കുന്നത്. ടി.എം.ജേക്കബ്ബൊക്കെ പഠിക്കുന്ന കാലമാണത്. അവനുവേണ്ടി ആരാധകരായ പെമ്പിള്ളേർ വോട്ടുപിടിക്കാനിറങ്ങി. അവൻ തന്നെ ജയിക്കുകയും ചെയ്തു.

കോളജിൽ സമരം വരുന്ന ദിവസം ഞങ്ങൾ വീട്ടിലേക്കു പോകുന്നത് നടന്നാണ്. പട്ടത്തെത്തിയാൽ അവിടെയൊരു കുന്തിരിക്കത്തിന്റെ മരമുണ്ട്. അതിന്റെ കീഴിലിരുന്നാണ് ഭക്ഷണം കഴിക്കുക. ഞാൻ ചോറ്റുപാത്രമെടുക്കുമ്പോൾത്തന്നെ അവൻ തട്ടിപ്പറിക്കും. എന്റെ അമ്മയുണ്ടാക്കിയ ഭക്ഷണം അവന് വലിയ ഇഷ്ടമായിരുന്നു. മിക്കപ്പോഴും എന്റെ ചോറ്റുപാത്രത്തിലെ ഭക്ഷണം അവനാണ് കഴിച്ചിരുന്നത്. അവന്റേത് ഞാനും.

എന്റെ വീടിന്റെ പാലുകാച്ചൽ ചടങ്ങിന് തിരക്കുകൾ മാറ്റിവച്ചാണ് ജഗതി വന്നത്. വന്നയുടൻ വീട്ടിനുള്ളിലേക്ക് കയറി. കരിങ്കല്ലുപയോഗിച്ച് പണിത മുറിയായിരുന്നു അച്ഛന്റേത്. അതു കണ്ടപ്പോൾ അവൻ പറഞ്ഞു.

"നീയാര് ഔറംഗസീബോ, സാറിനെ തുറുങ്കിനകത്ത് അടയ്ക്കാൻ."

ഇതുകേട്ട് അടുത്തുണ്ടായിരുന്ന അച്ഛനും ചിരിച്ചുപോയി. അതു കഴിഞ്ഞ് തൂണുകളെല്ലാം തട്ടി നോക്കി - "ഇത് തേക്കെല്ലെടേയ്."

അതെങ്ങിനെ നിനക്ക് മനസ്സിലായെന്ന് ഞാൻ ചോദിച്ചു.

നടനാണെങ്കിലും ഞാനുമൊരു ആശാരിയാണേ... എന്നായിരുന്നു മറുപടി.

നട്ടെല്ലിന് കാൻസറായി അച്ഛൻ കിടക്കുന്ന സമയത്ത് ഒരു ദിവസം അവൻ വീട്ടിലേക്കു വന്നു. അച്ഛന്റെ ബെഡ്ഡിനരികിലിരുന്ന് ഒരുപാടു തമാശകൾ പറഞ്ഞ് ചിരിപ്പിച്ചു. അതിനുശേഷം പുറത്തേക്കിറങ്ങി എന്നെ അടുത്തേക്കു വിളിച്ചു.

"നിങ്ങളൊക്കെ വലിയ കാശുകാരാണ്. എന്നാലും ചോദിക്കുവാ, സാറിനുവേണ്ടി ഞാനെന്തെങ്കിലും ചെയ്യണോ?"

ഇതു പറയുമ്പോൾ അവന്റെ കണ്ണുകൾ നിറഞ്ഞിരുന്നു. ഈ മനസ് മാത്രം മതിയെന്ന് പറഞ്ഞ് ഞാനവനെ കെട്ടിപ്പിടിച്ചു കരഞ്ഞു.

മാനസികവും ശാരീരികവുമായ വൈകല്യമുള്ള കുട്ടികൾക്കുവേണ്ടി വീടിനോടുചേർന്ന് സ്കൂൾ തുടങ്ങിയപ്പോൾ ആദ്യം പിന്തുണയുമായി വന്നത് ജഗതിയാണ്. ഒരിക്കൽ അവൻ പറഞ്ഞു.

''ഗീത ചെയ്യുന്നത് വലിയൊരു പുണ്യമാണ്. ദൈവം അത് കാണാതിരിക്കില്ല.''

ജഗതി സംവിധാനം ചെയ്ത 'കല്യാണഉണ്ണികൾ' എന്ന സിനിമയിൽ ഞാനും ശാന്തികൃഷ്ണയും കാമുകീകാമുകന്മാരായാണ് അഭിനയിക്കുന്നത്. അതിന്റെ പാട്ടുസീൻ ചിത്രാഞ്ജലിയിൽ ചിത്രീകരിക്കുകയാണ്.

''രണ്ടുപേരുടെയും മുഖം ടൈറ്റ് ക്ലോസിൽ വരണം.''

ക്യാമറയ്ക്കു പിറകിലിരുന്ന് ജഗതി ഉച്ചത്തിൽ വിളിച്ചുപറഞ്ഞു. പക്ഷേ സീനെടുക്കുമ്പോൾ ശാന്തികൃഷ്ണ ബലംപിടിച്ചു. ഇതു കണ്ടപ്പോൾ ജഗതിക്ക് ദേഷ്യം വന്നു. അവൻ ശാന്തിയെ വിളിച്ചു.

''എന്റെ കൊച്ചേ, ഇവന് സുന്ദരിയായ ഒരു ഭാര്യയുണ്ട്. ഉത്തമരിൽ ഉത്തമമായ സ്വഭാവമാണ്. ഇങ്ങനെ അഭിനയിക്കാൻ അവനാണ് മടി കാണിക്കേണ്ടത്. മര്യാദയ്ക്ക് പോയി ചെയ്യ്.''

അതോടെ ശാന്തി ബലംപിടുത്തം ഒഴിവാക്കി.

ഷൂട്ടിംഗ് ഇല്ലാത്ത സമയത്ത് ഇടയ്ക്കൊക്കെ ഇവിടെ വരും. എന്തെങ്കിലും പുളുവടിച്ച് പോകും. അവൻ അഭിനയം തുടങ്ങിയ കാലത്ത് സിനിമയിൽ 'നായർ സ്പിരിറ്റു'ണ്ടായിരുന്നു. അക്കാലത്ത് അവനെ സഹായിച്ചത് ശ്രീകുമാരൻ തമ്പി സാറാണ്. അഭിനയത്തിന്റെ കാര്യത്തിൽ ആംഗ്യം കൊണ്ടും ഭാഷ കൊണ്ടും ജഗതിയുടെ മുകളിലെത്താൻ ആർക്കും കഴിയില്ല.

അപകടം സംഭവിച്ച് ആദ്യമായി കാണാൻ വെല്ലൂരിലെത്തുമ്പോൾ മുറിയിൽ അനിയത്തിയുടെ മകനും ഡോക്ടറും മാത്രം. ഭാര്യയും മകനും എന്തോ റിസൽട്ട് വാങ്ങിക്കാൻ പോയിരിക്കുന്നു. കാർഡ്സ് വച്ച് ഒരു കഥ ചേർത്തുകൊണ്ടിരിക്കുകയാണ് ജഗതി. ബുദ്ധി അളക്കാൻ വേണ്ടി ഡോക്ടർമാർ നിർദ്ദേശിച്ച ഒരു ചികിത്സയായിരുന്നു അത്. അടുത്തേക്കു ചെന്നപ്പോൾ കൈകൾ ചേർത്തുപിടിച്ച് വിതുമ്പി. ഒരു നിമിഷത്തേക്ക് ഞാനും നിയന്ത്രണംവിട്ടു. വെല്ലൂരിൽ നിന്ന് തിരിച്ച് വീട്ടിലെത്തുന്നതുവരെ ഞങ്ങളുടെ കുട്ടിക്കാലമായിരുന്നു മനസ്സിൽ. ■

രവി വള്ളത്തോൾ: നാടകപ്രതിഭ ടി.എൻ.ഗോപിനാഥൻനായരുടെ മകൻ. മഹാകവി വള്ളത്തോളിന്റെ കുടുംബാംഗം. ലെനിൻ രാജേന്ദ്രന്റെ സ്വാതി തിരുനാൾ എന്ന സിനിമയിലൂടെയാണ് രവി വള്ളത്തോൾ അഭിനയത്തിലേക്ക് വന്നത്. പിന്നീട് നിരവധി സിനിമകളും സീരിയലുകളും ചെയ്തു. അമേരിക്കൻ ഡ്രീംസ് എന്ന സീരിയലിലെ അഭിനയത്തിന് മികച്ച നടനുള്ള സംസ്ഥാന ടെലിവിഷൻ പുരസ്കാരം ലഭിച്ചു. 2020 ഏപ്രിൽ 25ന് അന്തരിച്ചു.

ഡയലോഗുകൾ
പൊട്ടിമുളയ്ക്കുന്ന നിമിഷങ്ങൾ...

ബാബുസ്വാമി

ദൂരെ നിന്ന് എന്റെ നിഴൽ കണ്ടാൽ മതി, ജഗതി ശ്രീകുമാർ എഴുന്നേറ്റു നിൽക്കും.

''വാ, ഇവിടെ ഇരിക്കാം'' എന്നുപറഞ്ഞ് കസേര ഒഴിഞ്ഞുതരും. ഒരുപക്ഷേ എന്റെ ശരീരപ്രകൃതി കൊണ്ടോ അതുമല്ലെങ്കിൽ പ്രായം മാനിച്ചോ ആവാം. എന്തായാലും ഏതു ലൊക്കേഷനിൽ ചെന്നാലും എനിക്കൊരു ബഹുമാനം ജഗതി തരാറുണ്ട്.

ആരുടെ മുമ്പിലും എന്തും പറയാനുള്ള സ്വാതന്ത്ര്യം എപ്പോഴും ജഗതിക്കുണ്ട്. ജയരാജ് സംവിധാനം ചെയ്യുന്ന 'ലൗഡ് സ്പീക്കർ' എന്ന സിനിമയുടെ ഷൂട്ടിംഗ്. ബ്രേക്ക് സമയത്ത് മമ്മുട്ടിയും ജഗതിയും ഞാനും അടുത്തടുത്തിരിക്കുകയാണ്. ആ സമയത്താണ് മമ്മുട്ടി ഫാൻസുകാർ ലഡുവും കൊണ്ട് ലൊക്കേഷനിലേക്ക് വന്നത്. മമ്മുട്ടിയും ജഗതിയും കഴിച്ചു. ഷുഗറുള്ളതിനാൽ ഞാൻ വേണ്ടെന്നു പറഞ്ഞു. ഇതു കണ്ടപ്പോൾ ജഗതി പറഞ്ഞു.

''സ്വാമി, ഷുഗറായാലും കഴിക്കുന്നതാ നല്ലത്. അല്ലെങ്കിൽ അടുത്ത മമ്മുട്ടിപ്പടത്തിൽ ചാൻസുണ്ടാവില്ല.''

ഇതുകേട്ട് മമ്മുട്ടിയും ചിരിച്ചു. പടത്തിൽ ചാൻസില്ലെങ്കിലും കുഴപ്പമില്ല. മധുരം കഴിക്കാൻ തൽക്കാലം ഉദ്ദേശിക്കുന്നില്ലെന്ന് ഞാൻ പറഞ്ഞു.

ഞാനാദ്യമായി അഭിനയിക്കുന്നത് ഹരിഹരൻ സംവിധാനം ചെയ്ത 'പരിണയ'ത്തിലായിരുന്നു. ലൊക്കേഷനിൽ എത്തുമ്പോൾ എല്ലാം പ്രഗത്ഭരായ നടന്മാർ. ജഗതി ശ്രീകുമാർ, തിലകൻ, നെടുമുടിവേണു, ടി.പി.മാധവൻ, ഒടുവിൽ ഉണ്ണികൃഷ്ണൻ, ജഗന്നാഥവർമ്മ.... കുറച്ചുസമയം കൊണ്ടുതന്നെ എല്ലാവരെയും പരിചയപ്പെട്ടു. 'പരിണയ'ത്തിൽ സ്മാർത്തനായ നമ്പൂതിരിയായാണ് ഞാൻ വേഷമിടുന്നത്. ഉച്ചസമയത്ത് ഊണുകഴിച്ചതും ഒന്നിച്ചായിരുന്നു. തിലകൻ

ചേട്ടൻ രണ്ട് സ്പൂണുകൾ ഉപയോഗിച്ച് ഊണു കഴിക്കുന്നത് കണ്ടപ്പോൾ എനിക്കത്ഭുതം തോന്നി. ഞാനിക്കാര്യം ജഗതിയോട് ചോദിക്കുകയും ചെയ്തു.

''ഇദ്ദേഹം ലണ്ടനിലാണ് ജനിച്ചത്. അതുകൊണ്ട് സ്പൂൺ മാത്രമേ ഉപയോഗിക്കുകയുള്ളൂ.''

തിലകൻ ചേട്ടനും മനസ്സിൽ ചിരിച്ചിട്ടുണ്ടാവും. പക്ഷേ പുറത്ത് ഗൗരവം നടിച്ചു. ജഗതിയല്ലാതെ മറ്റൊരാളാണ് ഇതൊക്കെ പറഞ്ഞതെങ്കിൽ രംഗം വഷളായേനേ.

'മസനഗുഡി മന്നാഡിയാർ സ്പീക്കിംഗ്' എന്ന സിനിമയുടെ ഷൂട്ടിംഗ് എറണാകുളം ഹൈക്കോർട്ടിനടുത്ത് നടക്കുകയാണ്. എനിക്കതിൽ ശില്പിയുടെ റോളാണ്. താടിയും മുടിയും നീട്ടി, കണ്ണു മാത്രം പുറത്തുകാണുന്ന അവസ്ഥയിലാണ് മേക്കപ്പിട്ടിരിക്കുന്നത്. ജഗതിയുടെ തട്ടുകടയിൽ കയറി രണ്ടു പടല ഏത്തപ്പഴവും ഇരുപതു മുട്ടയും കഴിക്കുന്നതാണ് ആദ്യസീൻ. പൈസ കൊടുക്കാതെ വന്നപ്പോൾ ജഗതി എന്നെ ഓട്ടോയിൽ കയറ്റിവിടണം. ഡയലോഗില്ലാത്ത സീനാണത്. സമയം നട്ടുച്ച. കൊച്ചി നഗരത്തിലായതിനാൽ വൻ ജനക്കൂട്ടമാണ് ഷൂട്ടിംഗ് കാണാൻ വന്നിരിക്കുന്നത്. സംവിധായകൻ ആക്ഷൻ പറഞ്ഞു. ഓട്ടോ വന്നു. എന്നെ ബലം പ്രയോഗിച്ച് ഓട്ടോയിൽ കയറ്റുമ്പോൾ പെട്ടെന്നാണ് ജഗതി ഡയലോഗ് പറഞ്ഞത്.

''ഈ സാധനത്തെക്കൂടി ഒന്നു കൊണ്ടുപോകണം.''

ഇതു കേട്ടപ്പോൾ കണ്ടുനിന്നവർ എല്ലാവരും പൊട്ടിച്ചിരിച്ചു. സംവിധായകൻ കട്ട് പറഞ്ഞു.

''അവിടെ ഡയലോഗുണ്ടായിരുന്നില്ലല്ലോ?''

ഞാൻ അദ്ഭുതത്തോടെ ജഗതിയോട് ചോദിച്ചു.

''സ്വാമി നമ്മളീ ചായമൊക്കെ തേച്ച സ്ഥിതിക്ക് എന്തെങ്കിലുമൊന്ന് കാണിക്കേണ്ടേ, ജനം ചിരിക്കേണ്ടതല്ലേ?''

ജഗതി പറഞ്ഞത് ശരിയാണെന്ന് തോന്നി. അപ്പോഴേക്കും സംവിധായകൻ ജെ. ഫ്രാൻസിസ് അടുത്തെത്തി.

''കൊള്ളാം ജഗതിച്ചേട്ടാ, അവിടെ ആ ഡയലോഗ് കറക്ടാണ്.''

അദ്ദേഹം ജഗതിയെ അഭിനന്ദിച്ചു. അന്നു മുതൽ ജഗതിക്കൊപ്പം അഭിനയിക്കുമ്പോൾ ചെറിയൊരു കരുതലുണ്ടാവും മനസ്സിൽ. എപ്പോഴാ ഇടിവെട്ട് ഡയലോഗ് വരുന്നതെന്നറിയില്ലല്ലോ. ■

ബാബു സ്വാമി: കോഴിക്കോട് സ്വദേശിയായ ബാബു സ്വാമി ഹരിഹരന്റെ 'പരിണയം' എന്ന സിനിമയലൂടെയാണ് അഭിനയരംഗത്തേക്ക് വന്നത്. തൂവൽക്കൊട്ടാരം, ഇരട്ടക്കുട്ടികളുടെ അച്ഛൻ തുടങ്ങിയ സിനിമകളിൽ ശ്രദ്ധേയമായ വേഷങ്ങൾ ചെയ്തു. ഇപ്പോഴും അഭിനയത്തിൽ സജീവം.

ഏകാന്തജീവിതം ഭയന്ന്...

ടിനിടോം

'**പ്രാ**ഞ്ചിയേട്ടന്റെ' സെറ്റിലെത്തിയത് പറഞ്ഞതിലും നേരത്തെയായിരുന്നു. ലൊക്കേഷനിൽ സൊറ പറഞ്ഞ് പൊട്ടിച്ചിരിക്കുന്ന ഞങ്ങളെ വെറുതെയൊന്ന് വിഷ് ചെയ്തശേഷം അമ്പിളിച്ചേട്ടൻ നേരെ ചെന്നത് സംവിധായകൻ രഞ്ജിത്തേട്ടന്റെ അടുത്തേക്കാണ്. അധികമൊന്നും സംസാരിക്കാതെ സ്ക്രിപ്റ്റ് വാങ്ങിച്ച് ലൊക്കേഷന്റെ ഒരു മൂലയിൽ പോയിരുന്നു. പത്തുമിനുട്ടുനേരം ശ്രദ്ധയോടെയുള്ള വായന. അതിനിടയ്ക്ക് പ്രാഞ്ചിയേട്ടനിലെ അധ്യാപകനായി അദ്ദേഹം മാറിക്കൊണ്ടിരുന്നു. ഇതിനിടയിൽ രഞ്ജിത്തേട്ടൻ എന്നെ അടുത്തേക്കു വിളിച്ചു.

''അദ്ദേഹത്തെ കണ്ടാണ് ടിനിയൊക്കെ പഠിക്കേണ്ടത്. സിനിമയോടും കഥാപാത്രത്തോടുമുള്ള ആത്മാർപ്പണം കണ്ടില്ലേ?''

രഞ്ജിത്തേട്ടൻ പറഞ്ഞത് നൂറുശതമാനവും ശരിയായിരുന്നു. ഞാനൊക്കെ ഒരു കഥാപാത്രത്തെ അവതരിപ്പിച്ചു കഴിഞ്ഞാൽ ഒന്നോ രണ്ടോ മാസം അതിന്റെ മാനറിസങ്ങൾ പിന്തുടരും. എന്നാൽ രണ്ടാഴ്ച കൊണ്ട് മൂന്ന് വ്യത്യസ്ത തരം കഥാപാത്രം അവതരിപ്പിച്ചാലും അമ്പിളിച്ചേട്ടന് പ്രശ്നമല്ല. 'ഇന്ത്യൻ റുപ്പി' എന്ന സിനിമയിൽ ഗോൾഡ് പാപ്പൻ എന്ന കഥാപാത്രമായിരുന്നു അദ്ദേഹത്തിന്. നാലു ദിവസം കഴിഞ്ഞ് 'വെനീസിലെ വ്യാപാരി'യെന്ന സെറ്റിൽ പോയി ഗോവിന്ദനാകണം. അവിടെ പത്തു ദിവസം അഭിനയിച്ച ശേഷം രാജസേനന്റെ 'ഇന്നാണ് ആ കല്യാണ'ത്തിൽ മൂന്നു ദിവസം. അതുകഴിഞ്ഞ് വീണ്ടും അദ്ദേഹം 'ഇന്ത്യൻ റുപ്പി'യുടെ സെറ്റിൽ തിരിച്ചെത്തി ഗോൾഡ് പാപ്പനായി. ഇത്രയും കഥാപാത്രങ്ങളെ ചെയ്തിട്ടും പാപ്പന്റെ മാനറിസങ്ങൾ ഒട്ടും മാറാതെ അവതരിപ്പിക്കുന്നതു കണ്ടപ്പോൾ ആ പ്രതിഭയ്ക്കു മുമ്പിൽ തലകുനിച്ചു പോയി.

അമ്പിളിച്ചേട്ടൻ സെറ്റിലുണ്ടെങ്കിൽ ബ്രേക്ക് സമയത്ത് ഞാനെപ്പോഴും കൂടെയുണ്ടാവും. ഇന്ത്യാചരിത്രത്തിലെ ചില സംശയങ്ങളൊക്കെ ചോദിക്കും. ഉത്തരം കിറുകൃത്യമായിരിക്കും. മഹാത്മാ ഗാന്ധി മുതൽ ഇങ്ങോട്ടുള്ള എന്തും നമുക്ക് അമ്പിളിച്ചേട്ടനോട് ചോദിക്കാം. ഒരു പുസ്തകവും നോക്കാതെ ഉത്തരം പറയും, അദ്ദേഹം.

ഭാഷയുടെ കാര്യത്തിലും അതേപോലെ തന്നെ. ഇംഗ്ലീഷും മലയാളവും സ്ഫുടമായി സംസാരിക്കാൻ കഴിയും. വിദേശത്തേക്കു പോകുമ്പോൾ എയർപോർട്ടിലും എംബസിയിലുമെത്തിയാൽ നമ്മുടെ പല താരങ്ങളും വാ പൊളിച്ചുപോകുന്നത് ഞാൻ കണ്ടിട്ടുണ്ട്. ആ സമയങ്ങളിൽ വളരെ കൃത്യമായി ഇംഗ്ലീഷിൽ മറുപടി പറയുന്നത് അമ്പിളിച്ചേട്ടനാണ്.

യാത്രയ്ക്കിടയിൽ പരിചയപ്പെടുന്ന ആളുകളെ നിരീക്ഷിക്കുന്നത് അമ്പിളിച്ചേട്ടന്റെ മറ്റൊരു ശീലം. അത്തരം ചിലരുടെ മാനറിസങ്ങൾ കഥാപാത്രങ്ങളിലേക്ക് പകർത്താറുമുണ്ട്. ഒരു വിദേശയാത്രയിൽ അമ്പിളിച്ചേട്ടനെ കാണാൻ സുഹൃത്തായ ജോയ് വന്നു. തൃശൂർക്കാരനായ ജോയ് മുംബൈയിൽ സെറ്റിൽഡാണ്. മികവുറ്റ സംഘാടകനും. അമ്പിളിച്ചേട്ടനുമായി പരിചയം പുതുക്കിയ ശേഷം ജോയ് എന്റടുത്തേക്കു വന്നു.

“എന്നെക്കണ്ടിട്ട് ആരോടെങ്കിലും സാമ്യം തോന്നുന്നുണ്ടോ?”

കട്ടിക്കണ്ണടയിട്ട അയാളെ കാണുമ്പോൾ പെട്ടെന്ന് എനിക്കോർമ്മ വന്നത് ‘ക്ലാസ്മേറ്റ്സി’ലെ എസ്തപ്പനച്ചനാണ്. ഞാനക്കാര്യം ജോയ് ചേട്ടനോട് പറഞ്ഞു. മറുപടി പറഞ്ഞത് അമ്പിളിച്ചേട്ടൻ.

“അനിയൻ പറഞ്ഞത് ശരിയാണ്. ഇയാളെയാണ് ഞാൻ എസ്തപ്പനച്ചനിൽ അനുകരിച്ചത്. ഈ കണ്ണടയും നടപ്പും സംസാരവുമൊക്കെ.”

അമ്പിളിച്ചേട്ടൻ അഭിനേതാവ് മാത്രമല്ല, ഒരു മിമിക്രി ആർട്ടിസ്റ്റ് കൂടിയാണെന്ന് അന്നെനിക്ക് മനസ്സിലായി.

ഏറ്റവുമൊടുവിൽ ഞങ്ങൾ കണ്ടത് ഓസ്ട്രേലിയൻ യാത്രയിലാണ്. പ്രോഗ്രാമില്ലാത്ത ദിവസങ്ങളിൽ ഞാനും ഇന്ദ്രൻസ് ചേട്ടനും അമ്പിളിച്ചേട്ടനും നടക്കാനിറങ്ങും. കൂടെയുണ്ടാവുന്നത് എബ്രഹാം എന്നൊരാളാണ്. എബ്രഹാമിന് ഒരു കുഴപ്പമുണ്ട്. കണ്ടയുടൻ ഹലോ എന്തുണ്ട് വിശേഷം എന്നു ചോദിക്കും. പത്തു മിനുട്ട് കഴിഞ്ഞ് കണ്ടാൽ പുതുതായി കാണുന്നതുപോലെ വീണ്ടും ചോദിക്കും - ഹലോ എന്തുണ്ട് വിശേഷം? അര മണിക്കൂർ കഴിഞ്ഞാൽ ചോദ്യം ആവർത്തിക്കും. ഹലോ കേട്ടുകേട്ട് ഞങ്ങൾക്ക് അരോചകമായി.

ഒരു ദിവസം നടക്കാനിറങ്ങിയപ്പോൾ അമ്പിളിച്ചേട്ടൻ എബ്രഹാമിനോട് പറഞ്ഞു.

''ഇന്ന് മലയാളികളൊന്നും വരാത്ത ഒരു റസ്റ്റോറന്റിൽ ഞങ്ങളെ കൊണ്ടുപോകണം.''

''സായിപ്പന്മാർ മാത്രം വരുന്ന ഒരു റസ്റ്റോറന്റുണ്ട്, മെൽബണിൽ. നമുക്കവിടെ പോകാം. മലയാളികളുടെ നിഴൽ പോലുമുണ്ടാവില്ലവിടെ'' എന്നു പറഞ്ഞുകൊണ്ട് എബ്രഹാം ഞങ്ങളെ നയിച്ചു. റസ്റ്റോറന്റിലേക്ക് കയറുമ്പോൾ ഒരു ചെറുപ്പക്കാരൻ വന്ന് അമ്പിളിച്ചേട്ടന്റെ കൈപിടിച്ചു.

''ജഗതിച്ചേട്ടനല്ലേ?''

അമ്പിളിച്ചേട്ടൻ അത്ര രസത്തിലല്ലാതെ അവനെ പരിചയപ്പെട്ടു. നിസ്സഹായതയോടെ എബ്രഹാമിന്റെ മുഖത്തേക്ക് നോക്കി.

''എത്രയോ കാലമായി, ഒരുപാടു താരങ്ങളുമായി ഞാനീ റസ്റ്റോറന്റിൽ വന്നിട്ടുണ്ട്. അപ്പോഴൊന്നും ഒരു മലയാളിയെയും കണ്ടിട്ടില്ല. ഇതിപ്പോൾ ജഗതിച്ചേട്ടന്റെ കുറ്റമാണ്. ജഗതിച്ചേട്ടനെ എല്ലാവർക്കും അറിയാവുന്നത് എന്റെ കുറ്റമാണോ?''

എബ്രഹാമിന്റെ ചോദ്യം കേട്ട് അമ്പിളിച്ചേട്ടൻ ചിരിച്ചു. ഞങ്ങളവിടെ കയറാതെ നേരെ മുറിയിലേക്ക് പോയി. പോകുന്ന വഴിക്ക് അമ്പിളിച്ചേട്ടൻ എന്നോടു പറഞ്ഞു.

''ഈ എബ്രഹാം ആളൊരു കഥാപാത്രമാണ്. അടുത്ത ഏതെങ്കിലും സിനിമയിൽ ഞാനിയാളെ അനുകരിക്കും.''

പക്ഷേ അമ്പിളിച്ചേട്ടന് ആ ഭാഗ്യമുണ്ടായില്ല.

ആ ഓസ്ട്രേലിയൻ യാത്രയിൽ അമ്പിളിച്ചേട്ടനെ സ്കിറ്റ് പഠിപ്പിക്കാൻ നിയോഗിക്കപ്പെട്ടത് ഞാനാണ്. അദ്ദേഹത്തെപ്പോലൊരു വലിയ നടനോട് അഭിനയത്തെക്കുറിച്ച് പറയാൻ പേടിയായിരുന്നു. പക്ഷേ അമ്പിളിച്ചേട്ടൻ കൂളായി ഇടപെട്ടുകഴിഞ്ഞപ്പോൾ ഭയം ഇല്ലാതായി. പിറ്റേ ദിവസം സ്റ്റേജിലെത്തിയപ്പോൾ ഞാൻ ഞെട്ടിപ്പോയി. അമ്പിളിച്ചേട്ടൻ ഓരോ ഡയലോഗും കൃത്യമായി പഠിച്ചുവച്ചിരിക്കുന്നു. എനിക്കാണെങ്കിൽ ഡയലോഗ് തെറ്റിപ്പോവുകയും ചെയ്തു. കർട്ടൻ വീണപ്പോൾ അമ്പിളിച്ചേട്ടൻ എല്ലാവരോടുമായി പറഞ്ഞു.

''എന്റെ ഗുരുവാണ് ഡയലോഗ് തെറ്റിച്ച് മുമ്പിൽ നിൽക്കുന്നത്.''

ഒരുപാട് നാടകങ്ങളിൽ അഭിനയിച്ച അമ്പിളിച്ചേട്ടന് സ്റ്റേജ് എളുപ്പം വഴങ്ങും. നാടകത്തെ സ്നേഹിക്കുന്നതുകൊണ്ടാണ് അച്ഛന്റെ സ്വാധീനമുള്ള 'കലാനിലയം' നാടകവേദി പുനരുജ്ജീവിപ്പിക്കാൻ

അദ്ദേഹം തീരുമാനിച്ചത്. അതും സിനിമയിൽ നല്ല തിരക്കുള്ള സമയത്ത്. അതെക്കുറിച്ച് ചോദിച്ചപ്പോൾ അദ്ദേഹം പറഞ്ഞതിങ്ങനെ.

‘‘കലാനിലയം നാടകനിലയത്തിൽനിന്ന് പത്തുപൈസയുടെ ലാഭം എനിക്കു കിട്ടിയിട്ടില്ല. അതിനുവേണ്ടിയല്ല അത് പുനരുജ്ജീവിപ്പിച്ചത്. ഞാൻ കാരണം കുറെ നാടകപ്രവർത്തകർക്ക് ജീവിതം കിട്ടി.’’

അത്രയ്ക്കുണ്ടായിരുന്നു അമ്പിളിച്ചേട്ടന്റെ നാടകസ്നേഹം.

മുറിയിൽ വെറുതെയിരിക്കാൻ ഇഷ്ടപ്പെടാത്ത ആളാണ് അമ്പിളിച്ചേട്ടൻ. കഴിഞ്ഞ ഓസ്ട്രേലിയൻ യാത്രയിൽ, മുറിയിൽ ഒറ്റയ്ക്കായപ്പോൾ എന്നെ ഫോണിൽ വിളിച്ചു.

‘‘ഒറ്റയ്ക്കിരുന്ന് മടുത്തു. അനിയൻ ഇങ്ങോട്ടുവാ. നമുക്കെന്തെങ്കിലും സംസാരിച്ചിരിക്കാം. ഇന്ദ്രൻസിനെയും വിളിച്ചിട്ടുണ്ട്.’’

ഞാനും ഇന്ദ്രൻസ്ചേട്ടനും അമ്പിളിച്ചേട്ടന്റെ മുറിയിലെത്തി.

‘‘ലോകത്തിലെ ഏറ്റവും വലിയ ശിക്ഷയാണ് ഏകാന്തത. എന്നെ ഭയപ്പെടുത്തുന്നതും അതാണ്. ഒരു ഇരുട്ടുമുറിയിൽ രണ്ടു ദിവസം ഒറ്റയ്ക്ക് പെട്ടുപോയാൽ ജീവിതം തീർന്നുവെന്ന് കരുതിയാൽ മതി.’’

അമ്പിളിച്ചേട്ടൻ പറഞ്ഞ ഡയലോഗ് ഇപ്പോഴും മനസ്സിലുണ്ട്. ■

ടിനി ടോം: മിമിക്രിയിലൂടെ കലാരംഗത്തുവന്ന ടിനിടോം ആലുവ സ്വദേശിയാണ്. ‘മിമിക്സ് ആക്ഷൻ 500’ ലൂടെയാണ് സിനിമയിലെത്തുന്നത്. പിന്നീട് നിരവധി സിനിമകളിൽ അഭിനയിച്ചു. നിരവധി ടി.വി. പ്രോഗ്രാമുകളിൽ അവതാരകനായിട്ടുണ്ട്. പത്തൊമ്പതാം നൂറ്റാണ്ട് എന്ന ചരിത്ര സിനിമയിലാണ് ഏറ്റവുമൊടുവിൽ വേഷമിട്ടത്.

വേദന സഹിച്ചും അഭിനയിച്ച നാളുകൾ

ഗിന്നസ് പക്രു

പത്തനംതിട്ട കോഴഞ്ചേരി തെക്കേമലയിലായിരുന്നു 'അമ്പിളി യമ്മാവ'ന്റെ ഷൂട്ടിംഗ്. ആ സിനിമയിലാണ് ഞാനും അമ്പിളിച്ചേട്ടനും ഒന്നിച്ചഭിനയിക്കുന്നത്. അമ്പിളിച്ചേട്ടൻ ആനക്കാരനാണ്. ഞാൻ മകനും. നാലാം ക്ലാസ് വിദ്യാർത്ഥിയാണ് ഞാനന്ന്. അഭിനയത്തെ ക്കുറിച്ച് ഒരു ചുക്കുമറിയാത്ത പ്രായം. ശ്രദ്ധിച്ച് അഭിനയിക്കണമെന്നും അല്ലെങ്കിൽ പ്രൊഡ്യൂസർക്ക് ഫിലിം വേസ്റ്റാവുമെന്നുമുള്ള കാര്യ ങ്ങൾ എനിക്കു പറഞ്ഞുതന്നത് അമ്പിളിച്ചേട്ടനാണ്. പരിചയപ്പെട്ട ദിവസം മുതൽ ഒരധ്യാപകനെപ്പോലെ അഭിനയത്തിന്റെ ബാല പാഠങ്ങൾ പഠിപ്പിച്ചുതന്നത് ഇപ്പോഴും ഓർമ്മയിലുണ്ട്. അന്നു മുതൽ എനിക്ക് ഗുരുവാണ് അമ്പിളിച്ചേട്ടൻ. കെ.ജി.വിജയകുമാറായിരുന്നു അമ്പിളിയമ്മാവന്റെ സംവിധായകൻ. തിരക്കഥ വേളൂർ കൃഷ്ണൻ കുട്ടി.

എന്നെ ആനപ്പുറത്ത് സ്കൂളിലേക്കയയ്ക്കുന്ന ഒരു സീനുണ്ട്, ആ സിനിമയിൽ. എല്ലാ കുട്ടികളെയും പോലെ എനിക്കും ആനയെ പേടിയായിരുന്നു. അമ്പിളിച്ചേട്ടനാണ് എനിക്ക് ധൈര്യം പകർന്നത്. യൂണിറ്റിലുള്ള എല്ലാവരും ചേർന്ന് എന്നെ പൊക്കിയെടുത്ത് ആനപ്പുറത്തിരുത്തി. രണ്ടുകാലും നീട്ടിയപ്പോൾ പിന്നെയും ഇഷ്ടം പോലെ സ്പേസുണ്ട്. പക്ഷേ ആനയുടെ രോമം കാലിലൂടെ കുത്തി ക്കയറിയപ്പോൾ വല്ലാതെ വേദനിച്ചു. ഇതുപക്ഷേ താഴെ നിന്ന അമ്പിളിച്ചേട്ടൻ മാത്രമേ അറിയുന്നുണ്ടായിരുന്നുള്ളൂ. ഉടൻതന്നെ അമ്പിളിച്ചേട്ടൻ പ്രൊഡക്ഷനിലെ പയ്യനെ വിളിച്ച് കട്ടിയുള്ള ഒരു ചാക്ക് കൊണ്ടുവരാൻ ആവശ്യപ്പെട്ടു. എന്നെ താഴെയിറക്കി. ചാക്ക് ആനപ്പുറത്ത് വിരിച്ചശേഷം വീണ്ടും എന്നെ കയറ്റി. അതുകഴിഞ്ഞ് സ്കൂളിലെത്തി ആന എന്നെ തുമ്പിക്കൈ കൊണ്ട് എടുത്ത് താഴെ

വയ്ക്കുന്ന സീനും ചിത്രീകരിക്കാനുണ്ട്. ആന എന്നെയെടുക്കാൻ പുറത്ത് രണ്ടുമൂന്നു തവണ തപ്പിനോക്കിയെങ്കിലും തീരെ ചെറുതായിരുന്ന എന്നെ കിട്ടിയില്ല. തുമ്പിക്കൈ നീണ്ടുവരുന്നതു കാണുമ്പോൾത്തന്നെ ഞാൻ ഭയന്നുവിറച്ചു.

''അജയാ, നിനക്ക് പേടിയുണ്ടല്ലേ?''

എന്റെ മനസ് വായിച്ചിട്ടാവാം, അമ്പിളിച്ചേട്ടൻ താഴെ നിന്ന് ഉച്ചത്തിൽ ചോദിച്ചു. ഞാൻ തലകുലുക്കി. അദ്ദേഹം സംവിധായകനെ വിളിച്ചു.

''തുമ്പിക്കൈ കൊണ്ട് ഇവനെയെടുക്കുന്ന സീൻ റിസ്കാണ്. ആന അരുതാത്തത് എന്തെങ്കിലും കാണിച്ചാൽ പ്രശ്നമാവും. അതുകൊണ്ട് ഇവനെ ഞാൻ ആനപ്പുറത്തുനിന്ന് എടുത്ത് തുമ്പിക്കൈയിൽ വച്ചുകൊടുക്കാം.''

അതോടെയാണ് എനിക്ക് സമാധാനമായത്. അക്കാലത്തേ മലയാള സിനിമയിലെ അറിയപ്പെടുന്ന നടനാണ് അമ്പിളിച്ചേട്ടൻ. എന്നിട്ടും എന്നെപ്പോലെ ഉയരം കുറഞ്ഞ നാലാംക്ലാസുകാരനെ പരിഗണിക്കാൻ തയ്യാറായി എന്നത് ഇപ്പോഴും അത്ഭുതപ്പെടുത്തുന്നു. അന്നു തുടങ്ങിയതാണ് ഞങ്ങൾ തമ്മിലുള്ള സ്നേഹബന്ധം. പിന്നീട് ഒരുപാടു സിനിമകളിൽ ഒന്നിച്ചഭിനയിച്ചു.

അമ്പിളിച്ചേട്ടനെ കാണുന്നത് അതിനും മുമ്പാണ്. 'പപ്പു, മാള ജഗതി' എന്ന സിനിമയുടെ ലൊക്കേഷനിൽ വച്ച്. അതിൽ എനിക്കൊരു ചെറിയ റോളുണ്ടായിരുന്നു. അന്ന് പരിചയപ്പെടാനൊന്നും ധൈര്യമില്ല. മലയാളസിനിമയിലെ മൂന്ന് ഹാസ്യസാമ്രാട്ടുകൾ ഒന്നിച്ചിരുന്ന് സംസാരിക്കുന്നത് ദൂരെനിന്ന് നോക്കിനിന്നിട്ടുണ്ട്. ചിത്രം റിലീസായപ്പോൾ ഞാനുണ്ടായിരുന്നില്ല. എഡിറ്റിംഗിനിടെ ഞാൻ കട്ടു ചെയ്യപ്പെട്ടു. വലിയ സങ്കടമായിരുന്നു അന്ന്.

'അത്ഭുതദ്വീപി'ൽ പ്രധാനപ്പെട്ടൊരു റോളായിരുന്നു എനിക്ക്. അപ്പോഴും എന്റെയൊപ്പം അമ്മാവനായി അമ്പിളിച്ചേട്ടനുണ്ടായിരുന്നു. രാജകുമാരന്റെ വേഷമാണ് എനിക്ക്. ഓരോ സീനിൽ അഭിനയിക്കുമ്പോഴും രാജാവിന്റെ പൗരുഷത്തെക്കുറിച്ച് അദ്ദേഹമാണ് ഓർമ്മിപ്പിച്ചുകൊണ്ടിരുന്നത്. മുട്ട് മടക്കിവച്ചാണ് അദ്ദേഹം ആ സിനിമയിൽ കുള്ളനായി അഭിനയിച്ചത്. എനിക്കൊപ്പം നടക്കുന്ന സീൻ അമ്പിളിച്ചേട്ടന് ഏറ്റവും ബുദ്ധിമുട്ടുണ്ടാക്കി. ഓരോ സീൻ കഴിയുമ്പോഴും അദ്ദേഹം ഷൂസഴിച്ച് മുട്ടുനോക്കും. ചുവന്ന് രക്തം വാർന്നിട്ടും ആരോടും പരാതിയോ പരിഭവമോ പറഞ്ഞില്ല. വീണ്ടും അഭിനയിച്ചുകൊണ്ടേയിരുന്നു. മാത്രമല്ല, ഷൂട്ടിംഗ് തുടങ്ങുന്നതിന്

മുമ്പുതന്നെ പൊക്കംകുറഞ്ഞവരുടെ ചേഷ്ടകൾ നന്നായി നിരീക്ഷിച്ചിരുന്നു.

'മീശമാധവനി'ലെ ഓരോ സീനും ആസ്വദിച്ചാണ് അദ്ദേഹം അഭിനയിച്ചത്. അമ്പിളിച്ചേട്ടന്റെ ഡയലോഗ് പ്രസന്റേഷൻ കേട്ട് അന്ന് പൊട്ടിച്ചിരിക്കാനേ നേരമുണ്ടായിരുന്നുള്ളൂ. ആ സിനിമയിൽ ചായക്കടയിലെ സപ്ലയറായാണ് ഞാൻ വേഷമിട്ടത്. അമ്പിളിച്ചേട്ടൻ വരുമ്പോൾ 'ഒരു ഫുൾ ചായ എടുക്കട്ടെ' എന്ന് ചോദിക്കുന്നതാണ് സീൻ. സംവിധായകൻ പറഞ്ഞതുപോലെ ഞാൻ ചോദിക്കുകയും ചെയ്തു. പെട്ടെന്നാണ് അമ്പിളിച്ചേട്ടന്റെ മറുപടി വന്നത് - ''ഫുൾ ചായയൊക്കെ നിനക്ക് താങ്ങാൻ പറ്റുമോടേയ്.'' ഞാൻ ഞെട്ടിപ്പോയി. സ്ക്രിപ്റ്റിൽ എഴുതിവയ്ക്കാത്ത കാര്യമാണത്. അപ്പോൾ തോന്നിയ തമാശ അദ്ദേഹം പറയുകയായിരുന്നു.

നർമ്മത്തിന് ദാരിദ്ര്യമുള്ള തിരക്കഥകളെ പലപ്പോഴും ശരിയാക്കിയെടുക്കുന്നത് അമ്പിളിച്ചേട്ടനാണ്. ഞാനത് നേരിട്ടു കണ്ടിട്ടുമുണ്ട്. ഒരു പുതുമുഖ സംവിധായകന്റെ സിനിമയുടെ ഷൂട്ടിംഗ്. അസോസിയേറ്റ് ഡയറക്ടർ സീനെഴുതിയ പേപ്പർ അദ്ദേഹത്തിന് നൽകി. അതിനകത്ത് 'അമ്പിളിച്ചേട്ടൻ കടന്നുവരുന്നു' എന്നു മാത്രമേ എഴുതിയിട്ടുള്ളൂ. അദ്ദേഹം ഉടൻതന്നെ സംവിധായകനെ വിളിപ്പിച്ചു.

''ഇതിൽ ഡയലോഗൊന്നും എഴുതിയിട്ടില്ലല്ലോ?''

പുതുമുഖ സംവിധായകൻ നിന്നു വിറയ്ക്കുകയാണ്.

''സാറത്... എഴുതിയതൊന്നും ശരിയായില്ല. അതുകൊണ്ടാണ് ബ്ലാങ്കായി ഇട്ടത്. സാറൊന്നു ശരിയാക്കിത്തന്നാൽ...''

അവന്റെ ഭയത്തോടെയുള്ള സംസാരം കേട്ടപ്പോൾ അമ്പിളിച്ചേട്ടൻ പൊട്ടിച്ചിരിച്ചു. അതിനുശേഷം ഒന്നും പറയാതെ പേപ്പറും പേനയും വാങ്ങി ഒരു മൂലയിൽ പോയിരുന്നു. അഞ്ചു മിനുട്ടിനകം സംഭാഷണം റെഡി. അതും സൂപ്പർ കോമഡി ഡയലോഗുകൾ.

'പുതിയ മുഖം' എന്ന സിനിമയുടെ ലൊക്കേഷനിൽ ഉച്ചയൂണും കഴിച്ച് തമാശകൾ പറഞ്ഞിരിക്കുമ്പോഴാണ് ഞാനൊരു കാര്യം അമ്പിളിച്ചേട്ടനു മുമ്പിൽ അവതരിപ്പിച്ചത്.

''ചേട്ടാ, ഞാനൊരു പടം സംവിധാനം ചെയ്യാൻ ആലോചിക്കുന്നു. കുട്ടിയും കോലും എന്നാണ് പേര്.

സിനിമയുടെ കഥ ആദ്യമായി പറഞ്ഞതും അദ്ദേഹത്തോടാണ്.

''നിനക്കിത് മനോഹരമായി ചെയ്യാൻ കഴിയും. എന്തു തിരക്കുണ്ടെങ്കിലും മുപ്പതു ദിവസത്തെ ഡേറ്റ് ഞാൻ തരും. ധൈര്യമായി മുമ്പോട്ടുപോവുക.''

അമ്പിളിച്ചേട്ടന്റെ പ്രോത്സാഹനം എനിക്ക് കരുത്തുപകർന്നു. സൂപ്പർസ്റ്റാർ സിനിമകൾക്കുപോലും നാലോ അഞ്ചോ ദിവസത്തെ ഡേറ്റ് നൽകുന്ന ആളാണ് മുപ്പതുദിവസം എനിക്കുവേണ്ടി മാറ്റിവയ്ക്കാമെന്ന് പറഞ്ഞത്. ഞാനെന്ന നടനെ മാത്രമല്ല, സംവിധായകനെയും അദ്ദേഹം അംഗീകരിച്ചിരിക്കുന്നു എന്നർത്ഥം. പക്ഷേ പടത്തിന്റെ ഷൂട്ടിംഗ് ആരംഭിക്കുന്ന അവസരമായപ്പോഴേക്കും അദ്ദേഹത്തിന് അപകടം പറ്റി. വെല്ലൂരിൽ ചികിത്സയിൽ കഴിയുമ്പോൾ പോയി അനുഗ്രഹം വാങ്ങിച്ചാണ് ഷൂട്ടിംഗ് തുടങ്ങിയത്.

മലയാളികളെ പൊതുവെ ചിരിപ്പിക്കാൻ വളരെ ബുദ്ധിമുട്ടാണ്. ഇക്കാര്യം സ്റ്റേജിൽ പ്രോഗ്രാം അവതരിപ്പിക്കുന്ന എന്നെപ്പോലുള്ളവർക്ക് നന്നായി അറിയാം. ഈയൊരു അവസ്ഥയിൽ പോലും പഴയതും പുതിയതുമായ തലമുറയെ പൊട്ടിപ്പൊട്ടിച്ചിരിപ്പിക്കാൻ അമ്പിളിച്ചേട്ടന് കഴിയുന്നു. ശരിക്കുപറഞ്ഞാൽ മലയാളികളെ ഇത്രയും കാലം നിർത്താതെ ചിരിപ്പിച്ച ആ മനുഷ്യന്റെ പേരാണ് ഗിന്നസ് ബുക്കിൽ എഴുതിച്ചേർക്കേണ്ടത്. ■

ഗിന്നസ് പക്രു: ഗിന്നസ് പക്രു എന്നറിയപ്പെടുന്ന അജയ് കുമാർ അത്ഭുത ദ്വീപ് എന്ന ചിത്രത്തിൽ ഏറ്റവും ഉയരം കുറഞ്ഞ നടൻ (64.008 cm height) എന്ന ഗിന്നസ് റെക്കോർഡിന് ഉടമയാണ്. 2018 ഏപ്രിൽ 21ന് പക്രുവിനെ ലോകത്തെ ഏറ്റവും പൊക്കം കുറഞ്ഞ സംവിധായകനായി അംഗീകരിച്ച് ലിംക ബുക്ക് ഓഫ് റെക്കോർഡ്സ്, യൂണിവേർസൽ റെക്കോഡ് ഫോറം, ബെസ്റ്റ് ഓഫ് ഇന്ത്യ എന്നീ മൂന്ന് സംഘടനകളുടെ റെക്കോർഡുകൾ ഒരു ദിവസം തന്നെ ഏറ്റുവാങ്ങി റെക്കോർഡ് സ്ഥാപിച്ചിരുന്നു. 2013ൽ പക്രു സംവിധാനം ചെയ്ത 'കുട്ടീം കോലും' എന്ന ചിത്രമാണ് അദ്ദേഹത്തെ റെക്കോർഡിനുടമയാക്കിയത്.

തന്തയ്ക്കു വിളിച്ചാൽ
മഹേഷ്

അമ്പിളിച്ചേട്ടനെക്കുറിച്ച് പറയുമ്പോൾ ഒരേ കാര്യത്തിലുള്ള രണ്ട് അനുഭവങ്ങളാണ് ഓർമ്മ വരുന്നത്.

ലൊക്കേഷൻ 1 : കാസർകോഡ് കാദർഭായി.

ഞാനും ബൈജുവും ജഗദീഷും സിദ്ദീഖും സൈനുദ്ദീനും ഉൾപ്പെടുന്ന അഞ്ച് നായകന്മാർ. എറണാകുളത്ത് ഷൂട്ടിംഗ് പുരോഗമിക്കുകയാണ്. 12-ാം തീയതിയാണ് അമ്പിളിച്ചേട്ടൻ സംവിധാനം ചെയ്യുന്ന 'കല്യാണഉണ്ണികളു'ടെ ചിത്രീകരണം ആരംഭിക്കേണ്ടത്. അതിൽ ഞാനും ബൈജുവുമാണ് നായകന്മാർ. എട്ടാം തീയതി മുതൽ കല്യാണ ഉണ്ണികളുടെ പ്രൊഡക്ഷൻ കൺട്രോളർ വിളിക്കുന്നുണ്ട്.

"കൃത്യദിവസം തന്നെ ഞങ്ങൾ എത്തിക്കോളാം"

ഞാനും ബൈജുവും ഉറപ്പുനൽകി. പക്ഷേ ഞങ്ങൾക്കറിയാം, 'കാദർഭായി'യുടെ ഷൂട്ടിംഗ് തീരണമെങ്കിൽ 13-ാം തീയതി കഴിയണം. പത്താം തീയതിയായി. ഇനി എടുക്കാനുള്ളത് പാട്ട് സീനാണ്. അന്ന് വൈകുന്നേരം ഞാൻ ബൈജുവിനോട് ചോദിച്ചു.

"എടാ, നാളെയല്ലേ അമ്പിളിച്ചേട്ടന്റെ സെറ്റിലെത്തേണ്ടത്? ഇവിടെയാണെങ്കിൽ രണ്ടു ദിവസം കഴിയാതെ തീരുകയുമില്ല. എന്തുചെയ്യും?"

"നാളത്തെ കാര്യം നാളെ ചിന്തിച്ചാൽ പോരെ? കുഴപ്പമൊന്നും ഉണ്ടാകാനിടയില്ല. നമുക്ക് പറഞ്ഞുനിൽക്കാം"

ബൈജു പറഞ്ഞപ്പോൾ എനിക്കും സമാധാനമായി. ആലപ്പുഴയിലാണ് 'കല്യാണ ഉണ്ണികളു'ടെ ലൊക്കേഷൻ. 11ന് രാത്രി വീണ്ടും കൺട്രോളർ വിളിച്ചു.

“ഞങ്ങളിതാ പുറപ്പെടാൻ നിൽക്കുകയാണ്.”

ബൈജു തട്ടിവിട്ടു.

നേരെ റൂമിലേക്ക് വന്നാൽ മതി. ഫുഡ് പുറത്തുവയ്ക്കാൻ പറയാം എന്നുപറഞ്ഞാണ് അയാൾ ഫോൺ കട്ട് ചെയ്തത്. എനിക്കന്ന് ഉറക്കം വന്നില്ല. അമ്പിളിച്ചേട്ടൻ വഴക്കുപറയുമോ എന്ന ടെൻഷനായിരുന്നു മനസ് നിറയെ. പിറ്റേ ദിവസം രാവിലെ കൊച്ചിൻ പോർട്ട് ട്രസ്റ്റിന്റെ വാർഫിനകത്തായിരുന്നു ‘കാദർഭായി’യുടെ ഗാന ചിത്രീകരണം. കാലിൽ പൗഡറൊക്കെയിട്ട് പാട്ടിന്റെ റിഹേഴ്സൽ എടുത്തു കൊണ്ടിരിക്കെയാണ് പിറകിലൊരു കാർ വന്നുനിന്നത്. കാറിൽ നിന്നിറങ്ങിയ ആൾ മുമ്പോട്ടു വന്നുകൊണ്ടിരിക്കുന്നു. പെട്ടെന്നാണ് തൊട്ടടുത്തിരുന്ന ബൈജുവിനെ കാണാതായത്. ഇവൻ ഇതെവിടെപ്പോയി?

അടുത്തെത്തിയപ്പോൾ ആളെ തിരിച്ചറിഞ്ഞു. സാക്ഷാൽ അമ്പിളി ച്ചേട്ടൻ. രൂക്ഷമായി നോക്കിയ ശേഷം അദ്ദേഹം ഇംഗ്ലീഷിൽ പറഞ്ഞു.

“If you born for one father, be there before evening.”

ഞാൻ നിന്നുവിറയ്ക്കുകയാണ്.

“പറഞ്ഞത് മനസ്സിലായോ?”

“മനസ്സിലായി”

ഞാൻ സ്വരം താഴ്ത്തി പറഞ്ഞു.

“എന്തു മനസ്സിലായി?”

“ഒറ്റ തന്തയ്ക്കു പിറന്നവനാണെങ്കിൽ നാളെ വൈകിട്ട് അവിടെ യുണ്ടാകണം. അത് തെളിയിക്കേണ്ട ഉത്തരവാദിത്വം നിന്റേതാണ്.”

അതും പറഞ്ഞ് തിരിച്ചുപോകുമ്പോൾ ലൊക്കേഷനിലുള്ളവർ അമ്പിളിച്ചേട്ടനോട് കുശലം പറയാനൊരുങ്ങി. അവരെയൊന്നും വകവയ്ക്കാതെയാണ് അദ്ദേഹം കാറിലേക്ക് കയറിയത്.

രാവിലെ ഷൂട്ടിംഗ് തുടങ്ങാനായി ലൊക്കേഷനിലെത്തിയ പ്പോഴാണ് നായകരായി അഭിനയിക്കുന്ന രണ്ടുപേരും ഇല്ലെന്ന് അമ്പിളിച്ചേട്ടനറിഞ്ഞത്. അപ്പോൾത്തന്നെ കാറിൽ കൊച്ചിയിലേക്ക് തിരിക്കുകയായിരുന്നു. വഴിക്ക് കാർ തോപ്പുംപടിയിൽ വച്ച് ഒരു ബസ്സുമായി ഇടിക്കുകയും ചെയ്തു. ആ ആക്സിഡന്റിന്റെ അങ്കലാ പ്പോടെയാണ് അദ്ദേഹം ലൊക്കേഷനിലെത്തിയത്. കാർ പോർട്ട്

ട്രസ്റ്റിന്റെ കോമ്പൗണ്ട് കഴിഞ്ഞ് തിരിച്ചുപോയപ്പോൾ എവിടെ നിന്നോ ബൈജു പ്രത്യക്ഷപ്പെട്ടു.

''ഇത്രയും നേരം നീ എവിടെയായിരുന്നു?''

''പിന്നെ, അങ്ങേരുടെ തന്തവിളി കേൾക്കാൻ ഞാൻ നിൽക്കേണ്ട കാര്യമുണ്ടോ? അത് കേട്ടപ്പോൾ നിനക്ക് സന്തോഷമായല്ലോ.''

''നീ കേട്ടല്ലോ. എനിക്കിന്ന് പോയേ പറ്റൂ. ഒരച്ഛനേയുള്ളൂ എന്ന് തെളിയിക്കേണ്ടത് എന്റെ ഉത്തരവാദിത്വമാണ്.''

ഞാൻ പറഞ്ഞു. പ്രൊഡ്യൂസർ എതിർത്തിട്ടും 12-ാം തീയതി വൈകുന്നേരം ഞാൻ ആലപ്പുഴയിലേക്ക് പോയി. പിറ്റേ ദിവസം രാവിലെ 'കല്യാണ ഉണ്ണികളു'ടെ സെറ്റിൽ ജോയിൻ ചെയ്തു. ബൈജു വരാതിരുന്നതിനാൽ എന്റെ വീട്ടിലെ ചില സീക്വൻസുകളാണ് അന്ന് ചിത്രീകരിച്ചത്. അടുത്ത ദിവസം ബൈജു എത്തിയേ പറ്റൂ. എനിക്കാണെങ്കിൽ വർക്കില്ല. പ്രൊഡക്ഷൻ വണ്ടിയിൽ എറണാകുളത്തെ ലൊക്കേഷനിൽ കൊണ്ടുവിട്ടു. എന്നെക്കാണാൻ വന്ന ബൈജുവിനെ അവർ ആ വണ്ടിയിലേക്ക് പൊക്കിയെടുത്തിട്ടു. ഇതുകണ്ട കാദർഭായിയുടെ കൺട്രോളർ പറഞ്ഞു.

''നീ മാത്രം ഇവിടെ നിന്നിട്ട് ഒരു കാര്യവുമില്ല.''

ഞാനും ബൈജുവിനൊപ്പം കല്യാണഉണ്ണികളുടെ കൺട്രോളറുടെ കാറിൽ കയറി ആലപ്പുഴയിലേക്ക് പോയി. ഞങ്ങൾ രണ്ടുപേരും ഇല്ലാത്ത സ്ഥിതിക്ക് കാദർഭായിയുടെ ഷൂട്ടിംഗ് നടക്കില്ലെന്നറിയാം. വണ്ടി ഞങ്ങളുമായി പോയത് ഉദയ സ്റ്റുഡിയോയിലേക്കാണ്. അവിടെയാണ് മുറി ഏർപ്പാടു ചെയ്തിരിക്കുന്നത്. ഞങ്ങൾ അപ്പോൾത്തന്നെ കയറിക്കിടന്നു. രാത്രി പന്ത്രണ്ടു മണിയായിക്കാണും. വാതിലിൽ ആരോ തുടർച്ചയായി മുട്ടുകയാണ്. തുറന്നപ്പോൾ ആൽവിൻ ആന്റണി. കാദർഭായിയുടെ കൺട്രോളർ.

''നാളത്തെ വർക്കോടെ കാദർഭായി തീരും. എന്തു സംഭവിച്ചാലും രണ്ടുപേരും വന്നേ പറ്റൂ.''

സംസാരിച്ചു തീരുന്നതിനു മുമ്പ് ആൽവിന്റെ പുറത്ത് ഒരു കൈ വന്ന് വീണു. പിന്നിൽ കല്യാണ ഉണ്ണികളുടെ പ്രൊഡ്യൂസർ.

''അപ്പോൾ ഇവനാണ് എന്റെ പടം മുടക്കാൻ ശ്രമിക്കുന്നത്.''

ഇന്നത്തെ കാലമാണെങ്കിൽ ഫെഫ്കയൊക്കെ ഇടപെട്ട് പ്രശ്ന മുണ്ടാക്കും. അന്ന് സംഘടനയൊന്നുമില്ലല്ലോ.

''അയ്യോ എന്നെ ഇയാളിടിച്ചേ...''

ആൽവിൻ വേദന കൊണ്ട് കരയാൻ തുടങ്ങി. അതുകേട്ട് പ്രൊഡ ക്ഷനിലെ മറ്റുള്ളവരും ഓടിയെത്തി. അവർ ആൽവിനെ പുറത്തേക്കു വിട്ട് ഗേറ്റ് പൂട്ടി. ആൽവിന്റെ അവസ്ഥ കണ്ടപ്പോൾ ഞങ്ങൾക്കും സങ്കടം വന്നു. പുറത്ത് കാത്തുനിന്നോളാൻ ആൽവിനോട് ആംഗ്യ ത്തിൽ പറഞ്ഞു. എല്ലാവരും ഉറങ്ങിക്കഴിഞ്ഞിട്ട് അവിടെ നിന്ന് ചാടാനായിരുന്നു തീരുമാനം. പന്ത്രണ്ടര കഴിഞ്ഞപ്പോൾ ഞങ്ങൾ ശബ്ദമുണ്ടാക്കാതെ പുറത്തിറങ്ങി. സ്റ്റുഡിയോയുടെ ഗേറ്റ് ചാടി അപ്പുറം കടന്നു. പെട്ടെന്നാണ് ഞങ്ങൾക്കു മുമ്പിലേക്ക് ഒരു കാർ വന്നുനിന്നത്. അമ്പിളിച്ചേട്ടൻ.

''എവിടെപ്പോകുന്നു?''

''ചുമ്മാ, ഒന്നു കറങ്ങാൻ ഇറങ്ങിയതാ.''

ബൈജു പറഞ്ഞു. സ്മോളടിച്ചോ എന്നായി അടുത്ത ചോദ്യം. രണ്ടെണ്ണം അടിച്ചുവെന്ന് മറുപടി.

''എങ്കിൽ പോയി കിടന്നുറങ്ങ്. സ്മോൾ വേണമെങ്കിൽ വണ്ടി യിലുണ്ട്. രണ്ടെണ്ണം കൂടി അടിച്ചോളൂ.''

''ആന്റണി വന്നിട്ടുണ്ട്.''

ഞാൻ പേടിയോടെ കാര്യം അവതരിപ്പിച്ചു. അമ്പിളിച്ചേട്ടന് അവിടെ നടന്ന എല്ലാ കാര്യവും അറിയാം. പ്രൊഡ്യൂസർ വിളിപ്പിച്ചതു കൊണ്ടാണ് അദ്ദേഹം പാതിരാത്രിക്കു വന്നതും.

''ആന്റണിയായാലും മാർക്ക് ആന്റണിയായാലും എനിക്ക് പ്രശ്ന മല്ല. പോയി കിടന്നുറങ്ങ്.''

തൊട്ടടുത്ത വളവിൽ മറഞ്ഞിരുന്ന ആന്റണി പതുക്കെ അമ്പിളി ച്ചേട്ടനു മുമ്പിൽ പ്രത്യക്ഷപ്പെട്ടു.

''ആന്റണീ, ബുദ്ധികൊണ്ട് ഉണ്ടാക്കരുത്.''

''അമ്പിളിച്ചേട്ടാ, ഒരേയൊരു ദിവസം ഇവരെ ഞങ്ങൾക്കു വിട്ടു തരണം. നാളെയാണ് പായ്ക്കപ്പ്. ഇവർ വന്നില്ലെങ്കിൽ പടം നടക്കില്ല.''

ആന്റണി സങ്കടത്തോടെ സംസാരിച്ചപ്പോൾ അമ്പിളിച്ചേട്ടന്റെ മനസ്സലിഞ്ഞു.

''നാളെ ഒരേയൊരു ദിവസം കൊണ്ട് തീർത്തോളണം. അഥവാ തീർന്നില്ലെങ്കിലും ഇവരെ പറഞ്ഞയയ്ക്കണം.''

സന്തോഷത്തോടെ ആന്റണി ഞങ്ങളെ കാറിൽ കയറ്റി കൊണ്ടുപോയി. പറഞ്ഞതുപോലെ തന്നെ ഒരു ദിവസം കൊണ്ട് സിനിമ പായ്ക്കപ്പായി. അന്നു രാത്രി തന്നെ ഞങ്ങളെ തിരിച്ച് ആലപ്പുഴയിലെത്തിച്ചു.

ലൊക്കേഷൻ രണ്ട്: ഞാൻ സംവിധാനം ചെയ്യുന്ന കലണ്ടർ.

സെപ്റ്റംബർ രണ്ടാം തീയതിയാണ് അമ്പിളിച്ചേട്ടൻ വരേണ്ടത്. രണ്ടിനും മൂന്നിനും നാലിനും കാത്തിരുന്നു. വന്നില്ല. ദോശ കിട്ടാത്തതിനുപോലും വഴക്കുണ്ടാക്കുന്ന പ്രൊഡ്യൂസറാണ്. അദ്ദേഹം വിഷയമുണ്ടാക്കി. അമ്മ പ്രസിഡന്റ് ഇന്നസെന്റിനെ വിളിച്ചു. ഫെഫ്ക ഭാരവാഹികളെ വിളിച്ചു. ആകെ പ്രശ്നം. എട്ടാം തീയതി രാവിലെ വളരെ കൂളായി അമ്പിളിച്ചേട്ടനെത്തി.

''അനിയാ, തുടങ്ങാം.''

ഒന്നും സംഭവിക്കാത്ത മട്ടിൽ പറഞ്ഞു. ബ്രേക്ക് സമയത്ത് പ്രൊഡ്യൂസർ എന്റടുത്ത് വന്ന് ഭയങ്കര ഫയറിംഗ്.

''ഒരുമാതിരി തന്തയ്ക്കു പിറക്കാത്ത സ്വഭാവം കാണിക്കരുത്. അമ്പിളിച്ചേട്ടനെ നോർത്ത് ഇന്ത്യയിലെ പരിപാടിയിലേക്ക് പറഞ്ഞയച്ചിട്ട് ഒന്നും അറിയാത്ത പോലെ അഭിനയിക്കുന്നോ?''

പ്രൊഡ്യൂസറുടെ വാക്കുകൾ എന്നെ അമ്പരപ്പിച്ചു.

''എന്നാരു പറഞ്ഞു?''

''അമ്പിളിച്ചേട്ടൻ തന്നെയാണ് പറഞ്ഞത്. മഹേഷിന്റെ അമ്മാവന്റെ പ്രോഗ്രാമിന് പോയതുകൊണ്ടാണ് ഇത്രയും ദിവസം വൈകിയതെന്ന്.''

ഞാൻ ഞെട്ടിപ്പോയി. ഞാനറിയാത്ത ഒരു കാര്യമാണത്. അമ്പിളിച്ചേട്ടൻ ഗുജറാത്തിൽ എന്തോ പരിപാടിക്ക് പോയതാണ്. ആ സമയത്ത് ഞാനൊന്നും തിരിച്ചുപറഞ്ഞില്ല. കുറച്ചുകഴിഞ്ഞപ്പോൾ ഇക്കാര്യം അമ്പിളിച്ചേട്ടനോടു തന്നെ ചോദിച്ചു. അതിനു കിട്ടിയ മറുപടി വിചിത്രമായിരുന്നു.

''പിടിച്ചുനിൽക്കേണ്ടേ, അനിയാ.''

''.....അതിന്റെ പേരിൽ അയാളെന്റെ തന്തയ്ക്കു പറയുകയും ചെയ്തു.''

ഞാൻ പറഞ്ഞു.

''നമ്മൾ നടന്മാർ എത്രപേരുടെ തന്ത വിളി കേട്ടിരിക്കുന്നു. അതൊന്നും അനിയൻ ഗൗരവത്തിലെടുക്കേണ്ട.''

'കല്യാണഉണ്ണികളു'ടെ സെറ്റിൽ അമ്പിളിച്ചേട്ടൻ എന്റെ തന്തയ്ക്കു വിളിച്ച കാര്യം ഓർമ്മിപ്പിക്കുകയും ചെയ്തു.

''മരിച്ചവരെയല്ലേ പറയാൻ പറ്റൂ. ജീവിച്ചിരിക്കുന്നവരെ വിളിച്ചാൽ ചോദിക്കാൻ വരില്ലേ.''

അമ്പിളിച്ചേട്ടൻ ചിരിച്ചു. ഞാനും അതിൽ പങ്കുചേർന്നു. ■

മഹേഷ്: 'മൃഗയ'യിലെ തോമസ്കുട്ടിയായാണ് മഹേഷ് മലയാള സിനിമയിലെത്തുന്നത്. പിന്നീട് മുദ്ര, സദയം, വ്യൂഹം തുടങ്ങി ഒട്ടേറെ സിനിമകളിൽ അഭിനയിച്ചു. തമിഴ്, തെലുങ്ക്, ഹിന്ദി സിനിമകളിലും സജീവമായിരുന്നു. പൃഥ്വീരാജ് നായകനായ 'കലണ്ടർ' എന്ന സിനിമയുടെ സംവിധായകൻ കൂടിയാണ്.

അമ്പിളിച്ചേട്ടന് ശബ്ദം നൽകിയപ്പോൾ

കോട്ടയം നസീർ

അമ്പിളിച്ചേട്ടനൊപ്പം ആദ്യമായി അമേരിക്കയിലേക്ക് പോകുന്നത് 1995ലാണ്. അന്ന് ഒരു മുറിയിലായിരുന്നു താമസം. ആദ്യ ദിവസം പുലർച്ചെ അഞ്ചുമണിക്ക് മൂത്രമൊഴിക്കാൻ എഴുന്നേറ്റതാണ്. തൊട്ടടുത്ത ബെഡ്ഡിൽ അമ്പിളിച്ചേട്ടനില്ല. ഞാനാകെ വല്ലാതായി. ഇദ്ദേഹം ഈ വെളുപ്പാൻ കാലത്ത് എങ്ങോട്ടുപോയതാണ്? ഞാൻ പതുക്കെ ലൈറ്റണച്ച് കിടന്നു. പിന്നീട് അമ്പിളിച്ചേട്ടൻ വിളിച്ചപ്പോഴാണ് ഉണർന്നത്. കൈയിൽ ആവി പറക്കുന്ന ചായ.

''അനിയാ, എഴുന്നേറ്റ് കുടിക്ക്.''

അത്ഭുതത്തോടെ ഞാനത് വാങ്ങിക്കുടിച്ചു.

അമേരിക്കയിൽ വന്നിട്ട് ജഗതി ശ്രീകുമാർ കോട്ടയം നസീറിന് ചായ ഇട്ടുകൊടുക്കേണ്ട ഗതികേടായല്ലോ എന്നു പറഞ്ഞുകൊണ്ട് അദ്ദേഹം സ്വയം ചിരിച്ചു. പുലർച്ചെ അഞ്ചുമണിക്ക് എഴുന്നേറ്റ് അമ്പിളിച്ചേട്ടൻ നടക്കാനിറങ്ങിയ കാര്യം പറഞ്ഞു. സ്ഥലം പരിചയമില്ലെങ്കിലും മൂന്നു കിലോമീറ്റർ നടന്നതിനുശേഷം അദ്ദേഹം തിരിച്ചുനടന്നത്രെ. എവിടെയായാലും എത്ര തിരക്കുണ്ടെങ്കിലും നടക്കുന്ന ശീലം മാത്രം അമ്പിളിച്ചേട്ടൻ മാറ്റാറില്ല. നടന്ന് തിരിച്ചെത്തിയാലും ഞാൻ ചിലപ്പോൾ ഉണരാറില്ല. അപ്പോൾ ഉച്ചത്തിൽ പറയും.

''മരിച്ചതുപോലെ കിടക്കുന്നു. ഭാഗ്യം ചെയ്യണം ഇങ്ങനെയൊക്കെ ഉറങ്ങാൻ.''

ഞങ്ങളൊന്നിച്ച് ഒരുപാടു സിനിമകളിൽ അഭിനയിച്ചിട്ടുണ്ട്. ഇഷ്ടപ്പെടാത്ത സ്ക്രിപ്റ്റുകൾ കൈയിൽ കിട്ടിയാൽ അമ്പിളിച്ചേട്ടൻ ഉടൻ എന്നെ അടുത്തേക്കു വിളിക്കും.

''അനിയാ, ഇതിനകത്ത് ഒന്നുമില്ല. എന്തെങ്കിലും ക്രിയേറ്റ് ചെയ്യാൻ നോക്കുക.''

സംവിധായകനോടും തിരക്കഥാകൃത്തിനോടും ചോദിച്ചിട്ട് സ്ക്രിപ്റ്റിൽ ഞാൻ തന്നെ ചില മാറ്റങ്ങൾ വരുത്തും. ബാക്കി അമ്പിളിച്ചേട്ടൻ

നോക്കിക്കോളും. ചെയ്യാൻ പോകുന്ന കഥാപാത്രത്തെക്കുറിച്ച് ഒറ്റത്തവണ പറഞ്ഞുകൊടുത്താൽ മതി. അദ്ദേഹമത് മനസ്സിലുൾക്കൊള്ളും. അപാരമായ ആ അഭിനയം പലപ്പോഴും നോക്കി നിന്നു പോയിട്ടുണ്ട്. പക്ഷേ അതൊന്നുമായിരുന്നില്ല, ചില പ്രേക്ഷകർക്കു വേണ്ടിയിരുന്നത്. അവർക്കിപ്പോഴും അമ്പിളിച്ചേട്ടൻ പഴത്തൊലിയിൽ ചവിട്ടി വീഴണം.

'മാട്ടുപ്പെട്ടി' മച്ചാൻ റിലീസായ സമയത്ത് പടത്തിന്റെ പ്രമോഷൻ വർക്കിനുവേണ്ടി താരങ്ങളും അണിയറപ്രവർത്തകരുമടങ്ങുന്ന സംഘം തിരുവനന്തപുരം മുതൽ കാസർഗോഡ് വരെ തിയറ്ററുകളിൽ സന്ദർശനം നടത്തിയിരുന്നു. അമ്പിളിച്ചേട്ടൻ, ക്യാപറ്റൻരാജുച്ചായൻ, ബൈജു, മുകേഷേട്ടൻ, സിബി, ഉദയൻ എന്നിവരായിരുന്നു സംഘത്തിൽ. കോട്ടയം വഴി പോകുന്ന ദിവസം ഊണു കഴിച്ചത് കറുകച്ചാലിലെ എന്റെ വീട്ടിൽ നിന്നായിരുന്നു. എല്ലാവരും ഭക്ഷണം കഴിച്ച് പുറത്തിറങ്ങാൻ നേരം അമ്പിളിച്ചേട്ടൻ പറഞ്ഞു.

''ഇത്രയും നല്ല ആഹാരം കിട്ടുന്ന സ്ഥലമുണ്ടായിട്ടാണോ ആ പന്നഫുഡ് കിട്ടുന്ന സിനിമയിലേക്ക് വരുന്നത്?'' രുചികരമായ ഭക്ഷണം അത്രയ്ക്കിഷ്ടമായിരുന്നു അമ്പിളിച്ചേട്ടന്.

രാഷ്ട്രീയക്കാരെയും സിനിമാതാരങ്ങളെയും ഞാൻ അനുകരിക്കുന്നത് കാണാൻ അദ്ദേഹത്തിന് വലിയ ഇഷ്ടമാണ്. ലൊക്കേഷനിൽ ഞാൻ ഫ്രീയാണെങ്കിൽ എന്നെ മുറിയിലേക്ക് വിളിപ്പിക്കും. മിമിക്രി അവതരിപ്പിക്കാൻ പറയും. ദേഹത്തടിച്ച് ആസ്വദിക്കുകയും ചെയ്യും.

നിസാർക്ക സംവിധാനം ചെയ്ത ഒരു ചിത്രത്തിൽ അഭിനയിച്ച ശേഷം അമ്പിളിച്ചേട്ടൻ അമേരിക്കയിലേക്കു പോയി. ഡബ്ബിംഗ് സമയത്ത് എത്താമെന്നായിരുന്നു അദ്ദേഹം കരുതിയിരുന്നത്. എന്നാൽ പെട്ടെന്നുള്ള തിരക്കു കാരണം യാത്ര നീട്ടിവച്ചു. അതോടെ ഡബ്ബിംഗ് പ്രശ്നമായി. ആ സമയത്താണ് അദ്ദേഹം എന്നെ വിളിക്കുന്നത്.

''എന്റെ ശബ്ദം അനിയൊന്നു ഡബ്ബ് ചെയ്തു കൊടുക്കണം.''

എന്നിലുള്ള വിശ്വാസം കൊണ്ടാണ് അമ്പിളിച്ചേട്ടൻ അങ്ങനെ പറഞ്ഞത്. പിറ്റേ ദിവസം തന്നെ ഞാൻ സ്റ്റുഡിയോയിലെത്തി ഡബ്ബ് ചെയ്തു. സിനിമ ഇറങ്ങിക്കഴിഞ്ഞിട്ടും അത് അമ്പിളിച്ചേട്ടന്റെ ശബ്ദമല്ലെന്ന് ആരും തിരിച്ചറിഞ്ഞതുമില്ല. ■

കോട്ടയം നസീർ: കോട്ടയം കറുകച്ചാൽ സ്വദേശിയായ നസീർ, മിമിക്രി സ്റ്റേജ് പ്രോഗ്രാമുകളിൽ അന്നും ഇന്നും സജീവമാണ്. മിമിക്സ് ആക്ഷൻ 500ലൂടെയായിരുന്നു സിനിമയിലേക്കുള്ള തുടക്കം. പിന്നീട് നിരവധി സിനിമകൾ. നരേന്ദ്രപ്രസാദ് ജഗതി, കൊച്ചിൻഹനീഫ എന്നിവർക്കുവേണ്ടി സിനിമയിൽ ശബ്ദം നൽകിയിട്ടുണ്ട്.

ക്ലീൻഷേവ് അമ്പിളിച്ചേട്ടൻ

ദേവിചന്ദന

ആദ്യമായാണ് സിനിമയിൽ അഭിനയിക്കാൻ പോകുന്നത്. അതിന്റെയൊരു ടെൻഷൻ മനസ്സിലുണ്ട്. രാജൻ സിത്താര സംവിധാനം ചെയ്യുന്ന 'ഭാര്യവീട്ടിൽ പരമസുഖ'മാണ് ചിത്രം. ലൊക്കേഷനിലെത്തുമ്പോൾ ജഗതിച്ചേട്ടൻ ഒരു കസേരയിലിരിക്കുന്നുണ്ട്.

''അമ്പിളിച്ചേട്ടനൊപ്പം കോമ്പിനേഷൻ സീനുണ്ട്.''

സംവിധായകൻ പറഞ്ഞപ്പോൾ ടെൻഷൻ കൂടി. മലയാളത്തിലെ പ്രശസ്തനായ നടനൊപ്പമാണ് അഭിനയിക്കാൻ പോകുന്നത്. ക്യാമറയ്ക്കു മുമ്പിലെത്തിയപ്പോൾ അമ്പിളിച്ചേട്ടൻ ചെയ്ത കോമഡി കഥാപാത്രങ്ങളെയാണ് ഓർമ്മ വന്നത്. സുധീഷ് എന്നെ കല്യാണം കഴിച്ച് വീട്ടിൽ വേലക്കാരിയാക്കി നിർത്തിയിരിക്കുകയാണ്. അവിടുത്തെ കാര്യസ്ഥന്റെ റോളിലാണ് അമ്പിളിച്ചേട്ടൻ. കഥാപാത്രമായി അദ്ദേഹം ഡയലോഗ് പറഞ്ഞപ്പോൾ, ശരിക്കും ഞാൻ പൊട്ടിച്ചിരിച്ചുപോയി. രണ്ടുമൂന്നു തവണ ടേക്കെടുത്തപ്പോഴും ചിരി കാരണം ഓകെ ആയില്ല. സാധാരണഗതിയിൽ അമ്പിളിച്ചേട്ടൻ ചൂടാവേണ്ടതാണ്. പുതുമുഖം ആയതുകൊണ്ട് ക്ഷമിച്ചതാവാം. അദ്ദേഹം എന്നോടു പറഞ്ഞു.

''അഭിനയിക്കുമ്പോൾ കഥാപാത്രമേ ആകാൻ പാടുള്ളൂ. കൂടെ നിൽക്കുന്നവരും കഥാപാത്രമാണ്. അങ്ങനെയേ ചിന്തിക്കാവൂ.''

സിനിമയിൽ എനിക്കു കിട്ടുന്ന ആദ്യത്തെ ഉപദേശമാണത്. ഞാനിപ്പോഴും അത് സൂക്ഷിക്കുന്നു.

രണ്ടാമത്തെ സിനിമ സുരേഷ്വിനുവിന്റെ 'ഭർത്താവുദ്യോഗ' മായിരുന്നു. അവിടെയും അമ്പിളിച്ചേട്ടനൊപ്പം കോമ്പിനേഷൻ സീനുണ്ട്. സർക്കാർ ഓഫീസിലെ പ്യൂണായാണ് അദ്ദേഹം അഭിനയിക്കുന്നത്. ഞാൻ ജീവനക്കാരിയും. ഒരുകെട്ട് ഫയലുമായി പ്യൂൺ വരുമ്പോൾ എന്നെത്തട്ടി വീഴുന്നതാണ് സീൻ. ഞാനുടൻ

'നോൺസെൻസ്' എന്ന് ദേഷ്യത്തോടെ പറയണം. മറുപടിയെന്നോണം 'താങ്ക്സ് മാഡം' എന്ന് അമ്പിളിച്ചേട്ടനും. അഭിനയിക്കേണ്ട രീതിയൊക്കെ സംവിധായകർ പറഞ്ഞുതന്നു. റിഹേഴ്സലിലും ഓകെ. സീനെടുക്കാൻ രണ്ടുപേരും റെഡിയായി. ഞാനും അമ്പിളിച്ചേട്ടനും കൂട്ടിയിടിച്ചപ്പോൾ ഫയലുകൾക്കൊപ്പം കമ്പ്യൂട്ടറുകളും താഴെ വീഴുന്നു. അത് കണ്ടപ്പോൾ ഞാനാകെ അസ്വസ്ഥയായി.

"അയ്യോ സോറി."

ഞാനറിയാതെ പറഞ്ഞുപോയി. പെട്ടെന്ന് സംവിധായകർ കട്ടു പറഞ്ഞു.

"ശ്ശോ എന്താ ഈ കുട്ടി ഇങ്ങനെ? ഇപ്പോഴും നീ സിനിമ കണ്ടു കൊണ്ടിരിക്കുകയാണോ?"

അമ്പിളിച്ചേട്ടൻ ദേഷ്യത്തോടെ ചോദിച്ചു.

"അനിയാ, ഈ കുട്ടിക്ക് ഒന്നു പറഞ്ഞുകൊടുക്ക്, എന്റെ രീതികളൊക്കെ."

സംവിധായകൻ സുരേഷേട്ടനോട് അമ്പിളിച്ചേട്ടൻ പറഞ്ഞു. ഞാനാകെ വല്ലാതായി. വഴക്കുപറഞ്ഞതല്ലെങ്കിലും മലയാളത്തിലെ പ്രശസ്തനായ നടന് ദേഷ്യം വരാൻ ഞാനൊരു നിമിത്തമായല്ലോ എന്നാലോചിച്ച് സങ്കടം വന്നു. ലൊക്കേഷന്റെ ഒരു മൂലയിൽ പോയി ആരും കാണാതെ കരഞ്ഞു. പിന്നീട് സംവിധായകൻ പറഞ്ഞപ്പോഴാണ് അമ്പിളിച്ചേട്ടന്റെ രീതികൾ മനസ്സിലായത്. സ്ക്രിപ്റ്റിൽ പറയുന്നത് മാത്രമല്ല അദ്ദേഹം കാണിക്കുന്നത്. സംവിധായകർ പ്രതീക്ഷിക്കുന്നതിലുമപ്പുറം പെർഫോം ചെയ്യും. അങ്ങനെ സീൻ നന്നാക്കാൻ വേണ്ടിയാണ് അദ്ദേഹം അടുത്തുണ്ടായിരുന്ന കമ്പ്യൂട്ടർ മറിച്ചിട്ടത്. അതും ഡമ്മി ആയിരുന്നു എന്ന് പിന്നീടാണ് മനസ്സിലായത്. സീനെടുക്കുമ്പോൾ യഥാർഥ കമ്പ്യൂട്ടർ വീണു പൊട്ടിയല്ലോ എന്ന ടെൻഷൻ കൊണ്ടാണ് സോറി എന്നു പറഞ്ഞത്. അതിനു ശേഷം അമ്പിളിച്ചേട്ടനൊപ്പമുള്ള കോമ്പിനേഷൻ സീനുകളിൽ ശ്രദ്ധയോടെയേ അഭിനയിക്കാറുള്ളൂ.

സ്ക്രീനിൽ കാണുന്ന ആളേയല്ല യഥാർത്ഥ ജീവിതത്തിലെ അമ്പിളിച്ചേട്ടൻ. ഒരുപാടു കാര്യങ്ങളിൽ നല്ല അറിവുള്ളയാളാണ്. സ്ക്രീനിൽ കോമഡിയുടെ ഏതു ലെവലിലും പോകാൻ അദ്ദേഹത്തിന് കഴിയാറുണ്ട്. ഖത്തറിൽ കലാഭവന്റെ സ്കൂൾ ഉദ്ഘാടനം ചെയ്തത് അമ്പിളിച്ചേട്ടനായിരുന്നു. ചടങ്ങിനുശേഷം ഞങ്ങളുടെ മിമിക്സ് ഷോ. സാധാരണ ഗൾഫിലൊക്കെ ഉദ്ഘാടനം കഴിഞ്ഞാൽ

മിക്ക താരങ്ങളും അവിടെയിരിക്കില്ല. ആരെങ്കിലും ഷോപ്പിംഗി നൊക്കെ കൊണ്ടുപോകും. എന്നാൽ അമ്പിളിച്ചേട്ടൻ അന്ന് എവി ടെയും പോയില്ല. പ്രോഗ്രാം മുഴുവനും കണ്ടശേഷം സ്റ്റേജിനു പിറകിലേക്കു വന്ന് ഞങ്ങളെ ആദ്യം അഭിനന്ദിച്ചു. അതിനുശേഷം പ്രോഗ്രാമിലെ ചില പോരായ്മകളെക്കുറിച്ച് സൂചിപ്പിക്കുകയും ചെയ്തു. അന്ന് സ്റ്റേജിൽ തെയ്യവും പടയണിയുമൊക്കെ അവതരി പ്പിച്ചിരുന്നു. പടയണിക്കോലമൊക്കെ എങ്ങനെ ഫ്ളൈറ്റിൽ കൊണ്ടു വന്നു എന്ന സംശയമായിരുന്നു അമ്പിളിച്ചേട്ടന്. സ്ത്രീയായി വേഷമിട്ട കലാകാരനെ സ്വകാര്യമായി അദ്ദേഹം വിളിപ്പിച്ചു.

"അഭിനയമൊക്കെ ഗംഭീരമായിരുന്നു. പക്ഷേ വേഷമിട്ടപ്പോൾ ചെറിയൊരു തെറ്റുപറ്റി. മാക്സി പൊങ്ങിയപ്പോൾ പാന്റ് കാണാമായി രുന്നു. അത് വൃത്തികേടായി തോന്നുകയും ചെയ്തു."

അത്രയും സൂക്ഷ്മമായി കാര്യങ്ങൾ ശ്രദ്ധിക്കുന്നുണ്ടായിരുന്നു അമ്പിളിച്ചേട്ടൻ.

കോമഡി റോളിൽ അഭിനയിക്കുന്നവർ പൊതുവെ നേരിടുന്ന ഒരു പ്രശ്നമുണ്ട്. ചില സ്ഥലങ്ങളിൽ ചെന്നാൽ ആളുകൾ പറയും - പ്രസംഗമൊക്കെ കേട്ടു. പക്ഷേ രണ്ട് കോമഡിയെങ്കിലും പറയാ മായിരുന്നു എന്ന്. അമ്പിളിച്ചേട്ടന്റെ പ്രസംഗം ശ്രദ്ധിച്ചാൽ ഒരുകാര്യം മനസ്സിലാവും. അദ്ദേഹം കോമഡിയിലൂടെയാണ് സീരിയസ് കാര്യങ്ങൾ അവതരിപ്പിക്കുക. ഒരു പ്രസംഗത്തിൽ അദ്ദേഹം പറഞ്ഞതിങ്ങനെ.

"പണ്ടൊക്കെ വീട്ടിൽ ദാരിദ്ര്യമായിരുന്നു. കുട്ടികളായ ഞങ്ങളെ മുത്തശ്ശി സന്ധ്യയ്ക്ക് നിലവിളക്കിനു മുമ്പിലിരുത്തും. പ്രാർത്ഥി ക്കാൻ പറയും.

'ദൈവമേ കൈതൊഴാം കേക്കുമാറാകണം,
പാവമായെന്നെ നീ കാക്കുമാറാകണം'

എന്ന പ്രാർത്ഥനയാണ് ചൊല്ലുക. എല്ലാ ദിവസവും ഇതു ചൊല്ലി ഞങ്ങൾ മടുത്തു. പതുക്കെപ്പതുക്കെ ശബ്ദം കുറഞ്ഞുകുറഞ്ഞു വന്നു. ഒരു ദിവസം അയൽപക്കത്ത് കുമാർ എന്നൊരു പണക്കാരൻ താമസിക്കാൻ വന്നു. അതോടെയാണ് മുത്തശ്ശിയുടെ പ്രാർത്ഥന യുടെ അർത്ഥം മനസ്സിലായത്.

ദൈവമേ കൈതൊഴാം 'കെ.കുമാറാ'ക്കണം. അതിനു പറ്റിയി ല്ലെങ്കിൽ പാവമായ എന്നെ 'കാൽ കുമാറെ'ങ്കിലും ആക്കിത്തീർ ക്കണം. അതോടെ പിന്നീടുള്ള ദിവസങ്ങളിൽ പ്രാർത്ഥനയുടെ ശക്തി കൂടി."

ചിരിക്കാൻ പറ്റിയ കാര്യമാണെങ്കിലും അതിലൊരു വിശാല മായ അർത്ഥമുണ്ട്. പ്രാർത്ഥിക്കാൻ ഓരോരുത്തർക്കും ഓരോ

കാരണമുണ്ടല്ലോ. ഇതുപോലെയുള്ള കോമഡികൾ അദ്ദേഹം ബ്രേക്ക് സമയത്ത് പറയും. പക്ഷേ ഒരിക്കലും സ്വയം ചിരിക്കില്ല. രസകരമായി അവതരിപ്പിക്കുന്നതിലാണ് മിടുക്ക്. തരുന്നത് കഞ്ഞി ആയാലും അത് ഫൈവ്സ്റ്റാർ ഹോട്ടലിൽ ചെന്ന് കഴിക്കുമ്പോൾ അതിനൊരു പ്രത്യേകതയുണ്ട്. പ്ലേറ്റിൽ ഇലയൊക്കെ വച്ച് തക്കാളി പൂവുപോലെ അരിഞ്ഞെടുത്ത് പ്ലേറ്റിൽ ഡക്കറേറ്റ് ചെയ്യുമ്പോൾ കുടിക്കാത്തവനു പോലും കഞ്ഞിയോടിഷ്ടമുണ്ടാവും.

കൂടിയാട്ടത്തിന്റെ പശ്ചാത്തലത്തിൽ ഒരു സിനിമ ചെയ്യുന്നു. അമ്പിളിച്ചേട്ടനാണ് പ്രധാന വേഷത്തിൽ. കലാമണ്ഡലത്തിലായിരുന്നു ഷൂട്ടിംഗ്. അക്കാലത്ത് എന്റെ അനിയൻ ചാരു അഗരു കലാമണ്ഡലത്തിലെ വിദ്യാർത്ഥി ആയിരുന്നു. അവനാണ് അമ്പിളിച്ചേട്ടന്റെ ബാല്യകാലം അഭിനയിച്ചത്. അമ്പിളിച്ചേട്ടന് ചുട്ടി കുത്തിയതും സഹായിച്ചതുമൊക്കെ അവനായിരുന്നു. എന്റെ സഹോദരനാണെന്ന് അറിഞ്ഞതു മുതൽ അവനോട് വല്ലാത്തൊരു വാത്സല്യമായിരുന്നു അമ്പിളിച്ചേട്ടന്.

മിക്കപ്പോഴും ഞാൻ കണ്ടിട്ടുള്ളത് ക്ലീൻഷേവായ അമ്പിളിച്ചേട്ടനെയാണ്. ഇക്കാര്യം ഒരിക്കൽ അദ്ദേഹത്തോടുതന്നെ ചോദിച്ചിട്ടുണ്ട്.

"പുരുഷത്വം ഇല്ലാത്തതു കൊണ്ടൊന്നുമല്ല. മമ്മുട്ടിപടത്തിൽ മീശ കീഴ്പോട്ടായിരിക്കണം. ലാലിന്റെ പടത്തിൽ മീശ മേൽപ്പോട്ടായിരിക്കും. ഇതിനിടയിൽ സുരേഷ്ഗോപി പടത്തിലെത്തിയാൽ ക്ലീൻഷേവായിരിക്കും. അതിനിടയ്ക്ക് കണ്ടിന്യൂയിറ്റി എന്നൊന്നുണ്ട്. ക്ലീൻഷേവാക്കിയാൽ എങ്ങനെ വേണമെങ്കിലും മീശവയ്ക്കാം. മേക്കപ്പ്മാൻ മാത്രം ശ്രദ്ധിച്ചാൽ മതിയല്ലോ" എന്നായിരുന്നു മറുപടി. മൊബൈൽ ഫോൺ ഇല്ലെങ്കിൽ പോലും മിക്കപ്പോഴും ലൊക്കേഷനിൽ ഒരു വണ്ടിയും പ്രൊഡക്ഷൻ എക്സിക്യൂട്ടീവും അമ്പിളിച്ചേട്ടനെ കാത്തിരിക്കുന്നുണ്ടാവും. ഒരേസമയം തന്നെ ഒന്നിലധികം സിനിമകളിൽ അഭിനയിക്കാൻ അദ്ദേഹത്തിന് കഴിയുന്നതെങ്ങനെയെന്ന് പലപ്പോഴും അത്ഭുതപ്പെട്ടുപോയിട്ടുണ്ട്. അത്രയ്ക്കുണ്ട്, അഭിനയത്തോടുള്ള അദ്ദേഹത്തിന്റെ അഭിനിവേശം. ■

ദേവിചന്ദന: 'ഭാര്യവീട്ടിൽ പരമസുഖം' എന്ന സിനിമയിലൂടെ അഭിനയരംഗത്തുവന്ന ദേവിചന്ദന, നരിമാൻ, രഹസ്യപ്പോലീസ്, മിന്നൽമുരളി തുടങ്ങി ഒട്ടേറെ സിനിമകളിൽ വേഷമിട്ടിട്ടുണ്ട്. സീരിയലുകളിലും സജീവം. അറിയപ്പെടുന്ന ഭരതനാട്യം നർത്തകി കൂടിയാണ്. സംഗീതസംവിധായകനും ഗായകനുമാണ് ഭർത്താവ് കിഷോർവർമ്മ.

പപ്പ കാണിച്ചുതന്ന വഴിയിൽ

രാജ്കുമാർ

സിനിമയിൽ തിരക്കായതിനാൽ വീട്ടിൽ പപ്പയെ കാണാൻ കിട്ടുന്നത് വളരെ ചുരുക്കമാണ്. ഇടയ്ക്ക് അവധി കിട്ടിയാൽ ഒന്നോ രണ്ടോ ദിവസം ഞങ്ങൾക്കൊപ്പം ചെലവഴിച്ച ശേഷം വീണ്ടും ലൊക്കേഷനിലേക്ക് പോകും. വീട്ടിൽ വരുന്ന സമയത്ത് നല്ല സിനിമകൾ റിലീസായെങ്കിൽ ഒരുമിച്ച് പോയി കാണും. ഹോട്ടലിൽ നിന്നും ഭക്ഷണം വാങ്ങിച്ചുതരും. അതൊക്കെയാണ് ഞങ്ങൾക്ക് കിട്ടുന്ന സന്തോഷങ്ങൾ.

സിനിമയിൽ കാണുന്നതുപോലെയല്ല, സീരിയസാണ് പപ്പ. എന്നാൽ ഫ്രണ്ട്ലിയുമാണ്. എന്തും തുറന്നു സംസാരിക്കാം. എന്തു വിഷയത്തിലും നല്ല അറിവുള്ള മനുഷ്യൻ. പപ്പയിൽ കണ്ട ഏറ്റവും വലിയ ഗുണങ്ങളിലൊന്ന് ജോലിയോടുള്ള ആത്മാർത്ഥതയാണ്. ചിട്ടയോടെയുള്ള ജീവിതമാണ് പപ്പ പിന്തുടർന്നത്. അതിരാവിലെ ഉണരുക. വ്യായാമം. പ്രാർത്ഥന. കറക്ടായിട്ടുള്ള ഭക്ഷണരീതി. ടേബിൾ മാനേഴ്സ്. നീറ്റായ വസ്ത്രധാരണം. അത് മാച്ചിംഗായിരിക്കണം. നിത്യോപയോഗ സാധനങ്ങൾ വലിച്ചെറിയാതെ അതാത് സ്ഥാനങ്ങളിൽതന്നെയുണ്ടാകണമെന്നത് വളരെ നിർബന്ധമാണ്. ജീവിതത്തിലെ ഈ അടുക്കും ചിട്ടയും കണ്ടാണ് ഞങ്ങൾ മക്കളും വളർന്നത്. അത് ഞങ്ങളുടെ ജീവിതത്തിലും പ്രാവർത്തികമാക്കാൻ കഴിഞ്ഞു.

ഏത് ജോലിക്കും അതിന്റേതായ മാന്യതയുണ്ടെന്ന് പപ്പ വിശ്വസിച്ചു. അധ്വാനിച്ച് ജീവിക്കുന്നവരോട് ബഹുമാനമുണ്ടായിരുന്നു. പപ്പ തിരക്കുള്ള നടനായ സമയത്ത് ഞാനൊരു എക്സിക്യൂട്ടീവായിട്ടാണ് ജോലി ചെയ്തിരുന്നത്. 3500 രൂപയായിരുന്നു ശമ്പളം. പക്ഷേ പപ്പയ്ക്ക് അതൊരു പ്രശ്നമേയല്ലായിരുന്നു. ആ ജോലിയിൽനിന്ന് കിട്ടിയ ആദ്യശമ്പളം പപ്പയ്ക്ക് നീട്ടിയപ്പോൾ ആ കണ്ണ്

നിറഞ്ഞു. എന്നെ ചേർത്തുപിടിച്ചശേഷം പറഞ്ഞത് ഇപ്പോഴും മനസ്സിലുണ്ട്.

''മക്കൾ സ്വന്തമായി സമ്പാദിച്ച പണമല്ലേ. ഇതുകൊണ്ട് നിനക്കിഷ്ടമുള്ള സാധനങ്ങൾ വാങ്ങിക്കുക. പൈസ ധൂർത്തടിച്ച് കളയരുത്.''

അത് സ്വന്തം ജീവിതത്തിൽ കാണിച്ചുകൊടുത്തയാളാണ് പപ്പ. ലക്ഷങ്ങൾ സമ്പാദിക്കുമ്പോഴും അനാവശ്യമായി ഒരു പൈസ പോലും പപ്പ കളയാറില്ല. പണത്തിന് വില കൽപ്പിക്കുന്ന ശീലമാണത്. ഞാനിപ്പോൾ പപ്പയുടെ പേരിൽ തുടങ്ങിയ പ്രൊഡക്ഷൻ കമ്പനിയുടെ ചെയർമാനാണ്. രണ്ട് പരസ്യചിത്രങ്ങളിൽ അഭിനയിച്ചു. രണ്ട് സിനിമകളിൽ അഭിനയിച്ചു. രണ്ട് മൂന്ന് നല്ല പ്രോജക്ടുകൾ വരാനുണ്ട്. ആ ഒരു നിലയിലേക്ക് ഉയരുമ്പോഴും പപ്പയുടെ ജീവിത

രീതിയാണ് പിന്തുടരുന്നത്. ജീവിക്കാൻ ആവശ്യമുള്ളത് സമ്പാദിക്കുക. സഞ്ചരിക്കാൻ ഒരു വാഹനം. അതിന്റെ എണ്ണം കൂട്ടാൻ താൽപ്പര്യമില്ല. പപ്പ സമ്പാദിക്കുന്നത് നോക്കിയാൽ എത്ര ഓഡിയും ബെൻസും വാങ്ങിച്ചിടാം. പക്ഷേ അത്തരം ആർഭാടങ്ങളിൽ വിശ്വസിച്ചിരുന്നില്ല.

സിനിമയിൽനിന്ന് അധ്വാനിച്ചുണ്ടാക്കുന്നതല്ലാതെ, മറ്റു കാര്യങ്ങളിൽനിന്ന് പപ്പ പണം വാങ്ങിക്കാറില്ല. തനിക്കുള്ള പ്രതിഫലം അനാഥാലയത്തിൽ കൊടുത്ത് റസീറ്റ് വാങ്ങികാണിച്ചാലേ പപ്പ ഉദ്ഘാടനത്തിനും മറ്റും പോകാറുള്ളൂ.

വിദേശയാത്രകൾ വരുമ്പോൾ ചില സമയത്ത് ഞങ്ങളെയും കൊണ്ടുപോകും. അമേരിക്ക, സിംഗപ്പൂർ, മലേഷ്യ തുടങ്ങിയ സ്ഥലങ്ങളിൽ ഞങ്ങളും ഒപ്പം പോയിട്ടുണ്ട്. കുടുംബത്തെ കൊണ്ടുപോകുമ്പോൾ വേണമെങ്കിൽ സ്പോൺസറുടെ ചെലവിൽ ടിക്കറ്റെടുപ്പിക്കാം. പക്ഷേ പപ്പ അതിന് തയ്യാറാവില്ല. സ്വന്തം കാശ് മുടക്കിയാണ് ഞങ്ങളെ കൊണ്ടുപോകുന്നത്. ആരെയും മുതലെടുക്കുന്ന സ്വഭാവം പപ്പയ്ക്കില്ല. എന്നാൽ മറ്റുള്ളവർക്ക് ഒരുപാട് സഹായങ്ങൾ നൽകിയിട്ടുണ്ട്. ആരെയും ആശ്രയിച്ച് ജീവിച്ചിട്ടില്ല. ഇപ്പോൾ, അപകടാവസ്ഥയിൽ കിടക്കുമ്പോൾ പോലും ഒരാളുടെയും സഹായം ചോദിച്ച് പോയിട്ടില്ല. കാരണം പപ്പയ്ക്കത് ഇഷ്ടമല്ല. പപ്പ ചെയ്ത നന്മ കൊണ്ട് സഹായങ്ങൾ ഇങ്ങോട്ടുവരികയാണുണ്ടായത്. ഞങ്ങൾക്കും ഞങ്ങളുടെ തലമുറയ്ക്കും ജീവിക്കാനുള്ളതെല്ലാം പപ്പ സിനിമയിൽനിന്ന് സമ്പാദിച്ചുവെച്ചിട്ടുണ്ട്. താൻ കിടന്നുപോയാലും മക്കൾക്ക് ബുദ്ധിമുട്ടുണ്ടാകരുതെന്ന ഒരച്ഛന്റെ മുൻകരുതലാണത്.

പപ്പയുടെ കൂടെ പോകുമ്പോൾ വല്ലാത്തൊരു പോസിറ്റീവ് എനർജിയാണ്. ജഗതി ടീമിലുണ്ടെങ്കിൽ അതൊരു ബലമാണെന്ന് സിനിമയിലുള്ളവരും പറഞ്ഞുകേട്ടിട്ടുണ്ട്. കാരണം അദ്ദേഹം ദുർബല ഹൃദയനല്ല. എന്തിനെയും നേരിടാനുള്ള ചങ്കൂറ്റമുള്ളയാളാണ്. തെറ്റായാലും ശരിയായാലും തുറന്നുപറയുന്നതാണ് ശീലം. എല്ലാവരും പപ്പയെ ബഹുമാനിക്കുകയും ആദരിക്കുകയും ചെയ്യുന്നത് അതുകൊണ്ടാണ്. അത് സ്വയമുണ്ടാക്കിയെടുത്ത കഴിവാണ്.

സങ്കടങ്ങളുണ്ടാകാം. പക്ഷേ വീട്ടിൽ ഷെയർ ചെയ്യാറില്ല. കാരണം ഞങ്ങൾ വിഷമിക്കരുതെന്ന് പപ്പയ്ക്ക് നിർബന്ധമുണ്ട്. കുറച്ചെങ്കിലും പറയുന്നത് അമ്മയുടെ അടുത്താണ്. വിതുര കേസിൽ പപ്പയുടെ പേര് വലിച്ചിഴച്ചപ്പോൾ ഞങ്ങൾക്കായിരുന്നു വിഷമം. പക്ഷേ പപ്പയ്ക്ക് കൂസലില്ലായിരുന്നു. കാരണം താൻ തെറ്റുകാരനല്ലെന്ന് ഉറച്ച ബോധ്യമുണ്ടായിരുന്നു. സ്കൂളിൽ പോകുന്ന

സമയത്ത് ചില തലതെറിച്ച പിള്ളേർ എന്നെ കളിയാക്കിയിട്ടുണ്ട്. അന്ന് ഞാൻ എട്ടിലോ ഒൻപതിലോ ആണ് പഠിക്കുന്നത്. കളിയാക്കൽ കൂടിയപ്പോൾ ഒരു ദിവസം ക്ലാസിൽ പോകാതെ ഞങ്ങൾ സങ്കടത്തോടെ തിരിച്ച് വീട്ടിലേക്ക് വന്നു. വീട്ടിലിരുന്ന് കരഞ്ഞപ്പോൾ, ഷൂട്ടിംഗിലായിരുന്ന പപ്പയെ വിളിച്ച് അമ്മ കാര്യം സൂചിപ്പിച്ചു. അതിനുശേഷം എനിക്ക് ഫോൺ തരാൻ പപ്പ പറഞ്ഞു.

‘‘അച്ഛൻ തെറ്റുചെയ്തിട്ടുണ്ടെന്ന് മക്കൾ വിശ്വസിക്കുന്നുണ്ടോ?’’

പപ്പ ചോദിച്ചപ്പോൾ ഇല്ലെന്ന് മറുപടി പറഞ്ഞു.

‘‘ആളുകൾ പലതും പറയും. അത് മൈൻഡ് ചെയ്യേണ്ട കാര്യമില്ല. ഇങ്ങനെയുള്ള പ്രശ്നങ്ങളൊക്കെ ഇനിയുമുണ്ടാകും. അതിനെയെല്ലാം നേരിട്ടേ പറ്റൂ.’’

പപ്പ അന്ന് നൽകിയ ധൈര്യത്തിലാണ് പിറ്റേദിവസം മുതൽ സ്കൂളിലേക്ക് പോയത്. കളിയാക്കലുകളെ മൈൻഡ് ചെയ്യാതെ വന്നപ്പോൾ അത് തനിയെ അവസാനിച്ചു. പപ്പ നിരപരാധിയാണെന്ന് കാലം തെളിയിക്കുകയും ചെയ്തു.

അപകടം സംഭവിച്ചപ്പോൾ, മിംസ് ആശുപത്രിയിൽ പതിനായിരങ്ങളാണ് എത്തിയത്. സർജറിക്ക് ഒരുപാട് രക്തം വേണ്ടിവന്നു. എവിടെയും തേടിപോകേണ്ടിവന്നിട്ടില്ല. പപ്പയുടെ ആരാധകർ തന്നെ രക്തം നൽകാൻ മുന്നോട്ടുവന്നു. സഹപ്രവർത്തകരുമുണ്ടായിരുന്നു.

വെല്ലൂരിലെ ചികിത്സയ്ക്കിടെ വീട്ടിൽ കഴിയുമ്പോൾ ഒരു ദിവസം യൂസഫലി സാർ കാണാനെത്തി. ആ സമയത്ത് അദ്ദേഹം പത്തു ലക്ഷം രൂപ തന്നു. ആരുടെ കൈയിൽനിന്നും അനാവശ്യമായി പണം വാങ്ങുന്നത് പപ്പയ്ക്കിഷ്ടമല്ല. അതുകൊണ്ടുതന്നെ വേണ്ടെന്ന് പറഞ്ഞു.

‘‘അങ്ങനെ പറയരുത്. ലോകം അംഗീകരിച്ച താരവും എന്റെ ആത്മാർത്ഥ സുഹൃത്തുമാണ് ജഗതി. വിദേശത്ത് പോകുന്ന സമയത്തൊക്കെ തമ്മിൽ കാണാറുണ്ട്. ജഗതിയുണ്ടെങ്കിൽ തൊട്ടടുത്ത സീറ്റേ ഞാനും തെരഞ്ഞെടുക്കുകയുള്ളൂ. എന്റെ സഹോദരനുവേണ്ടി നൽകുന്നതാണെന്ന് കരുതി ഇത് സ്വീകരിക്കണം.’’

അങ്ങനെയാണ് അത് സ്വീകരിച്ചത്.

പപ്പയെ ആദ്യത്തെ തവണ വെല്ലൂരിലേക്ക് ചികിത്സയ്ക്ക് കൊണ്ടുപോയത് ഫ്ളൈറ്റിലായിരുന്നു. രണ്ടാമത്തെ തവണ വെല്ലൂരിലേക്ക് റോഡ് മാർഗം പോകാനായി കാരവൻ കിട്ടുമോയെന്ന് ദിലീപേട്ടനോട് അന്വേഷിച്ചു. ദിലീപേട്ടൻ പറഞ്ഞതനുസരിച്ച് കലാഭവൻമണിച്ചേട്ടൻ സ്വന്തം കാരവൻ വിട്ടുതരികയായിരുന്നു.

ജഗതി ശ്രീകുമാർ എന്റർടെയിൻമെൻസ് എന്ന എന്റെ പ്രൊഡക്ഷൻ കമ്പനിയുടെ പരസ്യചിത്രത്തിലൂടെയാണ് അപകടത്തിനുശേഷം പപ്പ ആദ്യമായി ക്യാമറയ്ക്ക് മുമ്പിലെത്തിയത്. അമ്യൂസ്മെന്റ് പാർക്കിന്റെ പരസ്യചിത്രവും ഗോകുലത്തിന്റെ പരസ്യചിത്രവും ചെയ്തു. അവയിൽ അഭിനയിച്ചപ്പോഴാണ് പപ്പയ്ക്ക് സിനിമ ചെയ്യാൻ പറ്റുമെന്ന് ബോധ്യപ്പെട്ടത്.

അഭിനയിക്കുന്ന സിനിമകളിൽ മിക്കപ്പോഴും കൈയിലുള്ള നമ്പറുകൾ പപ്പ പ്രയോഗിക്കാറുണ്ട്. സി.ബി.ഐ 5ലും അതുതന്നെയാണ് കണ്ടത്. സിറ്റേഷൻ മാത്രമേ സംവിധായകൻ പറഞ്ഞുകൊടുത്തുള്ളൂ.

സി.ബി.ഐ 5 ലേക്ക് എസ്.എൻ.സ്വാമി സാറാണ് ആദ്യം വിളിച്ചത്. പപ്പയുടെ ശാരീരിക അവസ്ഥയനുസരിച്ചുള്ള കഥാപാത്രമാകണം. പപ്പയ്ക്ക് ചെയ്യാൻ പറ്റുന്നതും പറ്റാത്തതും എന്താണെന്ന് ഞാൻ വിശദീകരിച്ചു. അതിനനുസരിച്ചാണ് വിക്രത്തെ രൂപപ്പെടുത്തിയത്. പപ്പയെ കൊണ്ടുപോയി ഷൂട്ട് ചെയ്യണമെങ്കിൽ നല്ല ക്ഷമ വേണം. ചിലപ്പോൾ മൂഡിന് അനുസരിച്ച് സീനുകൾ എടുക്കേണ്ടിവരും. ഒരു ദിവസം കൊണ്ട് പൂർത്തിയാകണമെന്നില്ല. മരുന്നുകൾ കഴിക്കുന്നതിനാൽ സെഡേഷന്റെ സമയമാകുമ്പോൾ നമ്മൾ വിചാരിച്ച രീതിയിൽ കിട്ടണമെന്നുമില്ല. ഇക്കാര്യമൊക്കെ സ്വാമി സാറിനോട് പറഞ്ഞപ്പോൾ, എത്ര നാൾ വേണമെങ്കിലും കാത്തിരിക്കാമെന്നായിരുന്നു മറുപടി. പപ്പയോട് കാര്യം പറഞ്ഞപ്പോൾ, സന്തോഷത്തോടെ തലകുലുക്കി. അങ്ങനെയാണ് സി.ബി.ഐയുടെ സെറ്റിലെത്തുന്നത്. ക്യാമറ ഓൺചെയ്ത് കഴിഞ്ഞപ്പോൾ ഞങ്ങളെല്ലാവരും അത്ഭുതപ്പെട്ടുപോയി. ഇത്രയധികം ഇംപ്രൂവായത് ആ സമയത്താണ് മനസ്സിലായത്. അഭിനയം കണ്ടുനിന്നപ്പോൾ ഡയറക്ടർ കട്ട് പറയാൻ വിട്ടുപോയി. കുറച്ചുസമയം കഴിഞ്ഞാണ് മധുസാർ കട്ട് പറഞ്ഞത്. അപാരമായ ആ പെർഫോമൻസിന് എല്ലാവരും കൈയടിച്ചു. ഷൂട്ടിംഗ് കഴിഞ്ഞപ്പോൾ സംവിധായകൻ മധുസാർ പറഞ്ഞു.

''പ്രതീക്ഷിച്ചതിലും ഔട്ട്പുട്ടാണ് ഞങ്ങൾക്ക് കിട്ടിയത്. ഈ പടത്തിന്റെ ഹൈലൈറ്റ് ഇതുതന്നെയായിരിക്കും.''

പടമിറങ്ങിക്കഴിഞ്ഞപ്പോൾ ഒരുപാടുപേർ വിളിച്ചു. എല്ലാവർക്കും നല്ലതേ പറയാനുണ്ടായിരുന്നുള്ളൂ. ജയസൂര്യ വിളിച്ചപ്പോൾ പറഞ്ഞു.

"കുടുംബത്തോടൊപ്പം സി.ബി.ഐ കണ്ടു. അമ്പിളിച്ചേട്ടന്റെ പെർഫോമൻസ് കണ്ടപ്പോൾ കണ്ണുനിറഞ്ഞു. ഈയൊരവസ്ഥയിലും ചേട്ടൻ ഇത്രയും ചെയ്തല്ലോ. നമുക്ക് ചേട്ടനെ തിരിച്ചുകൊണ്ടുവരണം."

'ജഗതി വേഴ്സസ് ജഗതി'യിലൂടെയാണല്ലോ ജയസൂര്യ ശ്രദ്ധിക്കപ്പെട്ടത്. സിനിമയിലേക്ക് വരാനുള്ള തുടക്കവും പപ്പയാണ് നൽകിയത്. ആ നന്ദി ജയസൂര്യയ്ക്കിപ്പോഴുമുണ്ട്.

സംസാരവും നടത്തവുമാണ് ഇനി ഇംപ്രൂവ് ചെയ്യേണ്ടത്. മറ്റ് ആരോഗ്യപ്രശ്നങ്ങളൊന്നുമില്ല. നൂറുശതമാനവും മെമ്മറിയുണ്ട്. പപ്പയുടെ കുട്ടിക്കാലത്തെ സുഹൃത്തുക്കൾ വന്നാൽ പരിചയപ്പെടുത്തിക്കൊടുക്കേണ്ട കാര്യമില്ല. എല്ലാം ഓർമ്മയിലുണ്ട്. സങ്കടവും സന്തോഷവും എന്താണെന്ന് അറിയാം. ചില താരങ്ങളുടെ മരണവാർത്ത ടി.വിയിൽ കാണുമ്പോൾ മുഖത്ത് അതിയായ വിഷമം പ്രകടിപ്പിക്കുന്നുണ്ട്. അത് നല്ല സൂചനയാണെന്നാണ് പപ്പയെ ചികിത്സിക്കുന്ന ഡോക്ടർമാർ പറയുന്നത് വെല്ലൂരിലെ ഡോ. തര്യൻ സാറും അലക്സാണ്ടർ സാറുമാണ് പപ്പയെ ചികിത്സിക്കുന്നത്.

ഇങ്ങനെ ഇരുത്തുന്നതിന് പകരം പപ്പയെ പയ്യെപ്പയ്യെ സിനിമയിലേക്ക് കൊണ്ടുവരണമെന്നാണ് അവരുടെ നിർദ്ദേശം. പപ്പയുടെ എല്ലാമെല്ലാം സിനിമയാണല്ലോ. ചിലപ്പോൾ അത്ഭുതപ്പെടുത്തിക്കൊണ്ട് പെട്ടെന്ന് സംസാരശേഷി തിരിച്ചുകിട്ടാമെന്നും ഡോക്ടർമാർ വിലയിരുത്തുന്നുണ്ട്.

സി.ബി.ഐക്കു ശേഷം മൂന്ന് പ്രൊജക്ടുകൾ വന്നിട്ടുണ്ട്. അതിൽ പ്രേംനസീർ ഫൗണ്ടേഷന്റെ പടമാണ് ആദ്യം തുടങ്ങുക. ഇനിയും ചെറിയ ചെറിയ വേഷങ്ങൾ നൽകിക്കൊണ്ട് പപ്പയെ പഴയ അവസ്ഥയിലേക്ക് തിരിച്ചുകൊണ്ടുവരാൻ കഴിയും. അതിനുള്ള കാത്തിരിപ്പിലാണ് ഞങ്ങൾ. ഒപ്പം പ്രേക്ഷകരും. ■

രാജ്കുമാർ: ജഗതി ശ്രീകുമാറിന്റെ മകൻ. പത്മരാജൻ സംവിധാനം ചെയ്ത 'മൂന്നാംപക്ക'ത്തിൽ ബാലതാരമായി അഭിനയിച്ചിട്ടുണ്ട്. പിന്നീട് ജഗതിക്കൊപ്പം 'സി.ബി.ഐ 5ലും വേഷമിട്ടു. ജഗതി ശ്രീകുമാർ എന്റർടെയിൻമെന്റ്സ് എന്ന പ്രൊഡക്ഷൻ കമ്പനിയുടെ ചെയർമാനാണ്.

പപ്പ തിരിച്ചുവരും; കൂടുതൽ കരുത്തോടെ...

പാർവതി ഷോൺ

അത്യാവശ്യഘട്ടങ്ങളിൽ പോലും വിളിച്ചാൽ കിട്ടാത്ത അവസ്ഥ വന്നപ്പോൾ ഒരിക്കൽ ഞാൻ തന്നെ പപ്പയോട് ചോദിച്ചു.

''പപ്പയ്ക്ക് ഒരു മൊബൈൽ ഫോൺ വാങ്ങിച്ചുകൂടെ?''

അതിന്റെ ആവശ്യമില്ലെന്നായിരുന്നു മറുപടി. സ്വന്തമായി മാനേജരോ മേക്കപ്പ്മാനോ മൊബൈൽഫോണോ ഇല്ലാത്ത ലോകത്തിലെ തന്നെ ആദ്യത്തെ നടനായിരിക്കും പപ്പ.

''ഇവരെയൊക്കെ മെയിന്റയിൻ ചെയ്യാൻ എനിക്കു സമയമില്ല'' എന്നാണ് പപ്പ പറയാറ്. വീട്ടിലെത്തിയാലും ആരെയും ആശ്രയിക്കാതെ എല്ലാം ചെയ്യാനാണിഷ്ടം. സ്വന്തമായാണ് ഡ്രസ്സ് അലക്കുന്നതും അയേൺ ചെയ്യുന്നതും. ഷെൽഫിലുള്ള ഡ്രസ്സ് എടുത്തു തരാൻ ഞാൻ അമ്മയെ വിളിക്കുമ്പോൾ പപ്പ പറയുന്നൊരു ഡയലോഗുണ്ട്.

''പാറൂ, എല്ലാം സ്വയം ചെയ്തു പഠിക്കണം. എന്നാലേ ആരെയും കൂസാതെ ജീവിക്കാൻ കഴിയുകയുള്ളൂ.''

അച്ഛന്റെ നിലപാടുകൾക്കൊപ്പം നിൽക്കാൻ ഒരു പരിധി വരെ ഞങ്ങൾ മക്കൾക്കും കഴിഞ്ഞിട്ടുണ്ട്. മറ്റു സിനിമാതാരങ്ങളുടെ മക്കൾ ജീവിച്ചതുപോലെയല്ല ജഗതി ശ്രീകുമാറിന്റെ മക്കൾ ജീവിച്ചതെന്ന് ഞങ്ങൾക്ക് അഭിമാനത്തോടെ പറയാം. യാത്ര ചെയ്യാൻ ബെൻസ് കാർ, താമസിക്കാൻ എ.സി. മുറി തുടങ്ങിയ ഒരു നിബന്ധനയും ഞങ്ങൾക്കില്ല. എവിടെച്ചെന്നാലും മറ്റുള്ളവരെ വേദനിപ്പിക്കാതെ സംസാരിക്കുക, സന്തോഷത്തോടെ പെരുമാറുക. ഇതാണ് പപ്പ പഠിപ്പിച്ചിട്ടുള്ളത്.

വീട്ടിലെത്തിയാൽ പപ്പ വളരെ സീരിയസാണ്. ഞങ്ങൾ ഒന്നിച്ചിരിക്കുമ്പോൾ തമാശ പറയുന്നത് അപൂർവം. ബാക്കിയുള്ള സമയം

വായിക്കും. അതും വിവേകാനന്ദന്റെ പുസ്തകങ്ങൾ. അല്ലെങ്കിൽ സിനിമ കാണും. സിനിമയ്ക്കുവേണ്ടി മാത്രം വീട്ടിലൊരു ഹോം തിയറ്റർ ഉണ്ടാക്കിയിട്ടുണ്ട്. ജെയിംസ്ബോണ്ട് ചിത്രങ്ങൾ, അല്ലെങ്കിൽ ജെയിംസ് കാമറൂണിന്റെയും സ്റ്റീഫൻ സ്പിൽബർഗിന്റെയും സിനിമകൾ കാണാനാണ് താൽപ്പര്യം.

അഭിനയം കഴിഞ്ഞാൽ അടുത്ത പാഷൻ കുക്കിംഗാണ്. വൈകിട്ട് നേരത്തെ വീട്ടിലെത്തിയാൽ നേരെ അടുക്കളയിലേക്ക് കയറും. പുതിയ പുതിയ ഡിഷുകളുണ്ടാക്കി ആദ്യം പരീക്ഷിക്കുന്നത് ഞങ്ങളിലാണ്. ഒരു ചമ്മന്തി അരച്ചാൽ പോലും നല്ല കൈപ്പുണ്യമാണ്. പാചകവും ഒരു കലയാണെന്ന് പപ്പ ഇടയ്ക്കിടെ ഓർമ്മിപ്പിക്കും. ഞാനും പാചകം പഠിച്ചത് പപ്പയിൽനിന്നാണ്. കഴിക്കാനും ഉണ്ടാക്കാനും പപ്പയ്ക്കിഷ്ടം മീൻ കറിയാണ്. അതും ചൂര. എവിടെക്കണ്ടാലും ചൂര വാങ്ങിച്ച് വീട്ടിലെത്തിക്കും. മുരിങ്ങാക്കായിട്ട് തേങ്ങയരച്ച് പപ്പയുണ്ടാക്കുന്ന മീൻകറിയെക്കുറിച്ച് പറയുമ്പോൾ ത്തന്നെ നാവിൽ വെള്ളമൂറും. അതിനൊപ്പം കപ്പപ്പുഴുക്കും കിട്ടിയാൽ ഹാപ്പിയായി. ബ്രേക്ക്ഫാസ്റ്റിന് ദോശയും ചമ്മന്തിയുമാണ് ഇഷ്ടം. ഹെവിയായി നോൺവെജ് കഴിക്കാറില്ല. മീനാണ് പ്രധാനം. കോട്ടയത്ത് ഷൂട്ടിംഗുണ്ടെങ്കിൽ അമ്മവീടായ കാഞ്ഞിരപ്പള്ളിയിൽ നിന്നായിരിക്കും ഭക്ഷണം. വാഗമണ്ണിലാണെങ്കിൽ ഈരാറ്റുപേട്ടയിലെ ഈ വീട്ടിലേക്ക് വരും. സിറിയൻ കാത്തലിക്സ് ഉണ്ടാക്കുന്ന പോർക്കും ബീഫും ഭയങ്കര ഇഷ്ടമാണ്. അതുകൊണ്ടുതന്നെ പപ്പ വരുന്നു എന്നറിഞ്ഞാൽ നല്ല ഭക്ഷണം തന്നെ കരുതിവയ്ക്കും. ഒരാഘോഷവും പപ്പ മുടക്കാറില്ല. ഓണവും വിഷുവും വന്നാൽ ഞങ്ങൾ കുടുംബസമേതം തിരുവനന്തപുരത്തെ വീട്ടിലേക്കു പോകും. ക്രിസ്മസും ഈസ്റ്ററും വന്നാൽ പപ്പയും അമ്മയും ചേട്ടനും കൂടി ഇവിടെയെത്തും.

എത്ര വൈകി വീട്ടിലെത്തിയാലും പുലർച്ചെ അഞ്ചുമണിക്ക് എഴുന്നേൽക്കുന്നതാണ് പപ്പയുടെ ശീലം. അതിനുശേഷം കുറച്ചു നേരം വ്യായാമം. തിരുവനന്തപുരത്താണ് ഷൂട്ടിംഗെങ്കിൽ കൃത്യ സമയത്ത് വണ്ടിയും കാത്ത് ഇരിക്കും. വൈകിട്ട് വന്നാൽ ചില സമയങ്ങളിൽ ഒരുമിച്ച് സിനിമയ്ക്ക് പോകും.

പപ്പയുടെ കോമഡി സിനിമകളാണ് എനിക്കിഷ്ടം. പ്രത്യേകിച്ചും 'യോദ്ധ'യും 'കിലുക്ക'വും. പക്ഷേ മികച്ച അഭിനയം കാഴ്ചവച്ചത് 'തോവാളപ്പൂക്കളി'ലും 'അപൂർവം ചിലരി'ലുമാണ്. ആ സിനിമകൾ ശ്രദ്ധിക്കപ്പെടാതെ പോയതിൽ പപ്പയ്ക്കും സങ്കടമുണ്ടായിരുന്നു. പലപ്പോഴും അംഗീകാരം കുറച്ചേ ലഭിച്ചിട്ടുള്ളൂ. പ്രേക്ഷകർ നൽകുന്ന അംഗീകാരമാണ് ഏറ്റവും വലുതെന്ന് ഇടയ്ക്കിടെ പറയാറുണ്ട്. രണ്ടു സിനിമകളാണ് പപ്പ സംവിധാനം ചെയ്തത്. 'അന്ന

ക്കുട്ടീ കോടമ്പാക്കം വിളിക്കുന്നു', 'കല്യാണ ഉണ്ണികൾ'. 'കല്യാണ ഉണ്ണികൾ' ചെയ്യുന്ന സമയത്ത് ഒരു ദിവസം വീട്ടിൽ വന്നപ്പോൾ പപ്പ പറയുന്നതു കേട്ടു.

''സംവിധാനം എനിക്കു പറ്റിയ പണിയല്ല.''

അതുകൊണ്ടാവണം പിന്നീട് സംവിധാനത്തിന് ഇറങ്ങിയതേയില്ല.

ജോലിയോടുള്ള ഡെഡിക്കേഷൻ

ഏറ്റവും വിഷമിച്ചു കണ്ടത് പപ്പയുടെ അമ്മ മരിച്ചപ്പോഴാണ്. ഏതോ സിനിമയുടെ ലൊക്കേഷനിൽ നിന്നാണ് അന്ന് പപ്പ വീട്ടിലെത്തിയത്. ഓടിനടന്ന് അഭിനയിക്കുന്ന കാലമാണത്. പിറ്റേ ദിവസം പോയില്ലെങ്കിൽ ഷൂട്ടിംഗ് മുടങ്ങും. ഇക്കാര്യം പറയാൻ നിർമ്മാതാവിനും സംവിധായകനും പേടി. എന്നാൽ ഇവരേക്കാളും മുമ്പേ പപ്പ ഇതൊക്കെ മനസ്സിലാക്കിയിരുന്നു. സംസ്കാരം കഴിഞ്ഞശേഷം പപ്പ അവരെ അടുത്തേക്കു വിളിച്ചു.

''ഷൂട്ടിംഗ് മുടങ്ങുമെന്ന ഭയം വേണ്ട. ഞാൻ നാളെത്തന്നെ എത്തിക്കോളാം.''

ജോലിയോടുള്ള ഡെഡിക്കേഷൻ അത്രയ്ക്കുണ്ടായിരുന്നു. മനസ്സിൽ നിറയെ അമ്മയോടുള്ള സ്നേഹവുമായി കണ്ണുനിറഞ്ഞാണ് അന്ന് വീട്ടിൽ നിന്നിറങ്ങിയത്. പപ്പ ഒരുപാടുപേർക്ക് സഹായം ചെയ്യാറുണ്ടെന്ന് കുട്ടിക്കാലം മുതലേ ഞാൻ കേട്ടിരുന്നു. എന്നാൽ അതേക്കുറിച്ച് വീട്ടിൽ ആരോടും പറയാറില്ല. പേടിച്ചിട്ട് ഞങ്ങൾ ചോദിക്കാറുമില്ല. അശരണരായ രോഗികൾക്ക് ഭക്ഷണം, മരുന്ന് എന്നിവ നൽകാൻ പണം നൽകും. ചില ട്രസ്റ്റുകൾക്ക് ആംബുലൻസും ഓട്ടോറിക്ഷയും വരെ വാങ്ങിച്ചുകൊടുത്തിട്ടുണ്ട്. അപകടത്തിൽപെട്ട് ആശുപത്രിലായപ്പോഴാണ് ചില സംഘടനകളുടെയും ട്രസ്റ്റിന്റെയും ഭാരവാഹികൾ ഈ സഹായത്തെക്കുറിച്ച് ഞങ്ങളോടു പറയുന്നത്. സഹായം ചോദിച്ച് ചിലർ വീട്ടിലുമെത്താറുണ്ട്. സഹായിക്കണമെന്ന് പപ്പയ്ക്ക് തോന്നിയാലേ പണം നൽകുകയുള്ളൂ.

ഇഷ്ടമില്ലാത്തത് മുഖത്തുനോക്കി പറയുന്നതാണ് പപ്പയുടെ ശീലം. പെട്ടെന്ന് ദേഷ്യം വരും. അതുപോലെ തന്നെ തണുക്കുകയും ചെയ്യും. കുടുംബത്തെ കെയർ ചെയ്യുന്ന സ്വഭാവം എപ്പോഴുമുണ്ട്. എന്തുപ്രശ്നം വന്നാലും കുടുംബം കൂടെയുണ്ടെന്ന ധൈര്യം പപ്പയ്ക്കുണ്ടായിരുന്നു. ഞങ്ങൾ എവിടെച്ചെല്ലുമ്പോഴും കാണാനും പരിചയപ്പെടാനും ഒരുപാടുപേർ വരും.

എല്ലാ പ്രശ്നങ്ങളെയും ഈസിയായി ഫേസ് ചെയ്യാൻ പപ്പയ്ക്കറിയാം. സങ്കടമോ പ്രശ്നമോ വരുമ്പോൾ പപ്പയോട് അഞ്ചു

മിനുട്ട് സംസാരിച്ചാൽ മതി. എല്ലാം മാറിക്കിട്ടും. അത്രയ്ക്ക് പോസിറ്റീവ് എനർജിയുണ്ടാക്കാൻ അദ്ദേഹത്തിന് കഴിയും.

എന്റെ വിവാഹത്തിന് മുമ്പുള്ള ഒരു സംഭവം പറയാം. ഞാനും പപ്പയും അമ്മയും കൂടി ഒരു വിവാഹവീട്ടിൽ പോയതാണ്. വീട്ടിലേക്ക് കയറിയപ്പോൾ മുതൽ വീഡിയോഗ്രാഫർ പിന്നാലെയുണ്ട്. ഞങ്ങൾ ഇരിക്കുന്നതും ചായ കുടിക്കുന്നതും സംസാരിക്കുന്നതുമെല്ലാം അയാൾ പകർത്തി. ഏറെ സമയം കഴിഞ്ഞിട്ടും അയാൾ പോകാതിരുന്നപ്പോൾ പപ്പ ഇടപെട്ടു.

''ഇത്രയും പിടിച്ചാൽ മതിയല്ലോ.''

മതിയെന്ന അർത്ഥത്തിൽ അവൻ തലകുലുക്കി. പക്ഷേ വീഡിയോഗ്രാഫർ പോയില്ല. ഞങ്ങളെ ഓരോരുത്തരെയും അവൻ സൂം ചെയ്തുകൊണ്ടേയിരുന്നു. പപ്പ വീണ്ടും അസ്വസ്ഥനായി. അവനെ അടുത്തേക്കുവിളിച്ചു.

''അനിയാ മതി. ഇനി കല്യാണച്ചെറുക്കന്റെ പോസുകൾ എടുത്തോളൂ.''

എന്നിട്ടും കേട്ടില്ല. പിന്നീട് ഞാൻ കാണുന്നത് ഒരു വീഡിയോ ക്യാമറ എയറിലൂടെ പോകുന്നതാണ്. അതുകഴിഞ്ഞ് അവനെ പിടിച്ച് ഒരടിയും കൊടുത്തു.

''എത്ര പറഞ്ഞാലും മനസ്സിലാവില്ലെന്നുവച്ചാൽ....''

പപ്പ ക്ഷുഭിതനായി സംസാരിച്ചു. അപ്പോഴേക്കും എല്ലാവരും ചുറ്റുംകൂടി. വീഡിയോഗ്രാഫർ കരയുമെന്ന ഘട്ടത്തിലെത്തി.

''സാർ, എനിക്കു മാപ്പുതരണം.''

അവൻ താണുകേണപേക്ഷിച്ചു.

''ഞാനൊരു സിനിമാനടനാണ്. എന്നെ എത്രനേരം വേണമെങ്കിലും നിങ്ങൾക്ക് വീഡിയോയിൽ റെക്കോർഡ് ചെയ്യാം. പക്ഷേ എന്റെ മകളെയോ ഭാര്യയെയോ അനാവശ്യമായി പകർത്താൻ അധികാരമില്ല.''

അവന് കാര്യം മനസ്സിലായി. ദയനീയാവസ്ഥ കണ്ടപ്പോൾ പപ്പ അവനോടു ക്ഷമിച്ചു. അടുത്തുചേർത്തുനിർത്തി ഫോട്ടോയെടുപ്പിച്ചാണ് അന്ന് വിട്ടത്.

കുടുംബവുമായി ഒന്നിച്ച് ഭക്ഷണം കഴിക്കുമ്പോൾ അവിടെവന്ന് മിനുട്ടുകളോളം സംസാരിക്കുന്നവരെ പപ്പയ്ക്ക് ഇഷ്ടമല്ല. ടെൻഷൻ വന്നാൽ വല്ലാതെ ഇമോഷണലാവും. ആ സമയത്ത് കൂടെ നിൽക്കുന്നത് ആരാണെന്ന ബോധം പോലുമുണ്ടാവില്ല.

അഭിനയത്തിന്റെ തിരക്കുകാരണം പലപ്പോഴും പപ്പയെ കാണാറേയില്ല. രാത്രി വന്നിരുന്നു എന്ന് അമ്മ പറയും. രാവിലെ എഴുന്നേൽക്കുമ്പോഴേക്കും ലൊക്കേഷനിലേക്ക് പോയിക്കാണും. ആ സമയത്താണ് വല്ലാത്ത മിസ്സിംഗ് തോന്നുന്നത്.

എന്റെ വിവാഹത്തിന്റെ തലേദിവസമാണ് പപ്പ വീട്ടിലെത്തിയത്. അതുവരെ ലൊക്കേഷനിലിരുന്ന് ഓരോ കാര്യങ്ങളും നിയന്ത്രിക്കുകയായിരുന്നു. ഇടയ്ക്ക് ഒഴിവുകിട്ടിയ സമയത്താണ് വേണ്ടപ്പെട്ടരെ വീട്ടിൽ പോയി ക്ഷണിച്ചത്. കഴിഞ്ഞ രണ്ടുവർഷം കൊണ്ട് പപ്പയെ കണ്ട് കൊതിതീർന്നു എന്നു പറയാം.

മുടങ്ങിപ്പോയ യാത്ര

ഞങ്ങളുടെ നിർബന്ധം സഹിക്കാതെ വന്നപ്പോഴാണ് അപകടത്തിന് ഒരുവർഷം മുമ്പ് പപ്പ ചെറിയൊരു മൊബൈൽ ഫോൺ വാങ്ങിച്ചത്. പക്ഷേ അതുകൊണ്ടൊന്നും ഫലമുണ്ടായില്ല. ഒരിക്കലുമത് പോക്കറ്റിൽ വയ്ക്കില്ല. മിക്ക സമയത്തും കാറിന്റെ ഡാഷ് ബോർഡിൽ കാണും. പപ്പ കാറിൽ കയറുമ്പോഴാണ് റിംഗ് ചെയ്യുന്നതെങ്കിൽ ഫോൺ എടുക്കും. അല്ലാത്തപ്പോൾ രക്ഷയില്ല. ഇടയ്ക്ക് ഡ്രൈവർ ഓർമ്മിപ്പിച്ചാൽ മാത്രം ചാർജ് ചെയ്യും. ലൊക്കേഷനിലേക്ക് പോകുമ്പോൾ ഹോട്ടലിലെ നമ്പർ മുൻകൂറായി അമ്മയുടെ കൈയിൽ കൊടുക്കും. എല്ലാ ദിവസവും രാവിലെയും രാത്രിയും വിളിക്കും. ഫോണിൽ വിളിക്കുമ്പോൾ കംപ്ലയിന്റ്ബോക്സുമായി ഞങ്ങളാരും ചെല്ലാറില്ല. അതൊക്കെ പപ്പയുടെ വർക്കിനെ ബാധിക്കുമെന്നാണ് അമ്മ പറയാറുള്ളത്. ഞങ്ങളുടെ ആവശ്യങ്ങൾ വീട്ടിലെത്തിയാൽ മാത്രം പറയും.

ആരു പറഞ്ഞാലും കൂസാത്ത സ്വഭാവമാണ് പപ്പയുടേത്. കുടുംബത്തോടൊപ്പം യാത്ര ചെയ്യാൻ ഭയങ്കര ഇഷ്ടമാണ്. ഒരുപാടു സ്ഥലങ്ങൾ കാണാനും അവിടെയുള്ള ഭക്ഷണം ആസ്വദിക്കാനും താൽപ്പര്യമുണ്ടെന്ന് പറയാറുണ്ട്. എന്നാൽ പലപ്പോഴും തിരക്കു കാരണം ഇതൊന്നും നടക്കാറില്ല. അപകടം നടക്കുന്നതിന്റെ ഏതാനും ദിവസം മുമ്പ് വീട്ടിൽ വന്നപ്പോൾ ഞാനും മോനും ഉണ്ടായിരുന്നു. ചേട്ടന്റെയും എന്റെയും കുട്ടികളെ കൊഞ്ചിക്കുമ്പോൾ പപ്പ അമ്മയോടു പറഞ്ഞു.

''ഇനി കുറച്ച് ഫ്രീ ആകണം. ഒരുപാടു പടങ്ങൾക്കൊന്നും ഡേറ്റ് കൊടുക്കുന്നില്ല. മക്കളും കൊച്ചുമക്കളുമൊക്കെ ആയില്ലേ. ഇനി ഇവർക്കൊപ്പം കുറച്ചു സമയം ചെലവഴിക്കണം. ഒരുപാടു സ്ഥലങ്ങളിലേക്ക് യാത്ര ചെയ്യണം.''

യാത്രയുടെ കാര്യം പറഞ്ഞപ്പോൾ ഉടൻ തന്നെ പോകണമെന്ന്

ഞാനും ചേട്ടനും പറഞ്ഞു. അങ്ങനെയാണ് പിറ്റേ ആഴ്ച പ്ലാൻ ചെയ്തോളാൻ പപ്പ സമ്മതിച്ചത്.

''ഞാൻ ലെനിൻ രാജേന്ദ്രന്റെ കൂർഗിലെ ലൊക്കേഷനിലാവും ആ സമയത്ത്. നിങ്ങളെല്ലാവരും കോഴിക്കോട്ടേക്ക് വന്നാൽ മതി. നമുക്കവിടെ നിന്ന് പോകാം.''

പപ്പ പറഞ്ഞതനുസരിച്ച് ഞങ്ങളെല്ലാവരും മറ്റുള്ള പ്രോഗ്രാമുകളെല്ലാം മാറ്റിവച്ചു. മാർച്ച് ഒൻപതിന് രാത്രി അതിരപ്പിള്ളിയിലെ 'തിരുവമ്പാടി തമ്പാന്റെ' ലൊക്കേഷനിൽ നിന്നാണ് കൂർഗിലേക്ക് പോകേണ്ടത്. അന്നു രാത്രി കാറിലേക്ക് കയറുന്നതിന് മുമ്പ് പപ്പ വിളിച്ചു. സാധാരണ വിളിക്കുമ്പോൾ സുഖമല്ലേ, കൊച്ചുങ്ങൾ എന്തുചെയ്യുന്നു തുടങ്ങിയ കാര്യങ്ങൾ അന്വേഷിച്ചശേഷം കട്ടു ചെയ്യും. എന്നാൽ അന്ന് പതിവിലേറെ സംസാരിച്ചു. സന്തോഷത്തോടെയാണ് ഉറങ്ങാൻ കിടന്നത്. പക്ഷേ നേരം വെളുത്തുവരുന്ന സമയത്തുകേട്ടത് അപകടവാർത്തയാണ്. അപ്പോൾത്തന്നെ കോഴിക്കോട്ടേക്കു പുറപ്പെട്ടു. മിംസ് ആശുപത്രിയിലേക്ക് ചെല്ലുമ്പോൾ പപ്പയുടെ ആരാധകരെക്കൊണ്ട് റോഡ് ബ്ലോക്കായിരിക്കുന്നു. ആശുപത്രിക്കകത്തും എല്ലാവർക്കും അറിയേണ്ടത് പപ്പയുടെ ആരോഗ്യസ്ഥിതിയാണ്. അന്നത്തെ സാഹചര്യത്തിൽ പലരോടും ദേഷ്യപ്പെടേണ്ടി വന്നിട്ടുണ്ട്.

ദൈവത്തെ കണ്ട നിമിഷങ്ങൾ

പപ്പയ്ക്കിപ്പോൾ മെമ്മറി നല്ല പോലെയുണ്ട്. എന്തെങ്കിലും സംസാരിച്ചാൽ മനസ്സിലാവും. അടുത്ത കൂട്ടുകാരെ കാണുമ്പോൾ സംസാരിക്കാൻ പറ്റാത്തതിലുള്ള ഫ്രസ്റ്റേഷനുണ്ട്. ആറു മാസം കൂടുമ്പോൾ വെല്ലൂർ മെഡിക്കൽ കോളജിൽ പോയി ആരോഗ്യസ്ഥിതി വിലയിരുത്തും. മലയാളിയായ ഡോ.ജോർജ് തര്യനാണ് പപ്പയെ ചികിത്സിക്കുന്നത്. കഴിഞ്ഞ തവണ പോയപ്പോൾ അദ്ദേഹം പറഞ്ഞു.

''ഈയൊരവസ്ഥയെ സർജറി കൊണ്ട് മാറ്റാനൊന്നും കഴിയില്ല. ആക്സിഡന്റിൽ ജഗതിച്ചേട്ടന് ചെറിയ ചെറിയ ചതവുകൾ പറ്റിയിട്ടുണ്ട്. അതിനാൽ ബ്രെയിനിലെ സെല്ലുകൾക്ക് ജീവൻ വച്ചിട്ടില്ല. ശരീരം സ്വയം അത് ആർജ്ജിച്ചെടുത്താൽ സംസാരിക്കാൻ കഴിയും. ചിലപ്പോൾ പെട്ടെന്നുതന്നെ.''

പപ്പയുടെ സ്പീച്ചിംഗ് സെല്ലിനാണ് പ്രശ്നം. അത് ഉത്തേജിപ്പിക്കാൻ ചിലപ്പോൾ മ്യൂസിക് തെറാപ്പിക്ക് കഴിഞ്ഞേക്കാം. ചില പഴയ പാട്ടുകൾ കേൾക്കുമ്പോൾ പപ്പ ഒപ്പം പാടും. ആക്സിഡന്റിൽ നാക്കിന്റെ ചെറിയൊരു ഭാഗം കട്ടായിപ്പോയിട്ടുണ്ട്. അതിനാൽ ചില വാക്കുകൾ കിട്ടാൻ പ്രയാസമാണ്. പേരെന്താണെന്ന് ചോദിച്ചാൽ

ജഗതി എന്നു പറയും. 'മ്മ' എന്ന അക്ഷരം നന്നായി അറിയാം. ചില വാക്കുകൾ പറയുമ്പോൾ തെറ്റാണെന്ന് ബോധ്യമുണ്ട്. ആ സമയം ചിരിക്കും. പഴയ കാര്യങ്ങളെക്കുറിച്ച് സംസാരിക്കാനാണ് ഡോക്ടർ നിർദ്ദേശിച്ചത്.

''ആരോഗ്യത്തിന് പ്രശ്നം സംഭവിച്ചു എന്ന അറിവ് പപ്പയ്ക്ക് നൽകാതിരിക്കുക. ടെൻഷൻ കൊടുക്കാതിരിക്കുക.''

ഡോ. ജോർജ് തര്യന്റെ മെഡിസിനുകൾ ഇതാണ്.

എല്ലാ ദിവസവും പത്രം വന്നാൽ ആദ്യം നോക്കുന്നത് പപ്പ യാണ്. ഓരോ പേജും മറിച്ചുനോക്കുന്നത് കണ്ടപ്പോൾ ഞങ്ങൾ ക്കൊരു സംശയം- പപ്പ വായിക്കുന്നുണ്ടോ? ഒരു ദിവസം പരീക്ഷി ക്കാൻ തീരുമാനിച്ചു. പത്രത്തിലെ ആദ്യത്തെ പേജിൽ പ്രധാനമന്ത്രി

നരേന്ദ്രമോഡിയുടെയും വി.എസ്.അച്യുതാനന്ദന്റെയും ചെറിയ പടങ്ങളുണ്ട്.

''ഇതിലേതാണ് പപ്പാ, നരേന്ദ്രമോഡി?''

ഞാൻ ചോദിച്ചപ്പോൾ പപ്പയുടെ വിരലുകൾ പ്രധാനമന്ത്രിയുടെ ഫോട്ടോയിലേക്ക് നീങ്ങി. വി.എസിനെയും കാണിച്ചുതന്നു.

അഭിനയിച്ച പഴയ സിനിമകൾ പപ്പയെ കാണിച്ചുകൊടുക്കും. ഒരു മണിക്കൂറൊക്കെ ഇരുന്നുകാണും. മൂഡ് മാറിയാൽ ടി.വിക്കു മുമ്പിൽ ഇരുത്തില്ല. സ്വയം എഴുന്നേൽക്കാൻ ശ്രമിക്കാറുണ്ടെങ്കിലും കഴിയാറില്ല. പ്രായം ഒരു പ്രധാന ഘടകമാണ്. ഇരുപതു വയസ്സിന് താഴെയുള്ള ഒരാൾക്കാണ് ഇതു പോലെ ഒരപകടം പറ്റിയതെങ്കിൽ പണ്ടേ എഴുന്നേറ്റു നടന്നേനേ എന്നാണ് ഡോക്ടർമാർ പറഞ്ഞത്. എന്നാൽ പപ്പയെപ്പോലെ വിൽപവറുള്ള ഒരാൾക്ക് തിരിച്ചുവരാൻ കഴിയുമെന്ന് ഡോ. ജോർജ് തര്യൻ ഉറപ്പു നൽകുന്നുമുണ്ട്.

ഉഴിച്ചിൽ, പിഴിച്ചിൽ എന്നീ ആയുർവേദ ചികിത്സയൊന്നും പപ്പയ്ക്ക് പറ്റില്ല. എന്നാൽ ധാര ചെയ്യുന്നുണ്ട്. പപ്പ അസുഖമായി വീട്ടിൽ കിടന്നതുമുതൽ ആയുർവേദ ചികിത്സക്കാർ കുറെപ്പേർ വന്നിരുന്നു. പതിനഞ്ചു ദിവസം കൊണ്ട് എഴുന്നേറ്റ് നിർത്തിത്തരാം. മർമ്മ ചികിത്സ കൊണ്ട് ഫലമുണ്ടാകും എന്നൊക്കെ പറഞ്ഞ് ആദ്യ കാലത്ത് ചിലർ പണവും വാങ്ങിപ്പോയി. പിന്നീടാണ് ഇതൊക്കെ തട്ടിപ്പാണെന്ന് മനസ്സിലായത്. ഈ സാഹചര്യം ഉപയോഗിക്കാനും ആളുകൾ ഉണ്ടായി എന്നതാണ് സങ്കടകരം. പരീക്ഷണത്തിന് വേണ്ടി പപ്പയെ വിട്ടുകൊടുക്കാൻ ഞങ്ങൾക്ക് താൽപ്പര്യമില്ല. പപ്പയ്ക്കിനി മ്യൂസിക് തെറാപ്പിയും സ്പീച്ച് തെറാപ്പിയുമാണ് ആവശ്യം.

വെല്ലൂരിലുള്ള സമയത്തും മരുന്നുപയോഗിച്ചുള്ള ചികിത്സയാ യിരുന്നില്ല. രാവിലെ എട്ടുമണിക്ക് കുഞ്ഞുപിള്ളേരെ സ്കൂളിലയ യ്ക്കുന്നതുപോലെ പപ്പയെ ഒരു ഹാളിലേക്ക് കൊണ്ടുചെന്നാക്കും. ഗെയിംസ്, ബ്രെയിൻ വർക്ക് ചെയ്യാനുള്ള എക്സസൈസുകളാണ് പിന്നീട്. കമാൻഡിംഗ് പവർ കൂടുതലുള്ള ആളായതിനാൽ പപ്പ യോട് അവർ സാധാരണ രോഗികളോടെന്ന പോലെ പെരുമാറാ റില്ല. 'അതു ചെയ്യണം, ഇതു ചെയ്യണം' എന്നൊന്നും പപ്പയോട് പണ്ടുമുതലേ ആരും പറയാറില്ല. അതുകൊണ്ടുതന്നെ എല്ലാവരും വളരെ ബഹുമാനത്തോടെയാണ് പെരുമാറുക. എന്നുവച്ച് വി.ഐ.പി ട്രീറ്റ്മെന്റല്ല. മറിച്ച് പപ്പയുടെ രീതിക്കനുസരിച്ചുള്ള ചികിത്സാരീതി യാണ് അവലംബിക്കുന്നത്.

അന്ധനായ ഭക്തനായിരുന്നില്ല പപ്പ. എല്ലാ മതങ്ങളെയും വിശ്വാസങ്ങളെയും ആരാധിക്കുകയും ബഹുമാനിക്കുകയും

ചെയ്യുന്ന ആൾ. മണ്ഡലകാലമായാൽ നല്ലൊരു അയ്യപ്പഭക്തനാവും. അപകടത്തിൽപെടുന്നതുവരെ എല്ലാ വർഷവും മുടങ്ങാതെ ശബരിമല ദർശനം നടത്താറുണ്ട്. 41 ദിവസത്തെ കഠിനവ്രതമായിരിക്കും അപ്പോൾ. മാലയിട്ടുകഴിഞ്ഞാൽ കാവിമുണ്ട് മാത്രമേ ധരിക്കാറുള്ളൂ. ചെരുപ്പിടില്ല. സംസാരിക്കുന്നതുപോലും അപൂർവം. പറയുന്നത് വേദാന്തവും തത്ത്വചിന്തയും. വായിക്കുന്നതാവട്ടെ ആത്മീയ പുസ്തകങ്ങൾ. ഒന്നരമാസം പുതിയൊരു മനുഷ്യനാവും പപ്പ. വേളാങ്കണ്ണിയിൽ പോയി പ്രാർത്ഥിച്ചിട്ടുണ്ട്, പപ്പ. റോമിൽ പോയപ്പോൾ ക്രിസ്തീയ ആരാധനാലയങ്ങൾ സന്ദർശിച്ച കാര്യം പലപ്പോഴും പറയാറുമുണ്ട്.

അപകടം പറ്റിയതു മുതൽ മിക്കപ്പോഴും വിളിച്ച് പപ്പയുടെ ആരോഗ്യവിവരം അന്വേഷിക്കുന്ന ഒരാളുണ്ട്. നടൻ ദിലീപേട്ടൻ. മമ്മുക്കയും വിളിക്കും. മമ്മുക്ക മുൻകൈയെടുത്താണ് കമൽ സാർ സംവിധാനം ചെയ്ത 'ഉട്ടോപ്യയിലെ രാജാവ്' എന്ന സിനിമയുടെ ലൊക്കേഷനിലെത്തിച്ചത്. കുറെസമയം അവിടെ ചെലവഴിച്ചപ്പോൾ വല്ലാത്തൊരു സന്തോഷമായിരുന്നു പപ്പയ്ക്ക്.

ചികിത്സാകാലയളവിനുള്ളിൽ ഒരുപാടു തവണ ദൈവത്തെ കണ്ടിട്ടുണ്ട്. കോഴിക്കോട് മിംസ് ആശുപത്രിയിലെയും വെല്ലൂരിലെയും നഴ്സുമാരുടെയും ഡോക്ടർമാരുടെയും രൂപത്തിൽ. പപ്പയെ തിരിച്ചുതന്നത് അവരാണ്. ഡോ. ജോർജ് തര്യൻ ദൈവത്തേക്കാളും വലിയ സ്ഥാനത്താണ്. മുമ്പ് കെ.കരുണാകരൻ സാർ അപകടത്തിൽപെട്ടപ്പോൾ ചികിത്സിച്ചതും തര്യൻസാറാണ്. വീണ്ടും കരുണാകരൻ സാർ രാഷ്ട്രീയത്തിലേക്ക് കരുത്തനായി തിരിച്ചെത്തിയത് തര്യൻസാറിന്റെ കഴിവുകൊണ്ടു മാത്രമാണ്. അപകടം നടന്ന് മിംസ് ആശുപത്രിയിലെത്തുമ്പോൾ കൺപീലി മാത്രം ചലിക്കുന്ന അവസ്ഥയിലായിരുന്നു പപ്പ. ഇപ്പോൾ സ്വന്തമായി ഭക്ഷണം കഴിക്കാനും വർത്തമാനം പറയാനും എഴുന്നേൽക്കാനും ശ്രമിക്കുന്നു. ഇതൊന്നും പ്രതീക്ഷിച്ചതല്ല.

ഈശ്വരന്മാരോട് എത്ര നന്ദി പറഞ്ഞാലും മതിയാവില്ല. ഞങ്ങളുടെ മാത്രമല്ല, ലോകത്തിന്റെ എല്ലാ ഭാഗത്തുമുള്ള പപ്പയുടെ ആരാധകരുടെ പ്രാർത്ഥനയുടെ ഫലമാണിത്. ■

പാർവതി ഷോൺ: ജഗതി ശ്രീകുമാറിന്റെ മകൾ. ടെലിവിഷൻ ചാനലുകളിൽ പാചകപരിപാടികൾ അവതരിപ്പിച്ചിട്ടുണ്ട്. മുൻ എം.എൽ.എ പി.സി. ജോർജിന്റെ മകൻ ഷോൺ ജോർജാണ് ഭർത്താവ്.

പാറുവിന്റെ പപ്പ; എന്റേയും

ഷോൺ ജോർജ്

തിരുവനന്തപുരം ലോ അക്കാഡമിയിൽ പഠിക്കുന്ന കാലത്ത് ഫുൾ ടൈം വിദ്യാർത്ഥി രാഷ്ട്രീയത്തിലായിരുന്നു. കെ.എസ്.സി സെക്യുലറിന്റെ പ്രവർത്തനങ്ങളുമായി ഓരോ ക്ലാസും കയറിയിറങ്ങും. പുതുതായി വന്ന ബാച്ചിൽ ഞങ്ങളുടെ രാഷ്ട്രീയത്തോട് ആഭിമുഖ്യമുള്ള കുറെ ചെറുപ്പക്കാരുണ്ട്. അവരെ ബോധവൽക്കരിച്ച് മുൻനിരയിലെത്തിക്കാനായി പിന്നീടുള്ള ശ്രമം. അക്കൂട്ടത്തിൽ വേറിട്ടുനിൽക്കുന്ന ഒരു പെൺകുട്ടിയുണ്ടായിരുന്നു. പാറു എന്ന് അടുപ്പമുള്ളവർ വിളിക്കുന്ന പാർവതി. പരിചയപ്പെട്ടുവന്നപ്പോഴാണ് മലയാളത്തിന്റെ മഹാനടൻ ജഗതി ശ്രീകുമാറിന്റെ മകളാണെന്നറിഞ്ഞത്. നന്നായി പെരുമാറാനറിയുന്ന പെൺകുട്ടിയുമായി പെട്ടെന്നു തന്നെ സൗഹൃദത്തിലായി. അവധിദിവസങ്ങളിൽ ഞാൻ പാറുവിനെ ഫോണിൽ വിളിക്കും. ഞങ്ങൾ കുറെനേരം സംസാരിക്കും. ഇടയ്ക്കെപ്പോഴോ സൗഹൃദം പ്രണയത്തിലേക്ക് വഴിമാറി. എന്നുവച്ച് പ്രേമിച്ചു നടക്കാനൊന്നും പോയില്ല. ഒന്നിച്ചു ജീവിക്കുന്നതിൽ വീട്ടുകാർ എതിർക്കില്ലെന്ന് ഞങ്ങൾക്കു രണ്ടുപേർക്കുമറിയാം. പാറുവാണ് ഇക്കാര്യം ആദ്യം വീട്ടിൽ സൂചിപ്പിച്ചത്. അവളുടെ പപ്പയ്ക്ക് എതിർപ്പൊന്നും ഉണ്ടായിരുന്നില്ല. എന്നാൽ അമ്മയ്ക്ക് അതിനോട് യോജിക്കാൻ കഴിഞ്ഞില്ല.

‘‘പപ്പ അടുത്ത ഞായറാഴ്ച അമ്മയുടെ കാഞ്ഞിരപ്പള്ളിയിലെ വീട്ടിൽ വരുന്നുണ്ട്. ഷോൺ നേരിൽ കണ്ട് കാര്യം പറയണം.’’

ഒരു ദിവസം പാറു എന്നോടു പറഞ്ഞു. പോകാമെന്ന് ഉറപ്പു നൽകി. സിനിമ കാണാൻ തുടങ്ങിയ പ്രായം മുതൽ ജഗതി ശ്രീകുമാറിന്റെ ആരാധകനാണ് ഞാൻ. അതുകൊണ്ടുതന്നെ മനസ്സിൽ ഒരു കോമഡി നടന്റെ ഇമേജുമായായാണ് കാഞ്ഞിരപ്പള്ളിയിലെ

വീട്ടിലേക്ക് കയറിച്ചെന്നത്. പക്ഷേ സ്ക്രീനിൽ കാണുന്നതുപോലെ യല്ല. തികച്ചും സീരിയസ്സായ മനുഷ്യൻ. സ്നേഹത്തോടെയാണ് അദ്ദേഹം സ്വീകരിച്ചിരുത്തിയത്. പി.സി.ജോർജിന്റെ മകനാണെന്ന് പറഞ്ഞാണ് പരിചയപ്പെടുത്തിയത്.

‘‘എനിക്കറിയാം. പാറു പറഞ്ഞിട്ടുണ്ട്.’’

വന്ന കാര്യം വളച്ചുകെട്ടില്ലാതെ സൂചിപ്പിച്ചു. എല്ലാം കേട്ട ശേഷം അദ്ദേഹം പറഞ്ഞു.

‘‘ഞാനൊരു പിന്തിരിപ്പനല്ല. ജാതിയോ മതമോ നോക്കുന്ന ആളുമല്ല. എന്റെ മകളുടെ സന്തോഷം. അതാണ് എല്ലാറ്റിലും വലുത്. മോനോടൊപ്പമാണ് അവൾ ജീവിക്കാൻ ആഗ്രഹിക്കുന്ന തെന്ന് പറഞ്ഞു. സ്വന്തം ജീവിതപങ്കാളിയെ തെരഞ്ഞെടുക്കാനുള്ള പ്രായവും പക്വതയും അവൾക്കുണ്ട്. അതിന്റെ ഗുണവും ദോഷവും അവൾ തന്നെ അനുഭവിച്ചോട്ടെ. അതാണ് എന്റെ സ്റ്റാന്റ്. രണ്ടു പേരും പരസ്പരം ഇഷ്ടപ്പെട്ട സ്ഥിതിക്ക് ഇക്കാര്യത്തിൽ എനിക്ക് വീട്ടുകാരുമായി ഒന്നാലോചിക്കണം.’’

വളരെ സീരിയസായ ഒരച്ഛനെയാണ് ഞാനവിടെ കണ്ടത്. പണ്ടത്തെ ആളുകളുടെ ഒരു സ്വഭാവവും അദ്ദേഹത്തിനില്ല. തികച്ചും അപ്ഡേറ്റായ ഒരു മനുഷ്യൻ. അന്നു തന്നെ പപ്പയോട് കാര്യം പറഞ്ഞു.

‘‘തീരുമാനത്തിൽ മാറ്റമില്ലെങ്കിൽ മുന്നോട്ടുപോകാം. ജഗതി യുമായി ഞാനൊന്ന് സംസാരിക്കട്ടെ.’’

പിന്നീട് കാര്യങ്ങളെല്ലാം വേഗത്തിലായി. രണ്ടു കുടുംബങ്ങളു ടെയും ആശിർവാദത്തോടെ കല്യാണം കഴിഞ്ഞു. വിവാഹശേഷം ഞാനും പാറുവിനെപ്പോലെ പപ്പയെന്ന് വിളിച്ചു. എനിക്കേറ്റവും ഇഷ്ടപ്പെട്ട സിനിമകളാണ് യോദ്ധയും കിലുക്കവും. വിവാഹശേഷം പപ്പയുടെ തമാശകൾ ആസ്വദിക്കാൻ എനിക്കു കഴിയാറില്ല. സിനിമ കളിൽ അദ്ദേഹത്തെ കാണുമ്പോൾ പപ്പയായേ കാണാൻ കഴിയാ റുള്ളൂ.

സിനിമയിൽ അഭിനയിക്കാൻ തുടങ്ങിയാൽ സാധാരണക്കാരു മായുള്ള ബന്ധം കുറയുന്നതാണ് പൊതുവെ നാം കാണുന്നത്. എന്നാൽ അതിൽനിന്നും തികച്ചും വ്യത്യസ്തനായിരുന്നു പപ്പ. പുതിയ തലമുറയിലെ പിള്ളേരുമായും പണ്ഡിതരുമായും ഗായക രുമായും തൊഴിലാളികളുമായും നല്ല കള്ളുകുടിയന്മാരുമായും അദ്ദേഹത്തിന് കമ്പനിയുണ്ട്. അതുകൊണ്ടുതന്നെ അവരുടെ യൊക്കെ മനസ്സറിയാം. അത് കഥാപാത്രത്തിലേക്ക് കൊണ്ടുവരാനും ശ്രമിച്ചിട്ടുണ്ട്.

ഒരിക്കൽ ക്യാപ്റ്റൻ രാജു സാർ എന്നോടു പറഞ്ഞു.

''മോനേ, ഞങ്ങളൊക്കെ ആഗ്രഹം കൊണ്ടാണ് സിനിമയിലെത്തിയത്. എന്നാൽ ജഗതിയും ഭരത്ഗോപിയും നെടുമുടിയും മോഹൻലാലുമൊക്കെ സിനിമയ്ക്കുവേണ്ടി ജനിച്ചവരാണ്. സിനിമയിലേക്ക് വന്നിരുന്നില്ലെങ്കിൽ ഇവർ ഒന്നുമാവില്ലായിരുന്നു. കാരണം ഇവർക്ക് മറ്റൊന്നുമറിയില്ല. ദൈവം അഭിനയിക്കാൻ വേണ്ടി മാത്രം ഭൂമിയിലേക്കയച്ചവരാണ്.''

അത് ശരിയാണെന്ന് പലപ്പോഴും തോന്നിയിട്ടുണ്ട്. സാമൂഹ്യ പ്രതിബദ്ധത പ്രധാനമാണ്. വിവാഹത്തിനുശേഷം പാലാ ഭാഗത്ത് ഒരുപാട് ഉദ്ഘാടനങ്ങൾക്ക് ഞാൻ പപ്പയെ കൊണ്ടുപോയിട്ടുണ്ട്. പപ്പയെ ബുക്ക് ചെയ്യുമ്പോൾത്തന്നെ എന്നെ വിളിച്ചുപറയും.

''ഇരുപതിനായിരം രൂപയുടെ ചെക്ക് പാലാ മരിയാസദനത്തിന്റെ പേരിൽ വാങ്ങിച്ച് അവിടെയെത്തിക്കണം.''

ഒരു ചെറിയ സിനിമയിൽ അഭിനയിച്ച ആൾ വരെ ഒരുലക്ഷം രൂപ വാങ്ങുന്ന കാലത്താണ് അദ്ദേഹം പതിനായിരവും ഇരുപതിനായിരവും വാങ്ങിക്കുന്നത്. അതുകൊണ്ടുതന്നെ സിനിമയിൽനിന്ന് അധികം സമ്പാദിക്കാനും പപ്പയ്ക്ക് കഴിഞ്ഞിരുന്നില്ല.

ഒരു ദിവസം പാറുവിന്റെ വീട്ടിലെത്തിയപ്പോൾ അമ്മ എനിക്കു മുമ്പിൽ വലിയൊരു പെട്ടി കൊണ്ടുവച്ചു. അതിൽ നിറയെ വണ്ടിച്ചെക്കുകളായിരുന്നു.

ഇത് നൽകിയ നിർമ്മാതാക്കളോട് ഒരിക്കലും പരാതി പറയാൻ അദ്ദേഹം പോയിട്ടില്ല. കാശ് കൊടുക്കാനുള്ളവർ ആയിരക്കണക്കിന് വരും. ആരോടും ചോദിക്കാറുമില്ല. അതിനിടയിൽ ഒരു ചെക്കു കേസു പോലും ഫയൽ ചെയ്തതായി ഓർമ്മയിലില്ല. എല്ലാ നിയമ വ്യവസ്ഥകളെയും അംഗീകരിച്ചു ജീവിക്കുന്ന ആളാണ് പപ്പ. ജീവിതത്തിൽ കാണിച്ച നീതിബോധം സർക്കാരിനോടും കാണിക്കാറുണ്ട്. നികുതി കൃത്യമായി അടയ്ക്കും. അപകടത്തിനു മുമ്പ് നികുതിയിനത്തിൽ അദ്ദേഹം അടച്ചത് ഒരു കോടി മുപ്പത്തിയൊമ്പതു ലക്ഷം രൂപയാണ്. കൃത്യമായി ടാക്സ് അടച്ചതുകൊണ്ടാണ് ഇൻഷൂറൻസിന്റെ ആറുകോടി രൂപ പപ്പയ്ക്ക് കിട്ടിയത്. ആ കേസിന്റെ മുഴുവൻ കാര്യങ്ങളും നോക്കിയത് ഞാനായിരുന്നു. ജീവിതത്തിൽ കാണിച്ച സത്യസന്ധതയ്ക്ക് കിട്ടിയ പ്രതിഫലമാണത്.

അഭിനയം കഴിഞ്ഞാൽ കുക്കിംഗായിരുന്നു പപ്പയുടെ ക്രേസ്. അതിഥിസൽക്കാര പ്രിയനാണ്. ഞാൻ വീട്ടിൽ ചെന്നു കഴിഞ്ഞാൽ അടുക്കളയിൽ കയറി എന്തെങ്കിലും ഒരു ഡിഷ് ഉണ്ടാക്കിത്തരും.

മിക്കപ്പോഴും മീൻകറിയായിരിക്കും. ഇടയ്ക്ക് പപ്പയ്ക്ക് രണ്ടു പെഗ്ഗ് കഴിക്കണം. ഞാൻ മദ്യം കഴിക്കില്ലെന്നറിഞ്ഞപ്പോൾ അദ്ദേഹത്തിന് വിഷമമായിരുന്നു. എന്റെ ഫ്രണ്ട്സിനൊപ്പം കമ്പനി കൂടിയാണ് പപ്പ ആ വിഷമം തീർത്തത്. ഞാൻ ചെല്ലുമെന്നറിയിച്ചാൽ പുള്ളി വൈൻ വാങ്ങിവയ്ക്കും. തിരുവനന്തപുരത്തുനിന്നും ഈരാറ്റുപേട്ടയിലെ വീട്ടിലേക്ക് പുറപ്പെട്ടാൽ ഇരുപതുപ്രാവശ്യമെങ്കിലും വിളിച്ചു ചോദിക്കും, എവിടെയെത്തി എന്ന്. എത്ര തിരക്കായാലും മൂന്നു ദിവസത്തിലൊരിക്കലെങ്കിലും വിളിച്ച് കുടുംബത്തിന്റെ സുഖവിവര ങ്ങൾ തിരക്കും. കോട്ടയം ജില്ല വഴി പോകുന്നുണ്ടെങ്കിൽ ഈരാറ്റു പേട്ടയിലെ എന്റെ വീട്ടിലേക്കു വരും. എത്തുന്നതിന്റെ ഒരു മണിക്കൂർ മുമ്പാണ് വിളിക്കുക.

''ഇച്ചിരി കഞ്ഞി വച്ചേക്കണം. അല്ലെങ്കിൽ രണ്ടു ചപ്പാത്തി.''

രാത്രി പത്തിനോ പതിനൊന്നിനോ ഒക്കെയാവും എത്തുക. അന്നിവിടെ താമസിച്ചശേഷം പുലർച്ചെ നാലുമണിക്ക് എഴുന്നേറ്റ് പുറപ്പെടും.

സ്വന്തം അമ്മയെ വലിയ ഇഷ്ടമായിരുന്നു പപ്പയ്ക്ക്. അമ്മ മരി ക്കുന്ന സമയത്ത് അദ്ദേഹം ഏതോ ലൊക്കേഷനിലാണ്. വിവരമറി യിച്ചയുടൻ തന്നെ പുറപ്പെട്ടു. ഞാൻ തിരുവനന്തപുരത്തെ വീട്ടി ലെത്തിയ ശേഷമാണ് ബോഡി കൊണ്ടു വന്നത്. വീട്ടുമുറ്റത്ത് പന്തലിടാനും കസേരകൾ കൊണ്ടിടാനും സഹായിക്കുന്ന മധ്യവയ സ്കനെ തുടക്കം മുതലേ ശ്രദ്ധിച്ചിരുന്നു. അയാൾ നന്നായി മദ്യപി ച്ചിട്ടുണ്ടോയെന്ന് സംശയം. അടുത്തു ചെന്നപ്പോൾ ശരിയാണെന്ന് ബോധ്യപ്പെട്ടു. നിവർന്നുനിൽക്കാൻ പോലും അയാൾക്ക് കഴിയു ന്നില്ല. രണ്ടു മണിക്കൂർ കഴിഞ്ഞാണ് പപ്പ വീട്ടിലെത്തിയത്. അകത്തുകിടത്തിയ അമ്മയുടെ മൃതശരീരം കണ്ടപ്പോൾ അദ്ദേഹം നിയന്ത്രണംവിട്ടു കരഞ്ഞു. പപ്പയുടെ കൈപിടിച്ച് ഞാൻ മുറ്റത്തെ കസേരയിലിരുത്തി. സങ്കടം സഹിക്കാൻ കഴിയാതെ വിതുമ്പി ക്കരയുന്ന പപ്പയെ അടുത്ത ബന്ധുക്കൾ ആശ്വസിപ്പിക്കാൻ ശ്രമി ക്കുന്നതു കാണാം. അൽപ്പസമയം കഴിഞ്ഞപ്പോൾ കള്ളുകുടി യനായ മനുഷ്യൻ പതുക്കെ പപ്പയുടെ അടുത്തെത്തി.

''അല്ല, ഒരു സംശയം. അകത്തുപോയി പൊട്ടിക്കരഞ്ഞത് ഒറിജനലാണോ അതോ ആക്ടിംഗോ?''

കേട്ടയുടൻ പപ്പയുടെ കണ്ണുകൾ ചുവന്നു.

''നിനക്കതറിയണം. അല്ലേടാ...''

എന്നാക്രോശിച്ച് എഴുന്നേറ്റ പപ്പ അവന്റെ ചെകിട്ടത്തൊന്നു പൊട്ടിച്ചു. അതിനുശേഷം അവന്റെ കൈപിടിച്ച് തിരിച്ച് പൊതിരെ തല്ലി. അപ്പോഴേക്കും ഞങ്ങളെല്ലാവരും ചേർന്ന് പപ്പയെ വട്ടംപിടിച്ച് കസേരയിലിരുത്തി. പിന്നീടയാളെ പൊലീസ് വന്നാണ് കൊണ്ടു പോയത്. ജീവിതത്തിൽ ആദ്യമായി ക്ഷോഭിച്ചു കണ്ടത് അന്നാണ്.

കുറെക്കാലമായി പപ്പ പുകവലി നിർത്തിയിരിക്കുകയായിരുന്നു. അപകടം സംവിക്കുന്നതിന്റെ രണ്ടുമാസം മുമ്പാണ് വീണ്ടും തുടങ്ങിയത്. ആ സമയത്ത് വീട്ടിൽ വന്ന് രാത്രി ഭക്ഷണം കഴിച്ചാൽ എന്റെ പപ്പയിൽനിന്ന് ഒരു സിഗരറ്റ് വാങ്ങി വലിക്കും. അതിനുശേഷം മുറ്റത്തിരുന്ന് ഒന്നോ രണ്ടോ മണിക്കൂർ നേരം ഇരുവരും രാഷ്ട്രീയ ചർച്ചയാണ്. ആനുകാലിക രാഷ്ട്രീയത്തെക്കുറിച്ചുള്ള അദ്ദേഹത്തിന്റെ ബോധം മനസ്സിലാക്കാൻ കഴിഞ്ഞത് ഇത്തരം ചർച്ചകളിലൂടെയാണ്. എത്ര തിരക്കുണ്ടെങ്കിലും പത്രം വായിക്കാൻ സമയം കണ്ടെത്തും. ഏതു വിഷയത്തെക്കുറിച്ചും കൃത്യമായ ധാരണയുണ്ടാക്കും. എന്റെ രാഷ്ട്രീയത്തെ ഒരിക്കലും പപ്പ വിമർശിച്ചിരുന്നില്ല. വിവാഹാലോചന വരുന്ന സമയത്ത് ഞാനെന്തു ചെയ്യുകയാണെന്നു പോലും ചോദിച്ചിട്ടില്ല. അതെക്കുറിച്ച് പപ്പ പറഞ്ഞതിങ്ങനെയാണ്.

‘‘അവനെ കണ്ടു. നല്ല കുടുംബത്തിലാണ് പിറന്നത്. പാറു അവിടെ പട്ടിണിയില്ലാതെ ജീവിക്കുമെന്ന് എനിക്കുറപ്പുണ്ട്. അതിനുമപ്പുറം ഞാൻ ചിന്തിച്ചിട്ടില്ല.’’

അദ്ദേഹത്തെപ്പോലെ നന്മയുള്ള ഒരാളുടെ കുടുംബവുമായി ബന്ധമുണ്ടാക്കിയതിൽ ഇപ്പോഴും എനിക്ക് അഭിമാനമേയുള്ളൂ. ■

ഷോൺ ജോർജ്: മുൻ എം.എൽ.എ പി.സി.ജോർജിന്റെ മകൻ. അഡ്വക്കറ്റാണ്. പി.സി.ജോർജ് അധ്യക്ഷനായ ജനപക്ഷത്തിന്റെ ജീവനാഡി. ജഗതി ശ്രീകുമാറിന്റെ മകൾ പാർവതിയാണ് ഭാര്യ. കോട്ടയം ജില്ലാ പഞ്ചായത്തിലെ പൂഞ്ഞാർ ഡിവിഷനിൽനിന്നും ജനപക്ഷം സ്ഥാനാർത്ഥിയായി മത്സരിച്ച് ജയിച്ചു.

അതിർത്തിക്കപ്പുറത്തെ സ്വാതന്ത്ര്യപ്രഖ്യാപനം

അനിൽ പെരുമ്പാവൂർ

(ജഗതിക്കൊപ്പം അപകടത്തിൽപെട്ട ഡ്രൈവർ)

പെരുമ്പാവൂർ നഗരത്തിൽ ടാക്സി ഓടിച്ചിരുന്ന ഞാൻ സിനിമാ സെറ്റുകളിലെ ഡ്രൈവറാകുന്നത് നടൻ ജയറാമിന്റെ റെക്കമെന്റേഷനിലാണ്. ജയറാമും ഞാനും സ്കൂളിൽ ഒന്നിച്ചുപഠിച്ചവരായിരുന്നു. ആ പിൻബലം എനിക്കു കരുത്തായി. പിന്നീട് സെറ്റുകളിൽനിന്ന് സെറ്റുകളിലേക്കുള്ള യാത്ര. 'മയിലാട്ടം' എന്ന സിനിമയുടെ ലൊക്കേഷൻ പൊള്ളാച്ചിയിലാണ്. നിർത്തിയിട്ട കാറിലിരുന്ന് മയങ്ങുമ്പോഴാണ് കാറിന്റെ ഗ്ലാസിൽ ഒരാൾ മുട്ടുന്നത്. ഗ്ലാസ് താഴ്ത്തിയപ്പോൾ ഞെട്ടിപ്പോയി. ജഗതി ശ്രീകുമാർ. അത്രയുംകാലം സ്ക്രീനിൽ മാത്രം കണ്ട രൂപം. ആദ്യമായാണ് ജഗതിച്ചേട്ടനെ കാണുന്നത്.

"എന്നെയൊന്ന് ഹോട്ടലിൽ എത്തിക്കണം."

അദ്ദേഹം പറഞ്ഞപ്പോൾ ചാടിയെണീറ്റ് ഡോർ തുറന്നു കൊടുത്തു. കാർ ഹോട്ടലിലേക്ക് പോകുമ്പോൾ അദ്ദേഹം ചോദിച്ചത് എന്നെക്കുറിച്ചും കുടുംബത്തെക്കുറിച്ചുമാണ്. ഒരു നടനും അന്നോളം ചോദിക്കാത്ത ചോദ്യങ്ങൾ. എനിക്ക് അത്ഭുതം തോന്നി. ഇത്രയും വലിയ മനുഷ്യൻ എത്ര ലളിതമായാണ് സാധാരണക്കാരോട് ഇടപെടുന്നത്. ആ യാത്രയിൽ ഞങ്ങൾ തമ്മിൽ വല്ലാത്തൊരു ഹൃദയബന്ധം രൂപപ്പെട്ടു കാണണം. അല്ലെങ്കിൽ അദ്ദേഹം എന്റെ ഫോൺ നമ്പർ വാങ്ങിക്കില്ലായിരുന്നു. പിന്നീട് പലപ്പോഴും ജഗതിച്ചേട്ടൻ എന്നെ വിളിച്ചു. ഉദ്ഘാടനങ്ങൾക്ക് പോകാനും വരാനും.

എന്നെ ഒരിക്കലും ഒരു ഡ്രൈവറായി അദ്ദേഹം കണ്ടിട്ടില്ല. ഏതെങ്കിലും പരിപാടിക്കു പോയാൽ ആദ്യം പറയുന്നത് ഒറ്റക്കാര്യമാണ്.

''നമുക്കൊന്നിച്ച് ഭക്ഷണം കഴിക്കാം.''

ഭക്ഷണസമയമാവുമ്പോൾ എനിക്കായി ഒരു സീറ്റ് അദ്ദേഹം മാറ്റിവയ്പ്പിക്കും. പലപ്പോഴും പറഞ്ഞതിലും അധികം കാശാണ് തരാറ്. കാഞ്ഞിരപ്പള്ളിക്കു പോകുമ്പോൾ പെരുമ്പാവൂർ വഴിയാണെങ്കിൽ എന്റെ വീട്ടിൽ കയറി ഭക്ഷണം കഴിച്ചിട്ടേ പോകാറുള്ളൂ. താനൊരു പ്രശസ്തനായ നടനാണെന്ന അഹങ്കാരം ഒരിക്കലും അദ്ദേഹത്തിൽ കണ്ടിട്ടില്ല.

അപകടത്തിൽപെടുന്നതിന്റെ ഒരാഴ്ച മുമ്പ് ഒരു ദിവസം രാവിലെ കാഞ്ഞിരപ്പള്ളിയിൽ നിന്ന് ജഗതിച്ചേട്ടൻ എന്നെ വിളിച്ചു.

''ഇന്നു വൈകിട്ട് നമുക്ക് രാമേശ്വരം വരെ പോകണം. നാളെ രാവിലെ 'തിരുവമ്പാടി തമ്പാന്റെ' ഷൂട്ടിംഗാണ്.''

അന്നു വൈകിട്ട് കൃത്യസമയത്തുതന്നെ രാമേശ്വരത്തേക്കു പുറപ്പെട്ടു. തമിഴ്നാട് അതിർത്തിയിലെത്തുമ്പോഴേക്കും നേരം ഇരുട്ടിയിരുന്നു.

''ഇനി നമ്മൾ ഫ്രീയായി. എങ്ങനെ വേണമെങ്കിലും നടക്കാം. എവിടെ വേണമെങ്കിലും പോകാം. ഏതെങ്കിലും തട്ടുകട കണ്ടാൽ ഒന്നു നിർത്തണം. ഇന്നത്തെ ഭക്ഷണം അവിടെ നിന്നാക്കാം.''

കുറെദൂരം പിന്നിട്ടപ്പോൾ തട്ടുകട കണ്ടു. കാർ നിർത്തി. അവിടെയിരുന്ന് തട്ടുദോശ കഴിക്കുന്നതിനിടെ ഒരുപാടു തമാശകൾ പറഞ്ഞു. ചെറിയ സമയം കൊണ്ടാണ് അവിടത്തെ സപ്ലയർ പയ്യനുമായി കമ്പനിയായത്. അവനോട് തനിതമിഴിൽ സംസാരിച്ചു. അവർക്കൊന്നും ജഗതിച്ചേട്ടനെ അറിയില്ല. അവിടെ നിന്നും ഇറങ്ങാൻ തുടങ്ങുമ്പോൾ എന്നെ അടുത്തേക്കു വിളിച്ചു.

''ആ പാവം പയ്യനും ഒരു നൂറു രൂപ കൊടുത്തേക്കണം.''

ഭക്ഷണം കഴിച്ചാൽ ഒരു റോബസ്റ്റ് പഴം ജഗതിച്ചേട്ടന് നിർബന്ധമാണ്. മധുര കഴിഞ്ഞപ്പോഴാണ് റോബസ്റ്റ് തൂക്കിയിട്ട മാടക്കട കണ്ടത്. അവിടെ നിന്നു പഴം വാങ്ങിക്കഴിക്കുമ്പോഴാണ് തൊട്ടടുത്ത് പഴയൊരു തിയറ്റർ കണ്ടത്.

''നമുക്കൊരു സിനിമ കണ്ടാലോ?''

അപ്പോഴേക്കും സമയം രാത്രി ഒൻപതര കഴിഞ്ഞുകാണും. സിനിമ തുടങ്ങിയതിന്റെ ശബ്ദം പുറത്തുകേൾക്കാം. പഴയ ഏതോ തമിഴ് സിനിമയാണ്.

''സ്വാതന്ത്ര്യത്തോടെ ഒരു സിനിമ കണ്ടിട്ട് കാലമേറെയായി. ഇവിടെ നിന്നൊക്കെയല്ലേ കാണാൻ പറ്റൂ..''

ടിക്കറ്റെടുത്ത് അകത്തു കടന്നു. പഴകി ദ്രവിച്ച തിയറ്ററായിരുന്നു അത്. ഇരിപ്പിടം ബഞ്ചായിരുന്നു. ആളുകൾ കുറവായതിനാൽ ബെഞ്ചിൽ കിടന്നാണ് പലരും സിനിമ കാണുന്നത്. പിന്നിലെ കാലി ളകിയ ബഞ്ചിൽ ഞാനും ജഗതിച്ചേട്ടനും ഇരുന്നു. കൂവലും കൈയടിയുമൊക്കെയായി ജഗതിച്ചേട്ടൻ ആൾക്കൂട്ടത്തിനൊപ്പം ആർത്തുവിളിച്ചു. മുക്കാൽ മണിക്കൂർ കഴിഞ്ഞപ്പോഴേക്കും എനിക്കു മടുത്തു. പക്ഷേ ജഗതിച്ചേട്ടന്റെ ആവേശത്തിന് ഒരു കുഴപ്പവുമില്ല. കൊതുകുശല്യം കൊണ്ട് അവിടെ ഇരിക്കാൻ പറ്റാത്ത അവസ്ഥയാണെങ്കിലും അതിനെയെല്ലാം അദ്ദേഹം അതിജീവിച്ചു. ഒരു മണിക്കൂർ കഴിഞ്ഞപ്പോൾ ഞാൻ പതുക്കെ ചോദിച്ചു.

''ഇനി നമുക്ക് പോയാലോ?''

അപ്പോൾത്തന്നെ സമ്മതിച്ചു.

''പണ്ടത്തെ അനുഭവമാണ് തിരിച്ചുകിട്ടിയത്. നമ്മുടെ നാട്ടി ലാണെങ്കിൽ എനിക്കിങ്ങനെ കൂവാനും കൈയടിക്കാനും കഴി യുമോ?''

ശരിയാണെന്നു പറഞ്ഞ് ഞാനും പിന്തുണച്ചു. ഒന്നര മണി ക്കാണ് രാമേശ്വരത്ത് എത്തിയത്. ഹോട്ടലിന്റെ മുന്നിലെത്തി ഇറങ്ങാൻനേരം എന്നോടു ചോദിച്ചു.

''നിന്റടുത്ത് എക്സ്ട്രാ മുണ്ടുണ്ടോ?''

ഉണ്ടെന്ന അർത്ഥത്തിൽ ഞാൻ തലകുലുക്കി. ഞാൻ സ്ഥിരമായി മുണ്ടാണ് ഉടുക്കാറുള്ളത്.

''രാമേശ്വരത്ത് ഒരുപാടുതവണ വന്നിട്ടുണ്ട്. എന്നാൽ ഇതു വരെയും ക്ഷേത്രത്തിനകത്ത് കയറിയിട്ടില്ല. നാളെ രാവിലെ ഒന്നു പോകണമെന്നുണ്ട്. നീയും റെഡിയാവണം. ഏഴരയ്ക്ക്.''

ഞാൻ അപ്പോൾത്തന്നെ ബാഗിൽ നിന്നും ഒരു മുണ്ടെടുത്ത് അദ്ദേഹത്തിനു നൽകി. രാവിലെ ഏഴരയായപ്പോഴേക്കും ജഗതി ച്ചേട്ടൻ മുണ്ടുടുത്ത് റെഡിയായി. പതുക്കെ അകത്തു കടക്കുമ്പോ ഴേക്കും ഏതോ വി.ഐ.പിയാണെന്ന് സെക്യൂരിറ്റിക്കാരന് മനസ്സി ലായി. നല്ല തിരക്കുള്ള ദിവസമായിട്ടും സ്പെഷ്യൽ പാസിന്റെ പരി ഗണനയിൽ ശ്രീകോവിലിനു മുമ്പിലെത്തി. ദർശനം കഴിഞ്ഞ് നെറ്റി യിൽ ചന്ദനം തൊട്ട് പുറത്തിറങ്ങുമ്പോൾ അദ്ദേഹം പറഞ്ഞു.

''മനസ് നിറഞ്ഞതിപ്പോഴാണ്. സുഖദർശനത്തിൽ ഞാൻ ശരിക്കും ലയിച്ചുചേരുകയായിരുന്നു.''

കഴിഞ്ഞ രണ്ടരവർഷത്തിനുള്ളിൽ ഏറെയും ഞങ്ങൾ സഞ്ച രിച്ചത് രാത്രിയിലാണ്. ജഗതിച്ചേട്ടന്റെ ഓട്ടത്തിനു മാത്രം മാസം

നാൽപതിനായിരം രൂപ വരുമാനം കിട്ടിയിരുന്നു. ബാക്കി ദിവസങ്ങളിൽ പെരുമ്പാവൂരിൽ നിന്ന് ഓടുകയും ചെയ്യും.

2012 മാർച്ച് ഒൻപതിനു രാവിലെ ജഗതിച്ചേട്ടൻ വിളിച്ചു.

''ഞാനിവിടെ എറണാകുളത്തെ ഹോട്ടൽ വൈറ്റ്ഫോർട്ടിലുണ്ട്. രാവിലെ ഒൻപതു മണിക്ക് നീ വരണം. നമുക്ക് തളിപ്പറമ്പ് വരെ പോകണം.''

കൃത്യസമയത്തുതന്നെ വൈറ്റ്ഫോർട്ടിൽ നിന്നും അദ്ദേഹം ഇന്നോവയിൽ കയറി. കോഴിക്കോട് മഹാറാണി ഹോട്ടലിൽ നിന്ന് ഭക്ഷണം കഴിക്കാമെന്ന് കയറുമ്പോൾത്തന്നെ പറഞ്ഞിരുന്നു. ഒരു മണിക്ക് മഹാറാണിയിലെത്തി. ഭക്ഷണം കഴിച്ച് പുറത്തിറങ്ങുമ്പോഴാണ് കുറെ നഴ്സുമാർ ചുറ്റും കൂടിയത്. നഴ്സുമാരുടെ സമരത്തിന്റെ മുന്നോടിയായുള്ള കൺവൻഷൻ അവിടെയായിരുന്നു. അതിനു പങ്കെടുത്തവരാണ് ഇഷ്ടനടനെ കണ്ടപ്പോൾ ചുറ്റും കൂടിയത്. എല്ലാവരോടും ചിരിച്ചുകൊണ്ട് കുശലം പറഞ്ഞു.

നിങ്ങളുടെ സഹായം എനിക്കു വേണ്ടിവരും എന്നു പറഞ്ഞാണ് അന്നുച്ചയ്ക്കു പിരിഞ്ഞത്. പറഞ്ഞതുപോലെ തന്നെയാണ് പിറ്റേ ദിവസം സംഭവിച്ചതും. പത്തുദിവസത്തെ കാർണിവൽ ഉദ്ഘാടനം ചെയ്യാൻ വേണ്ടി മാത്രമാണ് എറണാകുളത്തു നിന്നും അദ്ദേഹം തളിപ്പറമ്പിലേക്കു പോയത്. അതിന്റെ തുക അവിടുത്തെ രണ്ട് അനാഥാലയങ്ങൾക്കു നൽകുകയും ചെയ്തു. അന്ന് അർദ്ധരാത്രി വീണ്ടും ജഗതിച്ചേട്ടനുവേണ്ടി അതിരപ്പിള്ളിയിലെത്തി. അവിടെ നിന്നും ലെനിൻ രാജേന്ദ്രന്റെ 'ഇടവപ്പാതി'യുടെ കുടകിലെ സെറ്റിലേക്ക് പോകുമ്പോഴായിരുന്നു അപകടം.

ജഗതിച്ചേട്ടനൊപ്പം ഞാനും ഇരുപതുദിവസം കോഴിക്കോട് മിംസ് ആശുപത്രിയിൽ കിടന്നു. പിന്നീട് ആയുർവേദ ചികിത്സയും നടത്തിയപ്പോഴാണ് എനിക്ക് എഴുന്നേറ്റ് നടക്കാൻ കഴിഞ്ഞത്. ഇൻഷൂറൻസിന്റെ പണം കിട്ടിയപ്പോൾ ജഗതിച്ചേട്ടന്റെ കുടുംബം എനിക്ക് രണ്ടുലക്ഷം രൂപ നൽകി. അത് വലിയൊരാശ്വാസമായിരുന്നു. ■

നടക്കാതെ പോയ സ്വപ്നം

കണ്ണൻ ജോയ്

(ജഗതിയുടെ അടുത്ത സുഹൃത്തുക്കളിലൊരാൾ)

അമ്പിളിച്ചേട്ടനെയും എന്നെയും ഒരുമിച്ചുകാണുമ്പോൾ മിക്കവരും ചോദിക്കുന്ന ഒരു ചോദ്യമുണ്ട്.

''തൃശൂരുകാരനായ ഒരു സാധാരണക്കാരൻ എങ്ങനെ അമ്പിളിച്ചേട്ടന്റെ അടുത്ത സുഹൃത്തായി?''

സൗഹൃദത്തിനു മുമ്പിൽ കോടീശ്വരനെന്നോ സാധാരണക്കാരനെന്നോ അമ്പിളിച്ചേട്ടന് ഭേദമില്ല. താരജാടകൾ ഒരിക്കൽപോലും അദ്ദേഹത്തെ കീഴടക്കിയിട്ടുമില്ല. ബോംബെയിലെ പ്രോഗ്രാം കോർഡിനേറ്ററായ എനിക്ക് അമ്പിളിച്ചേട്ടനെ പരിചയപ്പെടുത്തിത്തരുന്നത് മാള അരവിന്ദനാണ്. ഒരു ലൊക്കേഷനിൽ വച്ച്. മാളച്ചേട്ടനുമായി എനിക്ക് നേരത്തെതന്നെ ബന്ധമുണ്ട്. 1973 മുതൽ 90 വരെ ദേവരാജൻ മാഷുടെ ശിഷ്യനായ ഞാൻ സ്റ്റേജിൽ പാട്ടുകൾ പാടുമായിരുന്നു. ഒരിക്കൽ ഫിലിം ക്രിട്ടിക്സ് അവാർഡ്ദാന ചടങ്ങിൽ പാടിയപ്പോൾ സദസ്സിലുണ്ടായിരുന്ന അമ്പിളിച്ചേട്ടൻ എന്നെ കെട്ടിപ്പിടിച്ച് അഭിനന്ദിച്ചു. അന്നു മുതലാണ് ഞങ്ങൾ ഏറ്റവുമടുത്ത സുഹൃത്തുക്കളായത്.

ബോംബെയിൽ നിന്ന് സ്വദേശമായ തൃശൂരിലേക്ക് വരുന്നു എന്നറിഞ്ഞാൽ അമ്പിളിച്ചേട്ടൻ എന്നോട് ലൊക്കേഷനിലേക്കു വരാൻ പറയും. രണ്ടുമൂന്നു ദിവസം അദ്ദേഹത്തിനൊപ്പം ഒരു മുറിയിൽ ചിരിച്ചും സ്മോളടിച്ചും പാട്ടുകൾ പാടിയും ചെലവഴിക്കും. ശ്രീകുമാരൻ തമ്പി രചിച്ച് എം.കെ.അർജുനൻ മാഷ് സംഗീതം പകർന്ന മയങ്ങല്ലേ, മനുഷ്യാ... എന്ന പാട്ടാണ് അമ്പിളിച്ചേട്ടന് ഏറ്റവുമിഷ്ടം. അതുകഴിഞ്ഞാൽ സന്ന്യാസിനീ.., ആയിരം പാദസരങ്ങൾ... ഞാൻ പാടുമ്പോൾ അമ്പിളിച്ചേട്ടനും കൂടെപ്പാടും.

പ്രോഗ്രാമിന് വേണ്ടി മുംബൈയിൽ വന്നാൽ സ്റ്റേജിൽ പാടുന്നത് കാന്താ, ഞാനും വരാം..., രാമാ ശ്രീരാമാ...എന്നീ പാട്ടുകളാണ്.

എത്ര തിരക്കുണ്ടെങ്കിലും ഞാൻ ചെയ്യുന്ന മെഗാഷോയിൽ അതിഥിയായി പങ്കെടുക്കാൻ അമ്പിളിച്ചേട്ടനെത്തും. താമസവും യാത്രാച്ചെലവും മാത്രമേ അദ്ദേഹം വാങ്ങുകയുള്ളൂ. സ്പോൺസർ അമ്പിളിച്ചേട്ടനുവേണ്ടി തരുന്ന കാശ് കൊടുത്താൽ അദ്ദേഹം തിരിച്ചുതരും.

''ഇത് ജോയ് വച്ചോളൂ, അത്യാവശ്യം ചെലവുകളൊക്കെയുള്ള തല്ലേ?''

മുംബൈയിൽ സെറ്റിൽഡാണെങ്കിലും എന്റെ മകൾ പഠിച്ചത് ചെറുതുരുത്തി കലാമണ്ഡലത്തിലാണ്. അവൾക്കൊരു വിവാഹാ ലോചന വന്നു. ഈ സമയത്താണ് ഒരുദിവസം അമ്പിളിച്ചേട്ടനെ കാണുന്നത്. ഞാനിക്കാര്യം പറഞ്ഞപ്പോൾ അദ്ദേഹം പറഞ്ഞു.

''ജോയ്, ഒട്ടും പേടിക്കേണ്ട. വിവാഹം ഉറപ്പിച്ചോളൂ. അതിനുള്ള പണം നമുക്ക് പ്രോഗ്രാമിൽ നിന്ന് കണ്ടെത്തിത്തരാം.''

മുംബൈയിൽ കോമഡി-സിനിമാറ്റിക് ഷോ പ്ലാൻ ചെയ്യാൻ അമ്പിളിച്ചേട്ടൻ നിർദ്ദേശിച്ചു. ഷോയ്ക്ക് വേദി കണ്ടെത്തി. പരിച യക്കാരായ 32 ആർട്ടിസ്റ്റുകളെ അദ്ദേഹം കേരളത്തിൽനിന്ന് പ്രോഗ്രാ മിന് കൊണ്ടുവന്നു. അവർക്കെല്ലാം പണം കൊടുത്തു. എന്നാൽ അമ്പിളിച്ചേട്ടൻ ഒരു നയാപ്പൈസ പോലും വാങ്ങിയില്ല. അതിൽ നിന്ന് കിട്ടിയ വരുമാനം മാത്രം മതിയാവില്ലായിരുന്നു, വിവാഹം നടത്താൻ. ഇക്കാര്യം അമ്പിളിച്ചേട്ടനും അറിയാം. അദ്ദേഹം പറഞ്ഞു.

''ജോയ് ടെൻഷനടിക്കേണ്ട. വിവാഹത്തിന്റെ ഒരുക്കങ്ങളെല്ലാം നടത്തിക്കോളൂ. ബാക്കി വരുന്ന തുക ഞാൻ തരും.''

മുംബൈയിൽ നിന്ന് പോയതിന്റെ പിറ്റേ ദിവസം തന്നെ അദ്ദേഹം ഒരു വലിയ തുക എനിക്ക് എത്തിച്ചുതന്നു. മുംബൈയി ലായിരുന്നു വിവാഹച്ചടങ്ങുകൾ. ആ സമയത്ത് അമ്പിളിച്ചേട്ടന് നല്ല തിരക്കായിരുന്നു. എങ്കിലും കുടുംബസമേതം വരാമെന്ന് അദ്ദേഹം ഉറപ്പുനൽകി. എന്നാൽ ഞാൻ സമ്മതിച്ചില്ല. തൃശൂരിലെ റിസപ്ഷന് വന്നാൽ മതിയെന്ന് പറഞ്ഞപ്പോഴാണ് അദ്ദേഹത്തിന് സമാധാന മായത്. റിസപ്ഷന് ഫുൾടൈം അമ്പിളിച്ചേട്ടനും കുടുംബവും കൂടെയുണ്ടായിരുന്നു.

ഒരിക്കൽ കണ്ടപ്പോൾ പറഞ്ഞു.

''വെട്ടം എന്ന സിനിമയിൽ ഞാൻ ജോയിയുടെ ചില മാനറിസങ്ങൾ കോപ്പി ചെയ്തിട്ടുണ്ട്.''

എന്റെ ഓരോ ചലനവും അദ്ദേഹം സൂക്ഷ്മമായി നിരീക്ഷിക്കാറുണ്ട്. 'ക്ലാസ്മേറ്റ്സി'ലെ അച്ചനിലും 'അറബിക്കഥ'യിലെ കുഞ്ഞുണ്ണി മുതലാളിയിലും എന്റെ ആക്ഷൻസ് പകർത്തിയിട്ടുണ്ടെന്ന് അദ്ദേഹം സമ്മതിക്കുകയും ചെയ്തു.

മറ്റൊരിക്കൽ അമ്പിളിച്ചേട്ടന്റെ ഡേറ്റ് വാങ്ങിച്ച് ഞാനൊരു കോമഡിഷോ മുംബൈയിൽ അറേഞ്ച് ചെയ്തു. ഫ്ളൈറ്റ് ടിക്കറ്റും അയച്ചുകൊടുത്തു. ആ സമയത്ത് അദ്ദേഹം ബാലചന്ദ്രമേനോന്റെ 'ദേ ഇങ്ങോട്ട് നോക്കിയേ' എന്ന സിനിമയിൽ അഭിനയിക്കുകയാണ്. പെട്ടെന്നാണ് അദ്ദേഹത്തിന്റെ അമ്മ അസുഖമായി ആശുപത്രിയിലായത്. സീരിയസായി ഐ.സി.യുവിൽ പ്രവേശിപ്പിച്ചതോടെ അമ്പിളിച്ചേട്ടൻ അസ്വസ്ഥനായി. പ്രോഗ്രാമിന് രണ്ടുദിവസം മുമ്പ് അദ്ദേഹം എന്നെ ഫോണിൽ വിളിച്ചു.

''ജോയിയും മറിയാമ്മയും എന്റെ അമ്മയ്ക്കുവേണ്ടി പ്രാർത്ഥിക്കണം. ഒന്നും സംഭവിച്ചില്ലെങ്കിൽ ഞാനവിടെ എത്തിയിരിക്കും.''

ഹരിശ്രീ മാർട്ടിൻ, സാജു കൊടിയൻ തുടങ്ങിയവരുടെ കോമഡി പ്രോഗ്രാമാണ് പ്ലാൻ ചെയ്തിരിക്കുന്നത്. അതിൽ മുഖ്യാതിഥി അമ്പിളിച്ചേട്ടനാണ്. അദ്ദേഹം വന്നില്ലെങ്കിലുള്ള അവസ്ഥയോർത്ത് ഞാനാകെ അസ്വസ്ഥനായി. പക്ഷേ ആരോടും പറഞ്ഞിട്ടു കാര്യമില്ല. അമ്മയ്ക്ക് അസുഖം വന്നാലെന്തുചെയ്യും? പ്രോഗ്രാമിന്റെ ദിവസം രാവിലെ എഴുന്നേറ്റത് ടെൻഷനോടെയായിരുന്നു. പല്ലുതേച്ച് കട്ടൻകാപ്പി കുടിക്കുമ്പോഴേക്കും ടാക്സിയിൽ അമ്പിളിച്ചേട്ടനെത്തി. എന്റെ ശ്വാസം നേരെ വീണത് അപ്പോഴാണ്.

''ഞാനില്ലെങ്കിൽ ജോയിയുടെ അവസ്ഥ എനിക്ക് ഊഹിക്കാനാവും. അതുകൊണ്ടാണ് രാത്രി തന്നെ പുറപ്പെട്ടത്. പക്ഷേ പ്രോഗ്രാം തീർന്നയുടൻ തന്നെ ഞാൻ തിരിച്ചുപോകും.''

അന്നു രാത്രി തന്നെ അദ്ദേഹം തിരുവനന്തപുരത്തേക്കു തിരിച്ചു. അമ്മയ്ക്ക് അസുഖം ഭേദമുണ്ടെന്ന് പിറ്റേന്ന് എന്നെ വിളിച്ചുപറയുകയും ചെയ്തു. അക്കൂട്ടത്തിൽ ഒരുകാര്യം കൂടി അദ്ദേഹം സൂചിപ്പിച്ചു.

''ജോയ് ബോംബെ വിട്ട് തിരുവനന്തപുരത്തോട്ടു വാ. നമുക്കിവിടെയൊരു ഗാനമേള ട്രൂപ്പ് തുടങ്ങാം. പണത്തിന്റെ കാര്യം ആലോചിച്ച് ഒട്ടും വിഷമിക്കേണ്ട. ഞാനുണ്ടാവും, എപ്പോഴും.''

അമ്പിളിച്ചേട്ടൻ പറഞ്ഞതിൽ കാര്യമുണ്ടെന്ന് എനിക്കും തോന്നി. എന്നിലുള്ള വിശ്വാസം കൊണ്ടാണ് അദ്ദേഹം അതു പറഞ്ഞത്. പക്ഷേ മുംബൈ വിട്ടുപോരാൻ എളുപ്പമായിരുന്നില്ല. എന്തായാലും ട്രൂപ്പ് തുടങ്ങാം. മുംബൈ വിടുന്ന കാര്യം പിന്നീട് ആലോചിക്കാം എന്ന ഉറപ്പിൽ ഞാൻ തിരുവനന്തപുരത്തേക്ക് വണ്ടി കയറി. ജഗതിയിലെ ലോഡ്ജിൽ മുറിയെടുത്തു. അന്നു തന്നെ അമ്പിളിച്ചേട്ടനും ഞാനും ഒത്തുകൂടി പ്രാരംഭ ചർച്ചകൾ നടത്തി. ട്രൂപ്പിന്റെ ആദ്യ പ്രോഗ്രാമിന് വേണ്ടി തലസ്ഥാനത്തെ ഒരു ഓഡിറ്റോറിയം ബുക്ക് ചെയ്തു. കാര്യങ്ങൾ പുരോഗമിക്കുന്നതിനിടെയായിരുന്നു അമ്പിളിച്ചേട്ടന്റെ അമ്മ മരിച്ചത്. അതോടെ എല്ലാം അവതാളത്തിലായി. അദ്ദേഹത്തിന് വേണ്ടവിധത്തിൽ സഹകരിക്കാൻ പറ്റാതെ വന്നു.

''നമുക്ക് മറ്റൊരവസരത്തിൽ ഇതേക്കുറിച്ച് ആലോചിക്കാം.''

അമ്പിളിച്ചേട്ടൻ പറഞ്ഞതിനോട് എനിക്കും യോജിപ്പായിരുന്നു. ഞാൻ മുംബൈയിലേക്ക് മടങ്ങി. അമ്മയുടെ മരണശേഷം കുറെ നാളത്തേക്ക് ഞങ്ങൾ തമ്മിൽ കണ്ടതേയില്ല. പക്ഷേ ഫോൺ വിളിച്ച് വിവരങ്ങൾ അന്വേഷിക്കുമായിരുന്നു.

2012 മാർച്ചിലാണ് വീണ്ടും ഞാൻ നാട്ടിലേക്കു വന്നത്. ആ സമയത്ത് അമ്പിളിച്ചേട്ടനൊപ്പം ഒന്നു കൂടണമെന്നാഗ്രഹിച്ചു. പക്ഷേ ദൈവം അതിന് അവസരം നൽകിയില്ല. ആ സമയത്തായിരുന്നു നാടിനെ നടുക്കിയ അപകടം. ■

കണ്ണൻ ജോയ്: എൻ.ഡി.ജോയ് എന്ന കണ്ണൻജോയ് പ്രോഗ്രാം കോർഡിനേറ്ററാണ്. തൃശൂരാണ് സ്വദേശം. ജഗതിയുടെ അടുത്ത സുഹൃത്തുക്കളിലൊരാൾ. ബോംബെയിലാണ് താമസം.

അനുബന്ധം 1

ജഗതി ശ്രീകുമാർ

നാടകാചാര്യൻ പരേതനായ ജഗതി എൻ.കെ. ആചാരിയുടെയും പരേതയായ പൊന്നമ്മാളിന്റെയും മൂത്ത മകനായി 1950 ജനുവരി 5-ന്, തിരുവനന്തപുരം ജില്ലയിലെ ജഗതിയിൽ ജനനം. മൂന്നാം വയസ്സിൽ അച്ഛനും മകനും എന്ന ചിത്രത്തിൽ അഭിനയിച്ചു. അച്ഛൻ ജഗതി എൻ. കെ.ആചാരി ആയിരുന്നു അതിന്റെ തിരക്കഥ. അച്ഛന്റെ നാടകങ്ങളിലൂടെയാണ് ജഗതി കലാരംഗത്തേക്ക് വന്നത്. തിരുവനന്തപുരം മോഡൽ സ്കൂളിൽ അഞ്ചാം ക്ലാസിൽ പഠിക്കുമ്പോഴാണ് ആദ്യ നാടകാഭിനയം. തിരുവനന്തപുരം മാർ ഇവാനിയോസ് കോളേജിൽ നിന്നും ബോട്ടണിയിൽ ബിരുദമെടുത്ത ശേഷം മദിരാശിയിൽ കുറച്ചു കാലം മെഡിക്കൽ റെപ്രസന്റേറ്റിവായി ജോലി ചെയ്യവേയാണ് സിനിമാപ്രവേശം. 'ചട്ടമ്പികല്യാണി' എന്ന ചിത്രത്തിൽ അടൂർ ഭാസിയുടെ ശിങ്കിടി വേഷത്തിലൂടെ ശ്രദ്ധിക്കപ്പെട്ടു. പിന്നീട് പതുക്കെപ്പതുക്കെ ജഗതി ശ്രീകുമാറിന്റെ കരിയർ ഗ്രാഫ് ഉയരുകയായിരുന്നു. മലയാളസിനിമയിൽ ചിരിക്ക് പുതിയ മാനം സൃഷ്ടിച്ച ജഗതി, സീരിയസ് വേഷങ്ങളിലും തിളങ്ങിനിന്നു. 1500ലധികം സിനിമകളിൽ അഭിനയിച്ചു. സിനിമയിലെ അടുത്ത സുഹൃത്തുക്കൾക്കിടയിൽ അമ്പിളി എന്നാണ് വിളിപ്പേര്. നടൻ എന്ന നിലയിൽ മാത്രമല്ല തിരക്കഥാകൃത്ത്, സംവിധായകൻ, ഗായകൻ എന്നീ നിലകളിലും പ്രതിഭ തെളിയിച്ചു.

2012 മാർച്ച് 10ന് ദേശീയപാതയിൽ മലപ്പുറം ജില്ലയിലെ തേഞ്ഞിപ്പലത്തിനടുത്തുള്ള പാണമ്പ്ര വളവിൽ വെച്ചുണ്ടായ വാഹനാപകടത്തിൽ ജഗതി ശ്രീകുമാറിനു ഗുരുതരമായി പരുക്കേറ്റു. തുടർന്ന് ഒരു വർഷത്തോളം ആശുപത്രിയിലായിരുന്നു. വീട്ടിൽ വിശ്രമിക്കുന്ന ജഗതി പൂർണാരോഗ്യം വീണ്ടെടുക്കാനുള്ള ശ്രമത്തിലാണ്.

അപകടത്തിനുശേഷം മകൻ രാജ്കുമാർ നിർമ്മിച്ച രണ്ട് പരസ്യ ചിത്രങ്ങളിൽ അഭിനയിച്ചു. 2022-ൽ 'സി.ബി.ഐ 5 ദി ബ്രെയിൻ' എന്ന മമ്മൂട്ടിച്ചിത്രത്തിലൂടെ വിക്രം എന്ന കഥാപാത്രമായി വീണ്ടുമെത്തി. ഭാര്യ: ശോഭ. മക്കൾ: രാജ്കുമാർ, പാർവതി.

സംസ്ഥാന സർക്കാരിന്റെ പുരസ്കാരങ്ങൾ

- മികച്ച രണ്ടാമത്തെ നടൻ - കിലുക്കം, അപൂർവം ചിലർ (1991)
- മികച്ച രണ്ടാമത്തെ നടൻ - മീശമാധവൻ, നിഴൽക്കുത്ത് (2002)
- പ്രത്യേക ജൂറി അവാർഡ് - പരദേശി, വീരാളിപ്പട്ട് (2007)
- പ്രത്യേക ജൂറി അവാർഡ് - രാമാനം (2009)

അനുബന്ധം 2

ജഗതി ശ്രീകുമാറിന്റെ സിനിമകൾ

- 1974 – കന്യാകുമാരി.
- 1975 – ചട്ടമ്പികല്യാണി, മോഹിനിയാട്ടം, ഹലോ ഡാർലിംഗ്.
- 1977 – ഗുരുവായൂർ കേശവൻ, ശ്രീദേവി, പൂജയ്ക്കെടുക്കാത്ത പൂക്കൾ, ശാന്ത ഒരു ദേവത, ആദ്യപാഠം.
- 1978 – കല്പവൃക്ഷം, കാത്തിരുന്ന നിമിഷം, മദാലസ, ഏതോ ഒരു സ്വപ്നം, മറ്റൊരു കർണ്ണൻ, അഷ്ടമുടിക്കായൽ, റൗഡിരാമു.
- 1979 – ഉൾക്കടൽ, പുതിയ വെളിച്ചം, എനിക്ക് ഞാൻ സ്വന്തം, പ്രഭാതസന്ധ്യ, കൗമാരപ്രായം, അവനോ അതോ അവളോ, വേനലിൽ ഒരു മഴ, നീയോ ഞാനോ, കഴുകൻ.
- 1980 – സ്വത്ത്, എയർഹോസ്റ്റസ്, അഗ്നിനക്ഷത്രം, ചന്ദ്രഹാസം, കരി പുരണ്ട ജീവിതങ്ങൾ, പാലാട്ട് കുഞ്ഞിക്കണ്ണൻ, അമ്പലവിളക്ക്, ഇടിമുഴക്കം, പപ്പു, ശക്തി, മനുഷ്യമൃഗം, ലാവ, അണിയാത്ത വളകൾ.
- 1981 – കടത്ത്, തകിലുകൊട്ടാമ്പുറം, കരിമ്പൂച്ച, കാട്ടുകള്ളൻ, എല്ലാം നിനക്കുവേണ്ടി, സഞ്ചാരി, സ്ഫോടനം, മുന്നേറ്റം, ഊതിക്കാച്ചിയ പൊന്ന്, അഗ്നിയുദ്ധം, സംഘർഷം, അമ്മയ്ക്കൊരുമ്മ.
- 1982 – കാലം, എതിരാളികൾ, ഇരട്ടിമധുരം, കാട്ടിലെ പാട്ട്, യവനിക, ഓളങ്ങൾ, കുറുക്കന്റെ കല്യാണം, കേൾക്കാത്ത ശബ്ദം, ഇതു ഞങ്ങളുടെ കഥ, ചില്ല്, ബലൂൺ, ചിലന്തിവല, കർത്തവ്യം, ഞാൻ ഏകനാണ്, മരുപ്പച്ച, രക്തസാക്ഷി, മാറ്റുവിൻ ചട്ടങ്ങളേ, സ്നേഹപൂർവം മീര, അരഞ്ഞാണം,

- 1983 – നിഴൽ മൂടിയ നിറങ്ങൾ, മഴനിലാവ്, അങ്കം, രതിലയം, മണ്ടന്മാർ ലണ്ടനിൽ, കാത്തിരുന്ന ദിവസം, ആധിപത്യം, കയം, ആന, തിമിംഗലം, രചന, പ്രതിജ്ഞ, ഒരു മുഖം പല മുഖം, ഊമക്കുയിൽ , ഹിമവാഹിനി, ഈറ്റപ്പുലി, ചങ്ങാത്തം, ആട്ടക്കലാശം, അസ്ത്രം, ആ രാത്രി, മനസ്സൊരു മഹാസമുദ്രം.
- 1984 – തിരകൾ, കോടതി, ഒരു സുമംഗലിയുടെ കഥ, വനിതാ പൊലീസ്, ഒരു നിമിഷം തരൂ, ചക്കരയുമ്മ, ശബ്ദം, മൈ ഡിയർ കുട്ടിച്ചാത്തൻ, ഉയരങ്ങളിൽ, സ്വന്തമെവിടെ ബന്ധമെവിടെ, ശ്രീകൃഷ്ണപ്പരുന്ത്, പൂച്ചയ്ക്കൊരു മൂക്കുത്തി, പറന്നുപറന്നു പറന്ന്, പഞ്ചവടിപ്പാലം, മനസ്സറിയാതെ, കളിയിൽ അൽപ്പം കാര്യം, ഇവിടെ ഇങ്ങനെ, ഇതാ ഇന്നു മുതൽ, ബുള്ളറ്റ്.
- 1985 – നേരറിയും നേരത്ത്, ഒന്നിങ്ങു വന്നെങ്കിൽ, ബ്ലാക്ക്മെയിൽ, മുളമൂട്ടിൽ അടിമ, ഒരു സന്ദേശം കൂടി, സമ്മേളനം, മുഖ്യമന്ത്രി, പുഴയൊഴുകുംവഴി, റിവഞ്ച്, ചോരയ്ക്കു ചോര, വെള്ളരിക്കാ പ്പട്ടണം, വസന്തസേന, മുത്താരംകുന്ന് പി.ഒ, കൂടുംതേടി, പത്താമുദയം, ഇതുനല്ല തമാശ, ബോയിംഗ് ബോയിംഗ്, അഴി യാത്ത ബന്ധങ്ങൾ, അരം പ്ലസ് അരം സമം കിന്നരം, മുഹൂർത്തം പതിനൊന്നേ മുപ്പതിന്, ഈ ശബ്ദം ഇന്നത്തെ ശബ്ദം.
- 1986 – വിവാഹിതരേ ഇതിലേ, കരിനാഗം, താളവട്ടം, അന്നൊരു രാവിൽ, നിന്നിഷ്ടം എന്നിഷ്ടം, കൊച്ചുതെമ്മാടി, നിറമുള്ള രാവുകൾ, സുഖമോദേവി, രേവതിക്കൊരു പാവക്കുട്ടി, ഇനിയും കുരുക്ഷേത്രം, ഹലോ മൈ ഡിയർ റോംഗ് നമ്പർ, എന്റെ സോണിയ, എന്നെന്നും കണ്ണേട്ടന്റെ, കുളമ്പടികൾ, അമ്പാടിതന്നിലൊരുണ്ണി, അരപ്പട്ട കെട്ടിയ ഗ്രാമത്തിൽ, കട്ടുറുമ്പിനും കാതുകുത്ത്, എന്റെ ശബ്ദം, അടിവേരുകൾ, മനസിലൊരു മണിമുത്ത്, ധിം തരികിടതോം, മഴ പെയ്യുന്നു, മദ്ദളം കൊട്ടുന്നു, ക്ഷമിച്ചു എന്നൊരു വാക്ക്.
- 1987 – തുവാനത്തുമ്പികൾ, യാഗാഗ്നി, അയിത്തം, കഥയ്ക്കു പിന്നിൽ, നീയല്ലെങ്കിൽ ഞാൻ, പെൺസിംഹം, വഴിയോരക്കാഴ്ചകൾ, സർവകലാശാല, നാരദൻ കേരളത്തിൽ, ഇവിടെ എല്ലാവർക്കും സുഖം, ജനുവരി ഒരോർമ്മ, ജാലകം, ഇരുപതാംനൂറ്റാണ്ട്, ഭൂമി യിലെ രാജാക്കൻമാർ, നൊമ്പരത്തിപ്പൂവ്, അടിമകൾ ഉടമകൾ.
- 1988 – വിറ്റ്നസ്, സൈമൺ പീറ്റർ നിനക്കുവേണ്ടി, പൊന്മുട്ടയി ടുന്ന താറാവ്, മുകുന്ദേട്ടാ സുമിത്ര വിളിക്കുന്നു, മൂന്നാംപക്കം,

ലൂസ് ലൂസ് അരപ്പിരി ലൂസ്, ധ്വനി, മൃത്യുഞ്ജയം, ഒരു മുത്തശ്ശിക്കഥ, വിചാരണ, ഒരു സി.ബി.ഐ ഡയറിക്കുറിപ്പ്, ആലിലക്കുരുവികൾ, ഇൻക്വിലാബിന്റെ പുത്രി, ഡെയ്സി, രഹസ്യം പരമരഹസ്യം, ആഗസ്റ്റ് 1.

- 1989 – ആവണിക്കുന്നിലെ കിന്നരിപ്പൂക്കൾ, വർണ്ണം, ഉത്സവപ്പിറ്റേന്ന്, സീസൺ, പ്രാദേശികവാർത്തകൾ, പെരുവണ്ണാപുരത്തെ വിശേഷങ്ങൾ, ഒരു സായാഹ്നത്തിന്റെ സ്വപ്നം, കല്പനാ ഹൗസ്, ന്യൂസ്, അക്ഷരത്തെറ്റ്, നാടുവാഴികൾ, മുത്തുക്കുടയും ചൂടി, കാലാൾപ്പട, മൃഗയ, ചരിത്രം, അശോകന്റ അശ്വതിക്കുട്ടിക്ക്, കളി കാര്യമായി, കിരീടം, ജാതകം, ഇന്നലെ, ദേവദാസ്, അന്നക്കുട്ടീ കോടമ്പാക്കം വിളിക്കുന്നു, ചക്കിക്കൊത്ത ചങ്കരൻ, അടിക്കുറിപ്പ്, ജാഗ്രത.
- 1990 – കടത്തനാടൻ അമ്പാടി, രണ്ടാംവരവ്, രാജവാഴ്ച, ഒരുക്കം, നഗരങ്ങളിൽചെന്ന് രാപ്പാർക്കാം, മിണ്ടാപ്പൂച്ചയ്ക്ക് കല്യാണം, ഈ തണുത്ത വെളുപ്പാൻകാലത്ത്, മറുപുറം, നമ്പർ 20 മദ്രാസ് മെയിൽ, ഡോ.പശുപതി, അർഹത, അപൂർവസംഗമം, ആനവാൽ മോതിരം, ചെറിയ ലോകവും വലിയ മനുഷ്യരും, സൂപ്പർസ്റ്റാർ, കോട്ടയം കുഞ്ഞച്ചൻ, അനന്തവൃത്താന്തം, ഒളിയമ്പുകൾ.
- 1991 – ഉള്ളടക്കം, സൗഹൃദം, പൂക്കാലംവരവായി, അഗ്നിനിലാവ്, ചക്രവർത്തി, മെയ്ദിനം, തുടർക്കഥ, നെറ്റിപ്പട്ടം, മുഖചിത്രം, മൂക്കില്ലാരാജ്യത്ത്, കിഴക്കുണരും പക്ഷി, കുറ്റപത്രം, കൂടിക്കാഴ്ച, കിലുക്കാംപെട്ടി, കിലുക്കം, കടിഞ്ഞൂൽകല്യാണം, ജോർജൂട്ടി കെയറോഫ് ജോർജൂട്ടി, ഗാനമേള, ചാഞ്ചാട്ടം, അപൂർവം ചിലർ.
- 1992 – യോദ്ധ, സൂര്യമാനസം, അപാരത, ആർദ്രം, ഉത്സവമേളം, രഥചക്രം, ഊട്ടിപ്പട്ടണം, നക്ഷത്രക്കൂടാരം, നാടോടി, കുഞ്ഞിക്കുരുവി, മാന്യന്മാർ, കുണുക്കിട്ട കോഴി, കാഴ്ചയ്ക്കപ്പുറം, ഏഴരപ്പൊന്നാന, എന്റെ പൊന്നുതമ്പുരാൻ, എല്ലാരും ചൊല്ലണ്, ചമ്പക്കുളം തച്ചൻ, അയലത്തെ അദ്ദേഹം.
- 1993 – തലമുറ, പൊരുത്തം, ഗാന്ധർവം, സ്ഥലത്തെ പ്രധാന പയ്യൻസ്, മിഥുനം, കാവടിയാട്ടം, ആചാര്യൻ, കളിപ്പാട്ടം, കാബൂളിവാല, ജേണലിസ്റ്റ്, ജനം, ഏകലവ്യൻ, കസ്റ്റംസ് ഡയറി, ഭാഗ്യവാൻ, ബന്ധുക്കൾ ശത്രുക്കൾ, അമ്മയാണേ സത്യം, ആകാശദൂത്, ആയിരപ്പറ, ഭൂമിഗീതം, ഓ ഫാബി.

- 1994 – മിന്നാരം, വധു ഡോക്ടറാണ്, ശുദ്ധമദ്ദളം, പിൻഗാമി, പിടക്കോഴി കൂവുന്ന നൂറ്റാണ്ട്, രാജധാനി, ചുക്കാൻ, കാബിനറ്റ്, വിഷ്ണു, മലപ്പുറം ഹാജി മഹാനായ ജോജി.
- 1995 – വൃദ്ധന്മാരെ സൂക്ഷിക്കുക, ടോം ആൻഡ് ജെറി, ബോക്സർ, സർഗവസന്തം, തോവാളപ്പൂക്കൾ, പുതുക്കോട്ടയിലെ പുതുമണവാളൻ, പുന്നാരം, പീറ്റർസ്കോട്ട്, പൈ ബ്രദേഴ്സ്, മാണിക്യച്ചെമ്പഴുക്ക, മംഗലംവീട്ടിൽ മാനസേശ്വരി ഗുപ്ത, കുസൃതിക്കാറ്റ്, കാട്ടിലെ തടി തേവരുടെ ആന, അക്ഷരം, ആദ്യത്തെ കൺമണി, ഒരു അഭിഭാഷകന്റെ കേസ് ഡയറി, അവിട്ടംതിരുനാൾ ആരോഗ്യശ്രീമാൻ.
- 1996 – വാനരസേന, മദാമ്മ, ലാളനം, കിരീടമില്ലാത്ത രാജാക്കന്മാർ, കല്യാണസൗഗന്ധികം, കാതിൽ ഒരു കിന്നാരം.
- 1997 – അർജുനൻപിള്ളയും അഞ്ചുമക്കളും, ഉല്ലാസപ്പൂങ്കാറ്റ്, സുവർണസിംഹാസനം, ന്യൂസ്പേപ്പർബോയ്, നീ വരുവോളം, മാനസം, കിലുകിൽ പമ്പരം, കല്യാണപ്പിറ്റേന്ന്, കല്യാണക്കച്ചേരി, സയാമീസ് ഇരട്ടകൾ, ജൂനിയർ മാൻഡ്രേക്ക്, ഹിറ്റ്ലർ ബ്രദേഴ്സ്, ദി ഗുഡ് ബോയ്സ്, ഇക്കരെയാണെന്റെ മാനസം.
- 1998 – മീനത്തിൽ താലികെട്ട്, മീനാക്ഷികല്യാണം, കൊട്ടാരം വീട്ടിലെ അപ്പൂട്ടൻ, മായാജാലം, മംഗല്യപ്പല്ലക്ക്, മയിൽപ്പീലിക്കാവ്, മജീഷ്യൻ മഹേന്ദ്രലാൽ ഫ്രം ഡൽഹി, ഗ്രാമപഞ്ചായത്ത്, ഇലവങ്കോട് ദേശം, അനുരാഗക്കൊട്ടാരം, മന്ത്രിമാളികയിൽ മനസ്സമ്മതം, ആലിബാബയും ആറരക്കള്ളൻമാരും.
- 1999 – ഉദയപുരം സുൽത്താൻ, വാഴുന്നോർ, ക്യാപ്റ്റൻ, ജനനായകൻ, ടോക്യോ നഗരത്തിലെ വിശേഷങ്ങൾ, സ്വസ്ഥം ഗൃഹഭരണം, പ്രേംപൂജാരി, പ്രണയനിലാവ്, പട്ടാഭിഷേകം, പഞ്ചപാണ്ഡവർ, പാറശ്ശാല പാച്ചൻ പയ്യന്നൂർ പരമു, ഒളിമ്പ്യൻ അന്തോണി ആദം, ഞങ്ങൾ സന്തുഷ്ടരാണ്, ഇൻഡിപെൻഡൻസ്, ഫ്രണ്ട്സ്, ദീപസ്തംഭം മഹാശ്ചര്യം, ചാർളിചാപ്ലിൻ, ചന്ദാമാമ, ഭാര്യവീട്ടിൽ പരമസുഖം, അമേരിക്കൻ അമ്മായി, ആകാശഗംഗ.
- 2000 – മേരാ നാം ജോക്കർ, ആനമുറ്റത്തെ ആങ്ങളമാർ, ദൈവത്തിന്റെ മകൻ, ഡാർലിംഗ് ഡാർലിംഗ്, ദേവദൂതൻ, മഴ, മില്ലേനിയം

സ്റ്റാർസ്, മിസ്റ്റർ ബട്‌ലർ, നാടൻപെണ്ണും നാട്ടുപ്രമാണിയും, നരസിംഹം, പൈലറ്റ്സ്, പ്രിയം, വർണ്ണക്കാഴ്ചകൾ.

- 2001 – അച്ഛനെയാണെനിക്കിഷ്ടം, നരിമാൻ, ഭർത്താവുദ്യോഗം, രാവണപ്രഭു, സൂര്യചക്രം, കാക്കക്കുയിൽ, ദോസ്ത്, ഒന്നാമൻ, സായ്‌വർ തിരുമേനി, വക്കാലത്തു നാരായണൻകുട്ടി.
- 2002 – നന്ദനം, നക്ഷത്രക്കണ്ണുള്ള രാജകുമാരൻ അവനുണ്ടൊരു രാജകുമാരി, മീശമാധവൻ, ബാംബൂബോയ്സ്, ചതുരംഗം, ചിരിക്കുടുക്ക, എന്റെ ഹൃദയത്തിന്റെ ഉടമ, ജഗതി ജഗദീഷ് ഇൻ ടൗൺ, കാക്കേ കാക്കേ കൂടെവിടെ, കൺമഷി, കാശില്ലാതെയും ജീവിക്കാം, കുബേരൻ, മലയാളി മാമനു വണക്കം, സാവിത്രിയുടെ അരഞ്ഞാണം, താണ്ഡവം, തിലകം, നിഴൽക്കുത്ത്.
- 2003 – പട്ടണത്തിൽ സുന്ദരൻ, പുലിവാൽ കല്യാണം, വലത്തോട്ടു തിരിഞ്ഞാൽ നാലാമത്തെ വീട്, അമ്മക്കിളിക്കൂട്, ഹരിഹരൻ പിള്ള ഹാപ്പിയാണ്, മിഴി രണ്ടിലും, മേൽവിലാസം ശരിയാണ്, പട്ടാളം, ബാലേട്ടൻ, മീരയുടെ ദുഖവും മുത്തുവിന്റെ സ്വപ്നവും, സി.ഐ.ഡി മൂസ, സ്വപ്നം കൊണ്ടു തുലാഭാരം, വെള്ളിത്തിര, സദാനന്ദന്റെ സമയം, കിളിച്ചുണ്ടൻ മാമ്പഴം, തിളക്കം, മിസ്റ്റർ ബ്രഹ്മചാരി, തില്ലാന തില്ലാന, വസന്തമാളിക.
- 2004 – അമൃതം, വേഷം, രസികൻ, കഥാവശേഷൻ, വെട്ടം, അപരിചിതൻ, വാണ്ടഡ്, മയിലാട്ടം, റൺവേ, ചതിക്കാത്ത ചന്തു, ജലോത്സവം, തെക്കേക്കര സൂപ്പർഫാസ്റ്റ്, കണ്ണിനും കണ്ണാടിക്കും, വെള്ളിനക്ഷത്രം, ഞാൻ സൽപ്പേര് രാമൻകുട്ടി, സി.ഐ. മഹാദേവൻ അഞ്ചടി നാലിഞ്ച്, സിംഫണി, സേതുരാമയ്യർ സി.ബി.ഐ, വാമനപുരം ബസ് റൂട്ട്, അഗ്നിനക്ഷത്രം, കൊട്ടാരം വൈദ്യൻ, താളമേളം.
- 2005 – തന്മാത്ര, മയൂഖം, നേരറിയാൻ സി.ബി.ഐ, നരൻ, മാണിക്യൻ, ഇന്‍സ്, ഉടയോൻ, കൃത്യം, ആലീസ് ഇൻ വണ്ടർലാന്റ്, കൊച്ചിരാജാവ്, അത്ഭുതദ്വീപ്, ഉദയനാണു താരം.
- 2006 – പളുങ്ക്, ബാബാ കല്യാണി, യെസ് യുവർ ഓണർ, കറുത്ത പക്ഷികൾ, വാസ്തവം, മഹാസമുദ്രം, ക്ലാസ്മേറ്റ്സ്, ആനച്ചന്തം, ചാക്കോ രണ്ടാമൻ, ചെസ്, തുറുപ്പുഗുലാൻ, രസതന്ത്രം, കിലുക്കം കിലുകിലുക്കം.

- 2007 – ഫ്ളാഷ്, കംഗാരു, കഥ പറയുമ്പോൾ, ജന്മം, ആയുർരേഖ, റോക്ക് ആന്റ് റോൾ, നസ്രാണി, പരദേശി, നാലു പെണ്ണുങ്ങൾ, ഹാർട്ട് ബീറ്റ്സ്, അറബിക്കഥ, ഹലോ, ഭരതൻ, കാക്കി, രക്ഷകൻ, പറഞ്ഞുതീരാത്ത വിശേഷങ്ങൾ, ഛോട്ടാ മുംബൈ, ദ സ്പീഡ് ട്രാക്ക്, സ്കെച്ച്, ഡിറ്റക്ടീവ്, ചങ്ങാതിപ്പൂച്ച, അഞ്ചിൽ ഒരാൾ അർജുനൻ, ഹരീന്ദ്രൻ ഒരു നിഷ്കളങ്കൻ, വീരാളിപ്പട്ട്.
- 2008 – ക്രേസിഗോപാലൻ, മഞ്ചാടിക്കുരു, സുൽത്താൻ, ട്വന്റി ട്വന്റി, തലപ്പാവ്, ആയുധം, പരുന്ത്, മാടമ്പി, വൺവേ ടിക്കറ്റ്, സൈക്കിൾ, ഒരു പെണ്ണും രണ്ടാണും, ദേ ഇങ്ങോട്ടു നോക്കിയേ, ലോലിപോപ്പ്, പാർത്ഥൻ കണ്ട പരലോകം, പോസിറ്റീവ്, സ്വർണ്ണം, താവളം
- 2009 – ഇവിടം സ്വർഗമാണ്, എയ്ഞ്ചൽ ജോൺ, കേരളവർമ്മ പഴശ്ശിരാജ, കേരളാകഫേ, ലൗഡ് സ്പീക്കർ, കാഞ്ചീപുരത്തെ കല്യാണം, കലണ്ടർ, പാസഞ്ചർ, ഐ.ജി, സാഗർ ഏലിയാസ് ജാക്കി, ഭാര്യ സ്വന്തം സുഹൃത്ത്, ഹൈലസ, മകന്റെ അച്ഛൻ, ബനാറസ്, കെമിസ്ട്രി, ഡോക്ടർ പേഷ്യന്റ്, കഥ സംവിധാനം കുഞ്ചാക്കോ, കപ്പലുമുതലാളി, മൗസ് ആന്റ് ക്യാറ്റ്, മൈ ബിഗ് ഫാദർ, നമ്മൾ തമ്മിൽ, പുതിയ മുഖം, രഹസ്യപ്പൊലീസ്, സമസ്ത കേരളം പി.ഒ, സ്വലേ, വെള്ളത്തൂവൽ, രാമാനം.
- 2010 – ചെറിയ കള്ളനും വലിയ പൊലീസും, താന്തോന്നി, കടാക്ഷം, അമ്മനിലാവ്, കരയിലേക്കൊരു കടൽദൂരം, സീനിയർ മാൻഡ്രേക്ക്, സഹസ്രം, ഖിലാഫത്ത്, ഇങ്ങനെയും ഒരാൾ, ഫിഡിൽ, വലിയങ്ങാടി, ബ്രഹ്മാസ്ത്രം, അണ്ണാറക്കണ്ണനും തന്നാലായത്, ചാവേർപ്പട, കെ.കെ.റോഡ്, കന്യാകുമാരി എക്സ്പ്രസ്, തസ്കരലഹള, സൂഫി പറഞ്ഞ കഥ, ക്യാൻവാസ്, രാമരാവണൻ, പതിനൊന്നിൽ വ്യാഴം, എൽസമ്മ എന്ന ആൺകുട്ടി, മലർവാടി ആർട്സ് ക്ലബ്ബ്, ടി.ഡി. ദാസൻ സ്റ്റാൻഡേർഡ് സിക്സ്ത് ബി, നായകൻ, 24 ഹവേഴ്സ്, ഏപ്രിൽഫൂൾ, അപൂർവരാഗം, ആത്മകഥ, ശിക്കാർ, മേരിക്കുണ്ടൊരു കുഞ്ഞാട്, സദ്ഗമയ, അവൻ, പ്രാഞ്ചിയേട്ടൻ ആന്റ് ദി സെയിന്റ്, ചേകവർ, ബെസ്റ്റ് ഓഫ് ലക്ക്.
- 2011 – നിന്നിഷ്ടം എന്നിഷ്ടം–2, ശങ്കരനും മോഹനനും, ത്രീ കിംഗ്സ്, വെനീസിലെ വ്യാപാരി, ബോംബെ മിഠായി, കാണാക്കൊമ്പത്ത്, ഇന്നാണാ കല്യാണം, അതേ മഴ അതേ വെയിൽ, നായിക,

മേക്കപ്പ്മാൻ, ഇത് നമ്മുടെ കഥ, അർജുനൻ സാക്ഷി, ഉറുമി, കുടുംബശ്രീ ട്രാവൽസ്, മൊഹബ്ബത്ത്, പയ്യൻസ്, ലക്കി ജോക്കേഴ്സ്, കില്ലാടിരാമൻ, മാണിക്യക്കല്ല്, നാടകമേ ഉലകം, ക്രിസ്ത്യൻ ബ്രദേഴ്സ്, ജനപ്രിയൻ, ചൈനാടൗൺ, സീനിയേഴ്സ്, ദി ഫിലിംസ്റ്റാർ, ദി ട്രെയിൻ, മഹാരാജാ ടാക്കീസ്, ഉപ്പുകണ്ടം ബ്രദേഴ്സ് ബാക്ക് ഇൻ ആക്ഷൻ, 1993 ബോംബെ മാർച്ച് 12, സ്വപ്നസഞ്ചാരി, നോട്ട് ഔട്ട്, ദി മെട്രോ, ഒരു നുണക്കഥ, തേജാഭായ് ആന്റ് ഫാമിലി, പാച്ചുവും കോവാലനും, റേസ്, പ്രിയപ്പെട്ട നാട്ടുകാരേ, സർക്കാർ കോളനി, കളഭമഴ, വീരപുത്രൻ, ഹാപ്പിദർബാർ, മനുഷ്യമൃഗം, മകരമഞ്ഞ്, ട്രാക്ക്, കുഞ്ഞേട്ടൻ, ഇന്ത്യൻറുപ്പി.

- 2012 – അസുരവിത്ത്, പത്മശ്രീ ഭരത് സരോജ്കുമാർ, ഒരു കുടുംബചിത്രം, കണ്ണീരിന് മധുരം, ഗൃഹനാഥൻ, വൈഡൂര്യം, കാസനോവ, ഞാനും എന്റെ ഫാമിലിയും, ഫാദേഴ്സ് ഡേ, കോബ്ര, ഓറഞ്ച്, മാസ്റ്റേഴ്സ്, കിംഗ് ആന്റ് കമ്മിഷണർ, ഇവൻ മേഘരൂപൻ, പുലിവാൽപട്ടണം, നാദബ്രഹ്മം, റെഡ് അലർട്ട്, ആകസ്മികം, പ്ലേയേഴ്സ്, കൗബോയ്, അർദ്ധനാരീശ്വരൻ, യാത്ര തുടരുന്നു, പറുദീസ, നമ്പർ 66 മധുര ബസ്, ഏഴാം സൂര്യൻ, തിരുവമ്പാടി തമ്പാൻ, ഗ്രാന്റ്മാസ്റ്റർ.
- 2015– ദി റിപ്പോർട്ടർ, മൂന്ന് വിക്കറ്റിന് 265 റൺസ്
- 2021 – കബീറിന്റെ ദിവസങ്ങൾ
- 2022 – തീമഴ തേന്മഴ
- 2022 – സി.ബി.ഐ 5 ദി ബ്രെയിൻ

(ലിസ്റ്റ് അപൂർണ്ണം)

തമിഴ് സിനിമ

- 2005–ആടുംകൂത്ത്

ടെലിവിഷൻ സീരിയലുകൾ

- ക്രൈംബ്രാഞ്ച് (കൈരളി ടി.വി)
- ഹുക്കാ ഹുവാ മിക്കാഡോ (ഏഷ്യാനെറ്റ്)
- എല്ലാം മായാജാലം (ഏഷ്യാനെറ്റ്)
- ശ്രീ മഹാഭാഗവതം (ഏഷ്യാനെറ്റ്)

- കൊടച്ചക്രം-ടെലിഫിലിം (ഏഷ്യാനെറ്റ്)
- സ്വാമി അയ്യപ്പൻ (ഏഷ്യാനെറ്റ്)
- ദേവീമാഹാത്മ്യം (ഏഷ്യാനെറ്റ്)
- സ്മാരകശിലകൾ (ദൂരദർശൻ)

സംവിധാനം ചെയ്ത സിനിമകൾ

- കല്യാണഉണ്ണികൾ (1998)
- അന്നക്കുട്ടീ കോടമ്പാക്കം വിളിക്കുന്നു (1989)

രചന നിർവഹിച്ചത്

- ചാമ്പ്യൻതോമസ്, വിറ്റ്നസ് (കഥ മാത്രം)

www.ingramcontent.com/pod-product-compliance
Lightning Source LLC
LaVergne TN
LVHW100258051026
849517LV00006B/2130
* 9 7 8 9 3 9 3 5 9 6 6 8 0 *